पुणे विद्यापीठाच्या **जून २०१०–११ पासून** बदललेल्या **नवीन अभ्यासक्रमानुसार तृतीय वर्ष वाणिज्य** या वर्गांसाठी लिहिलेले पुस्तक. महाराष्ट्रातील सर्व विद्यापीठांसाठी उपयुक्त.

भारतीय आणि जागतिक आर्थिक विकास

Indian and Global Economic Development

I0563211

प्रा. डॉ. एस. व्ही. ढमढेरे
प्रा. डॉ. एस. जी. शिंदे

डायमंड पब्लिकेशन्स

भारतीय आणि जागतिक आर्थिक विकास

प्रा. डॉ. एस.व्ही. ढमढेरे, प्रा. डॉ. एस.जी. शिंदे

डायमंड प्रथम आवृत्ती – जुलै २०१०

ISBN 978 - 81- 8483 - 307 - 2

© डायमंड पब्लिकेशन्स, पुणे

अक्षरजुळणी :
अक्षरवेल, पुणे

मुखपृष्ठ :
शाम भालेकर

प्रकाशक :
दत्तात्रेय गं. पाष्टे
डायमंड पब्लिकेशन्स,
१२५५, सदाशिव पेठ, लेले संकुल,
पहिला मजला, निंबाळकर तालमीसमोर,
पुणे ४११०३०. ☎ ०२० – २४४५२३८७

E-mail : diamondpublications@vsnl.net
Web : www.diamondbookspune.com

प्रमुख वितरक :
डायमंड बुक डेपो
६६१, नारायण पेठ, अप्पा बळवंत चौक,
पुणे ३०.
(०२० – २४४८०६७७

डायमंड सहकारी – प्रा. सु. ह. जोशी, लीना बोर्जेस, शिल्पा कुलथे, राजश्री जाधव, श्रद्धा ठकार, सचिन, विकास.

मनोगत

विद्यापीठ अनुदान आयोगाच्या मार्गदर्शक तत्त्वानुसार पुणे विद्यापीठाने जून २०१० पासून तृतीय वर्ष वाणिज्य या वर्गासाठी भारतीय आणि जागतिक आर्थिक विकास हा पेपर लागू केला आहे. या पेपरसाठी नवीन अभ्यासक्रमानुसार हे पुस्तक लिहिले आहे. या पुस्तकात अभ्यासक्रमातील विषयाबरोबर आजच्या काळातील म्हणजेच २१ व्या शतकातील आवश्यक त्या वास्तवाचे भानही देण्याचा प्रयत्न केला आहे.

स्पर्धा परीक्षा, राज्य चाचणी परीक्षा (सेट), विद्यापीठीय परीक्षा; वाणिज्य शाखेतील संबंधित अभ्यासक्रम इ. साठी उपयुक्त असे पुस्तक आहे. तसेच महाराष्ट्रातील सर्व विद्यापीठांसाठी उपयुक्त ठरावे हाच हेतू हे पुस्तक लिहिण्यामागचा आहे.

पहिल्या विभागात पहिल्या प्रकरणात भारतीय अर्थव्यवस्थेची वैशिष्ट्ये; नवीन उदयास येणाऱ्या भारतीय अर्थव्यवस्थेची वैशिष्ट्ये. तसेच विकसित अर्थव्यवस्थेबरोबर भारतीय अर्थव्यवस्थेची तुलना केली आहे. दुसऱ्या प्रकरणात भारतातील शेतीचे महत्त्व, शेतीविकासातील अडथळे तसेच शेतमाल विक्रीव्यवस्थेवर चर्चा केली आहे; तर तिसऱ्या प्रकरणात औद्योगिक विकासाची भूमिका; लघुउद्योगांचे महत्त्व, मोठ्या उद्योगांचे महत्त्व, सार्वजनिक क्षेत्र तसेच औद्योगिकीकरणाचे मूल्यमापन इ. चे विवेचन केले आहे. प्रकरण चारमध्ये भारतातील पायाभूत सुविधांचे महत्त्व, खासगी आणि सार्वजनिक क्षेत्रातील गुंतवणुकीचे स्पष्टीकरण केले आहे; तर पाचव्या प्रकरणात भारतातील नियोजनाची गरज, उद्दिष्टे व व्यूहरचना तसेच भारतीय नियोजनाचे मूल्यमापन इत्यादींचे स्पष्टीकरण केले आहे.

दुसऱ्या भागात सहाव्या प्रकरणात मानवी संसाधनांची आर्थिक विकासातील भूमिका, मानवी विकास निर्देशांक, दारिद्र्य निर्देशांकाची संकल्पना इ. वर भर दिला आहे. सातव्या प्रकरणात उदारीकरण, जागतिकीकरण व खासगीकरणाचे महत्त्व, खासगीकरणाच्या बाजूचे व विरोधी युक्तिवाद. तसेच उदारीकरण, जागतिकीकरण व उदारीकरण, आव्हाने इ. वर प्रकाश टाकला आहे; तर आठव्या प्रकरणात परकीय भांडवलाची आवश्यकता, स्वरूप, परिणाम, महत्त्व इ. चे विवेचन करून परकीय भांडवलाची संरचना व दिशा, आयात-निर्यात धोरण इ. बाबींचे स्पष्टीकरण केले आहे. नवव्या प्रकरणात व्यापारतोल आणि व्यवहारतोल संकल्पना स्पष्ट करून,

व्यवहारतोलाच्या स्थितीवर प्रकाश टाकला आहे; तर दहाव्या प्रकरणात युरोपियन संघ, सार्क, नाणेनिधी, जागतिक बँका व जागतिक व्यापार संघटनेवर प्रकाश टाकला आहे.

प्रकरणाच्या शेवटी प्रश्न दिले आहेत. ते विद्यार्थ्यांनी सोडवावेत. सदर पुस्तक पुणे विद्यापीठाच्या अभ्यासक्रमानुसार लिहिले असले तरी अन्य विद्यापीठांच्या विद्यार्थ्यांना संदर्भग्रंथ म्हणून उपयोगी पडणार आहे.

पुस्तक तयार करण्यासाठी ज्यांचे नेहमीच प्रोत्साहन मिळते ते प्रकाशक श्री. दत्तात्रेय पाष्टेसाहेब यांचे ऋण मानणे आमचे कर्तव्य आहे. सदर पुस्तक लिहिण्यासाठी मा. प्रा. एम. डी. तनपुरे 'अध्यक्ष' अर्थशास्त्र अभ्यास मंडळ, पुणे विद्यापीठ; मा. प्रा. बाबासाहेब सांगळे 'अधिष्ठाता वाणिज्य विभाग', पुणे विद्यापीठ; मा. प्राचार्य नंदकुमार निकम, अधिष्ठाता, मानसनीती व समाजविज्ञान विद्याशाखा, पुणे विद्यापीठ पुणे; डॉ. टी. जी. गीते, डॉ. बी. डी. कुलकर्णी, पुणे यांनी प्रोत्साहन दिले व बहुमोल मार्गदर्शन केले त्याबद्दल आम्ही यांचे ऋणी आहोत.

तसेच आमच्या संस्थेचे मा. अध्यक्ष तसेच संचालक मंडळ तसेच महाविद्यालयाचे प्राचार्य, ग्रंथपाल, सहकारी, प्राध्यापक, स्नेही या सर्वांनी प्रोत्साहन दिले त्याबद्दल त्यांचे आम्ही मन:पूर्वक आभारी आहोत. त्याचप्रमाणे आमच्या कुटुंबातील सर्वांनी सहकार्य केले त्याबद्दल त्यांना मन:पूर्वक धन्यवाद! डायमंड पब्लिकेशन्समधील सर्व सहकाऱ्यांनी केलेल्या सहकार्याबद्दल या सर्वांचे मन:पूर्वक आभार मानणे हे आमचे कर्तव्य आहे.

प्रा. डॉ. एस. व्ही. ढमढेरे

प्रा. डॉ. एस. जी. शिंदे

लेखकपरिचय

प्रा. डॉ. एस. व्ही. ढमढेरे
एम. ए., एलएल. बी., एम. फिल., पीएच. डी. (अर्थशास्त्र)
अर्थशास्त्र विभाग प्रमुख

- एस. पी. जे. कला व वाणिज्य महाविद्यालय, पाबळ, जि. पुणे येथे कार्यरत.

- विविध महाविद्यालयांत २० वर्षे अध्यापनाचा अनुभव; केंद्र शासनाच्या शिक्षणविषयक महाराष्ट्र राज्याच्या साधन केंद्राचे सहसंचालक.

- 'अर्थ' त्रैमासिक 'सहसंपादक'; प्रोग्रेसिव्ह रिसर्च संस्था, पुणे, येथे सामाजिक - आर्थिक संशोधन प्रकल्पात संशोधनअधिकारी म्हणून काम.

- विविध चर्चासत्रे, कार्यशाळा सहभाग, शोधनिबंध वाचन. पुणे विद्यापीठाच्या बहि:शाल शिक्षण मंडळाचे केंद्र कार्यवाह; विद्यार्थि कल्याण मंडळाचे केंद्रकार्यवाह, कमवा व शिका योजना केंद्रकार्यवाह.

- अर्थशास्त्रविषयक अनेक पुस्तकांचे लेखन.

- महाविद्यालय परिसर विकास विभागाचे प्रमुख. ५०० वृक्षांची लागवड व संवर्धन.

प्रा. डॉ. एस. जी. शिंदे

एम. ए., एम. फिल पीएच. डी.,

व्यावसायिक अर्थशास्त्र विभाग प्रमुख

एम. ए., एम. फिल., पीएच. डी. (अर्थशास्त्र) रयत शिक्षण संस्थेचे, महात्मा फुले महाविद्यालय, पिंपरी, पुणे - १७. अर्थशास्त्र विभाग प्रमुख म्हणून कार्यरत, २५ वर्षे पदवी व १५ वर्षे पदव्युत्तर वर्गासाठी अध्यापन, व्यापारी अर्थशास्त्र अभ्यास मंडळ सदस्य, पुणे विद्यापीठ - पुणे. राष्ट्रीय सेवा योजनेचे ४ वर्षे कार्यक्रम अधिकारी म्हणून कार्यं, मागास खेडे विकास कार्यक्रम प्रकल्प अधिकारी म्हणून ६ वर्षे कार्यं, मराठी अर्थशास्त्र परिषद व पुणे विद्यापीठ-मराठी अर्थशास्त्र परिषदेचे आजीव सदस्य एन. एस. एस. शिबिरातून व्याख्याने व मार्गदर्शन, महाविद्यालयात जिल्हा व राज्य स्तरावर चर्चासत्रांचे आयोजक म्हणून काम, अर्थशास्त्रीय चर्चासत्रांमध्ये सहभाग. महाविद्यालयात विद्यार्थी कल्याण मंडळ, कमवा व शिका योजना, विशेष मार्गदर्शन योजना समितीचे चेअरमन म्हणून कार्य, तृतीय वर्ष कला व वाणिज्य शाखेतील विद्यार्थ्यांसाठी तीन दिवसांचे सलग ५ वर्षे उद्योजकता परिचय शिबिराचे आयोजक म्हणून कार्यं, आदर्श शिक्षक म्हणून तीन संस्थांचा पुरस्कार. व्यावसायिक अर्थशास्त्र (सूक्ष्म) पुस्तकाचे लेखन.

अनुक्रम

विभाग १

विभाग २

विभाग १

प्रकरण १
आर्थिक विकासाची ओळख
(Introduction to Economic Development)

१.१ प्रास्ताविक

१.२ भारतीय अर्थव्यवस्थेत दिसून येणारी मूलभूत वैशिष्ट्ये
(Basic characteristics of the Indian economy as an emerging economy.)

१.३ भारतीय अर्थव्यवस्थेची विकसित अर्थव्यवस्थांबरोबर तुलना. –
(Comparison of the Indian economy with developed economies with respect to)

(अ) लोकसंख्या - (Population)

(ब) दरडोई उत्पन्न (Per-capita Income)

(क) शेती - (Agriculture)

(ड) उद्योग - (Industry)

(इ) सेवाक्षेत्र - (Service Sector)

१.१ प्रास्ताविक (Introduction)

१५ ऑगस्ट १९४७ ला भारताला स्वातंत्र्य मिळाले. स्वातंत्र्यप्राप्तीच्या वेळी भारतीय अर्थव्यवस्था पूर्णत: मागासलेली होती. दारिद्र्य, बेकारी, विषमता, निरक्षरता अशा अनेक समस्या भारतात होत्या. या समस्यांची सोडवणूक करण्यासाठी भारत सरकारने आर्थिक नियोजनाचा अवलंब केला. आजपर्यंत भारताने १० पंचवार्षिक योजना राबविल्या असून ११ वी पंचवार्षिक योजना सुरू आहे. १९९१ च्या आर्थिक धोरणात भारताने उदारीकरण, खासगीकरण व जागतिकरणाचा स्वीकार केला, त्यामुळे भारताच्या आर्थिक विकासाचा वेग वाढला. आज भारतीय अर्थव्यवस्था विकासाच्या टप्प्याकडे वाटचाल करीत आहे.

प्रस्तुत प्रकरणात आजमितीस भारतीय अर्थव्यवस्थेत दिसून येणारी मूलभूत वैशिष्ट्ये स्पष्ट करून काही प्रमुख घटकांची विकसित अर्थव्यवस्थांबरोबर भारतीय अर्थव्यवस्थेची तुलना केली आहे.

१.२ भारतीय अर्थव्यवस्थेत दिसून येणारी मूलभूत वैशिष्ट्ये –

(Basic characteristics of the Indian economy as an emerging economy)

प्रगत अर्थव्यवस्थांशी तुलना करता, भारतीय अर्थव्यवस्था अल्प विकसित म्हणून गणली जाते ती भारतीय अर्थव्यवस्थेत आढळणाऱ्या वैशिष्ट्यांमुळे.

जागतिकीकरण आणि आर्थिक सुधारणा अमलात आणल्यानंतर भारतीय अर्थव्यवस्थेच्या आर्थिक विकासाचा वेग वाढला असला तरी आज भारतात अल्प विकसित आणि विकसित अर्थव्यवस्थेची पुढील प्रकारची मूलभूत वैशिष्ट्ये दिसून येतात. स्वातंत्र्य प्राप्तीच्या वेळची भारतीय अर्थव्यवस्थेची अनेक वैशिष्ट्ये आजच्या २१ व्या शतकाच्या पहिल्या दशकात दिसून येत असली तरी या वैशिष्ट्यात गेल्या ६० वर्षांत अनेक गुणात्मक सुधारणा झालेल्या आहेत. या वैशिष्ट्यांमुळे जगात भारतीय अर्थव्यवस्थेचे वेगळेपण लक्षात येते.

(१) दुभंगलेली अर्थव्यवस्था (A Dualistic Economy) ñ

दुभंगलेली अर्थव्यवस्था - हे बहुतेक अल्पविकसित अर्थव्यवस्थांचे वैशिष्ट्य असून - भारतात हे वैशिष्ट्य आढळून येते.

भारतीय अर्थव्यवस्था ही दुभंगलेली आहे. भारतीय अर्थव्यवस्थेचा एक भाग बाजार अर्थव्यवस्था Market Economy तर दुसरा भाग निर्वाह अर्थव्यवस्था Subsistance Economy या नावाने ओळखला जातो. अर्थव्यवस्थेचा एक भाग नागरी तर दुसरा भाग ग्रामीण आहे. अर्थव्यवस्थेचा एक भाग विकसित तर दुसरा कमी विकसित आहे.

अर्थव्यवस्थेतील उत्कृष्ट क्षेत्र म्हणजे नागरी भागातील संघटित क्षेत्र आहे. नागरी क्षेत्रात दूरसंचार, रेडिओ, बसगाड्या, रेल्वेगाड्या, चित्रपटगृहे, अत्याधुनिक इमारती, शाळा - महाविद्यालये, संशोधनसंस्था, बँका-विमाकंपन्या इ. आधुनिक सोयी - सवलती असतात - बँका, बाजारव्यवस्था, प्रशासकीय कार्यालये, अन्य कार्यालये इ. शी लवकर संपर्क साधता येतो. तर निर्वाहक्षेत्र मात्र असंघटित, शेतीवर आधारलेले आणि मागसलेले आहे.

दुभंगलेपणा अर्थव्यवस्थेच्या सर्व क्षेत्रांत आढळून येतो. उदा. (अ) कृषिक्षेत्रात - काही शेती ही आधुनिक पद्धतीचा अवलंब करून व्यावसायिक कार्यक्षम पद्धतीने केली जाते - त्याचवेळी या क्षेत्रांचा फार मोठा भाग परंपरागत पद्धतीने चालविला जातो.

(ब) औद्योगिक क्षेत्रात - भांडवलप्रधान अशा संघटित उद्योगांबरोबरच परंपरागत कुटिर उद्योग - ग्रामोद्योगही अस्तित्वात आहे.

(क) वाहतूक क्षेत्रात - विमान, रेल्वे, बस, टॅक्टर मोटारगाड्यांबरोबरच बैलगाडी, घोडे, उंट, बैल इ. चा वापर केला जातो.

(ड) वित्तीय क्षेत्रात - एतद्देशीय बँकांबरोबरच संघटित आधुनिक बँका अस्तित्वात आहेत.

आधुनिक क्षेत्र संघटित आहे आणि परंपरागतक्षेत्र असंघटित आहे. मात्र, संपूर्ण असंघटित क्षेत्र ग्रामीण भागात असते आणि संघटित क्षेत्र नागरीभागात असते असे समजण्याचे कारण नाही.

भारतीय अर्थव्यवस्थेचे दुभंगलेपण - पुढीलप्रमाणे स्पष्ट करता येते.

(i) भारतीय अर्थव्यवस्थेत आधुनिक उद्योगांची लहान लहान बेटे असून त्यात भांडवलप्रधान उत्पादन पद्धतीचा अवलंब करून मोठ्या प्रमाणावर अत्याधुनिक वस्तूंचे उत्पादन केले जाते. - परंतु या आधुनिक उद्योगांच्या बेटांच्या सभोवार श्रमप्रधान तंत्राचा अवलंब करणाऱ्या अनेक लहान लहान उत्पादनसंस्था आहेत. उदा. हातमाग, लोहार, सुतार, चांभार, सोनार इ.

(ii) गेल्या ५० वर्षांत, या दोन्ही क्षेत्रातील दरी कायम राहिलेली आहे आणि भविष्यातही ती टिकून राहील असे दिसते.

(iii) या दोन्ही क्षेत्रातील दरी कमी होण्याऐवजी वाढलेली दिसते.

(iv) आधुनिक क्षेत्राच्या विकासामुळे परंपरागत क्षेत्राच्या विकासाला कसलाच हातभार लागलेला नाही.

(२) शेतीचे वर्चस्व (Predominance of Agriculture) :

भारताच्या राष्ट्रीय उत्पन्नाची व लोकसंख्येच्या व्यवसायावर विभागणीची आकडेवारी अभ्यासली असता भारतीय अर्थव्यवस्थेत शेतीचे वर्चस्व लक्षात येते.

भारतात एकूण लोकसंख्येपैकी बहुसंख्य लोक ग्रामीण भागात राहात असून त्यांचा मुख्य व्यवसाय शेती आहे - तसेच

शेतीचा राष्ट्रीय उत्पन्नातील वाटा लोकसंख्येच्यामानाने कमी आहे.

तक्ता क्र. १.१ मध्ये शेतीवर अवलंबून असणारी लोकसंख्या दर्शविली आहे.

तक्ता १.१ भारतात शेतीवर अवलंबून असणारी लोकसंख्या

वर्ष	**१९०१**	**१९५१**	**१९८१**	**१९९१**	**२००१**
भारताची लोकसंख्या (कोटी)	२३	३६	६८.३	८४.४	१०२.७
शेतीवर अवलंबून असणारी लोकसंख्या (कोटी)	१६.३	२५.३	४८.३	५५	६२.७

तक्ता क्र. १.१ मधील आकडेवारीवरून हे स्पष्ट होते की, भारताच्या वाढत्या लोकसंख्येबरोबर शेतीक्षेत्रावर अवलबूंन असणारी लोकसंख्या वाढत गेली आहे. या सर्व लोकसंख्येला शेतीक्षेत्रात पूर्णवेळ काम नाही. त्यामुळे शेतीत खूप मोठ्या प्रमाणात छुपी बेकारी आहे.

भारतात शेतीक्षेत्रात अधिक श्रमिक काम करतात. शेतीत अतिरिक्त लोकसंख्या गुंतलेली आहे. यापैकी काही लोकांना शेतीतून काढून घेतले तरी शेती उत्पादनावर त्याचा काहीही अनिष्ट परिणाम होणार नाही. भारतात शेतीक्षेत्रात २५% लोकसंख्या अतिरिक्त आहे.

भारतात बहुसंख्य लोकांचा मुख्य व्यवसाय शेती असला तरी शेती, परंपरागत उत्पादन साधनांच्या साहाय्याने व पद्धतीने केली जाते. त्यामुळे शेतीपासून मिळणारे उत्पन्न अल्प असते.

१९५०-५१ मध्ये शेतीचा राष्ट्रीय उत्पन्नातील वाटा	५८.७%
१९७९-८० मध्ये शेतीचा राष्ट्रीय उत्पन्नातील वाटा	३८.२%
१९८४-८५ मध्ये शेतीचा राष्ट्रीय उत्पन्नातील वाटा	३६.६%
२००५-०६ मध्ये शेतीचा राष्ट्रीय उत्पन्नातील वाटा	१८% होता.

याचा अर्थ राष्ट्रीय उत्पन्नातील शेतीक्षेत्राचा वाटा आर्थिक नियोजन काळात कमी झालेला असला तरी विकसित देशांशी तुलना करता भारतात शेतीचा राष्ट्रीय उत्पन्नातील वाटा खूपच मोठा आहे. २००६ च्या World Develoment Report नुसार २००४ मध्ये इंग्लंड, अमेरिका, जपान या देशात शेतीचा राष्ट्रीय उत्पन्नातील वाटा १% पेक्षा कमी होता.

भारतात शेती हा प्रमुख व्यवसाय आहे म्हणून मागासलेल्या शेतीचे अर्थव्यवस्थेवरील वर्चस्व हे भारताच्या अल्प विकसित देशातील अर्थव्यवस्थेचे वैशिष्ट्य आहे.

भारतातील शेतीची उत्पादकता कमी असण्याची कारणे –

(१) प्रतिकूल भूमी (२) दरडोई जमिनीचे अल्प प्रमाण (३) परंपरागत उत्पादनतंत्र (४) भांडवलाचा मर्यादित वापर (५) उदरनिर्वाहासाठी शेती (६) शेतजमिनीचे विभाजन - तुकडीकरण (६) शेतमाल विक्री व्यवस्थेत दोष (७) अपुरा पाणी पुरवठा (८) पूरक सेवांचा अभाव इ. कारणांमुळे शेतीची उत्पादकता अल्प आहे.

(३) लोकसंख्येत प्रचंड वाढ (Huge Population Growth) -

वाढती लोकसंख्या हे भारतीय अर्थव्यवस्थेचे वैशिष्ट्य असून वाढत्या लोकसंख्येचा भार अर्थव्यवस्थेवर पडत आहे. १९०१ मध्ये भारताची लोकसंख्या २३ कोटी होती; १९२१ मध्ये २५ कोटी झाली.

१९५१ मध्ये ३६ कोटी, १९९१ मध्ये ८४.४ कोटी तर २००१ मध्ये १०२.७० कोटी झाली. २००६ मध्ये भारताची लोकसंख्या १११ कोटीं इतकी वाढली.

तक्ता क्र. १.२ वरून भारतातील लोकसंख्येत प्रत्येक दशकात प्रचंड वाढ झालेली दिसते. तर तक्ता क्र. १.३ वरून प्रगत देशांच्या तुलनेत भारताच्या लोकसंख्येचा आकार प्रचंड असल्याचे दिसून येते.

तक्ता क्र. १.२ : प्रत्येक दशकातील भारताची लोकसंख्या कोटीत

जनगणना वर्षे	भारताची लोकसंख्या (कोटी)
१९०१	२३
१९११	२५
१९२१	२५
१९३१	२७
१९४१	३१
१९५१	३६
१९६१	४३
१९७१	५४
१९८१	६८.३
१९९१	८४.४
२००१	१०२.७

तक्ता क्र. १.३

देश	लोकसंख्या कोटी (२००६)
ऑस्ट्रेलिया	२.१
कॅनडा	३.३
जपान	१२.८
जर्मनी	८.२
इंग्लंड	६.०
फ्रान्स	६.१
अमेरिका	२९.९
भारत	१११

संदर्भ : (१) W.D.R.२००८
(२) H.D.R.२००७-०८

भारताच्या लोकसंख्येचा आकार खूप मोठा आहे. लोकसंख्येबाबत भारताचा जगात २ रा क्रमांक तर चीनचा १ ला क्रमांक लागतो.

जगाच्या एकूण क्षेत्रफळापैकी भारतात २.४% भूमी आणि १६% लोकसंख्या आहे.

स्वातंत्र्यप्राप्तीनंतर भारतातील मृत्युदर वेगाने घटला मात्र जन्मदर मंद गतीने घटत आहे. मृत्युदर आणि जन्मदरात तफावत पडून भारताची लोकसंख्या वेगाने वाढत आहे. १९५१ मध्ये भारताचा जन्मदर ३९.९ तर मृत्युदर २७.४ होता. २००५ मध्ये भारताचा जन्मदर २३.८ तर मृत्युदर ७.६ होता. भारतातील मृत्युदर प्रगत देशातील मृत्युदराबरोबर आहे. मात्र, भारतातील जन्मदर प्रगत देशांच्या तुलनेत खूपच जास्त आहे.

संयुक्त राष्ट्र संघाने लोकसंख्यावाढीबद्दल अंदाज व्यक्त केला, त्यानुसार २०५० मध्ये जगाची लोकसंख्या ९८३ कोटी असेल, भारत २ ऱ्या क्रमांकावरून १ ल्या क्रमांकावर जाईल; भारताची लोकसंख्या १६४ कोटी असेल चीन - २ ऱ्या क्रमांकावर, अमेरिका ४ थ्या तर पाकिस्तान ३ ऱ्या क्रमांकावर जाईल.

भारताची वाढती लोकसंख्या विविध मार्गांनी अर्थव्यवस्थेवर कसा भार निर्माण करते हे पुढील तक्त्यावरून स्पष्ट होते.

तक्ता क्र. १.४ : वाढत्या लोकसंख्येचा भारतीय अर्थव्यवस्थेवर पडणारा भार

वर्ष	१९५१	१९९१	२००१
लोकसंख्या (कोटी)	३६.०	८४.४	१०२.७०
शेतीवरील लोकसंख्या (कोटी)	२५.३	५५.०	६२.७
काम करणारी लोकसंख्या श्रमदल (कोटी)	१५.५	३१.५	३२.३
०-१४ वयोगटातील मुले (कोटी)	१४.४	३०.४	३४.७
लोकसंख्येची घनता	१३७	२६७	३३६

उपरोक्त तक्ता क्र. १.४ वरून भारताच्या लोकसंख्येचा विविध प्रकारे अर्थव्यस्थेवर भार पडत आहे हे स्पष्ट होते. त्यामुळे भारतात लोकसंख्या ही संपत्ती न ठरता आर्थिक विकासातील अडथळा ठरली आहे.

(४) सार्वत्रिक कायमस्वरूपी बेकारी

(Wide Spread Chronic Unemployment) :

लोकसंख्या वेगाने वाढत असताना आर्थिक विकासाचा वेग कमी राहिला की

बेकारी निर्माण होते. सतत वाढत जाणारी बेकारी हे भारतीय अर्थव्यवस्थेचे वैशिष्ट्य आहे.

विकसित देशातसुद्धा बेकारी आहे. परंतु तेथील बेकारी मुख्यत्वेकरून तात्पुरती, हंगामी, घर्षणी स्वरूपाची, तेजी मंदीच्या चक्रामुळे, परिणामकारक मागणीच्या अभावामुळे निर्माण होणारी बेकारी असते. कालांतराने ही बेकारी नाहीशी होते.

- परंतु, भारतातील बेकारी कायमस्वरूपी आणि दीर्घ टिकणारी व वाढत जाणारी बेकारी आहे.
- भारतात अनेक लोक बेकार आहेत; कारण

(अ) भारतात भांडवलाची टंचाई आहे. भारतात श्रमिक आहेत; परंतु, त्यांना हत्यारे, अवजारे व यंत्रे काम करण्यासाठी नाहीत.

(ब) पूरक सोयींचा अभाव असल्यामुळे नवीन उत्पादन संस्था सुरू होत नाही.

(क) भारतात जे लोक बेकार आहेत ते अशिक्षित आणि अकुशल आहेत.

भारतात बेकारी सर्व क्षेत्रांत असून ती कामयस्वरूपी बनली आहे. शिवाय वाढत जाणाऱ्या कामगारांच्या संख्येमुळे बेकारीचा प्रश्न गंभीर झाला आहे.

बेकारीच्या काळात या बेकार श्रमिकांची कार्यक्षमता / उत्पादनक्षमता वाया जाते. परंतु, ती उत्पादन क्षमता बेकारीच्या काळात उपभोग मात्र घेत राहते; म्हणून अशी लोकसंख्या कर्त्यालोकसंख्येला भारभूत / ओझे ठरते.

- आर्थिक मागासलेपणा, वाढती लोकसंख्या, शेतीचे हंगामी स्वरूप, ग्रामोद्योगाचा ऱ्हास, सदोष नियोजन, व्यावसायिक व तांत्रिक शिक्षणाचा अभाव, मोसमी मागणी, भांडवलप्रधान तंत्र, आर्थिक व सामाजिक विषमता इ. कारणांमुळे भारतात बेकारी वाढत आहे.

(१) १ ल्या योजना काळात ५३ लक्ष तर ६ व्या योजनेत ११९ लक्ष लोक बेकार होते.

(२) जून १९८७ मध्ये त्यावेळेचे नियोजनमंत्री सुखराम यांच्या मते ३ कोटी लोक बेकार होते.

(३) ऑगस्ट २००० मध्ये अर्थराज्यमंत्री विखे-पाटील यांच्या मते भारतात १०.७ कोटी लोक बेकार होते.

(५) भांडवल निर्मितीचा अल्प दर (Low Rate of Capital Formation)

- देशाचे एकूण उत्पन्न आणि उत्पन्नात होणारी वाढ ही भांडवलनिर्मितीच्या दरावर अवलंबून असते.
- **आर्थिक विकासासाठी उत्पादनाचे आधुनिकीकरण** आवश्यक असते. आधुनिकीकरणासाठी **प्रगत तंत्रज्ञानाचा** वापर करावा लागतो आणि त्यासाठी

मोठ्या प्रमाणावर **भांडवलगुंतवणूक** करावी लागते. परंतु, भारतासारख्या अल्पविकसित देशात भांडवल निर्मितीचा दर कमी आहे.

१९५०-५१ मध्ये भारतात निव्वळ देशांतर्गत भांडवल संचयाचा दर ६.६%

१९९०-९१ मध्ये भारतात निव्वळ देशांतर्गत भांडवल संचयाचा दर १९.९%

१९९७-९८ मध्ये भारतात निव्वळ देशांतर्गत भांडवल संचयाचा दर १५.४%

१९८४-८५ मध्ये भारतात भांडवल दर १७.४% जपान ३४% कॅनडा २४%

वास्तव भांडवलाच्या उपलब्धतेचे निकष म्हणून दरमाणशी उपलब्ध पोलाद असलेल्या पोलाद आणि वीज यांचा विचार करण्यात येतो. W.D.R. कच्च्या पोलादाची दरमाणशी उपलब्धता भारतात २०००-२००१ मध्ये २० k.g होती.

तर, १९८७ ते १९९७ मध्ये

भारत	- २० K.g.
चीन	- ६४ K.g.
अमेरिका	- ४१७ K.g.
जपान	- ५८२ K.g.

यंत्रोत्पादनासाठी पोलाद आणि ऊर्जा आवश्यक असते. या दोहोंची उपलब्धता आर्थिक विकासासाठी आवश्यक असते.

या वास्तव भांडवलाची उपलब्धता जितकी जास्त तितका आर्थिक विकास वेगाने होतो.

१९८० ते १९८९ मध्ये भारतात भांडवलनिर्मितीचा दर २४% जपान ३३%, स्वित्झर्लंड ३०%, नॉर्वे - २७% होता.

काही प्रगत देशातील बचत गुंतवणुकीचे दर हे कमी असले तरी त्यांच्या भांडवलात दरवर्षी वाढ होत राहते कारण त्यांचे उत्पन्न मुळात जास्त असते.

(६) मानवी भांडवलाचा निकृष्ट दर्जा (Poor Quality of Human Capital)

देशातील मनुष्यबळ हे मानवी भांडवल मानले जाते. परंतु, केवळ **लोकसंख्या** म्हणजे मानवी भांडवल नव्हे तर लोकसंख्येचे मानवी भांडवलात रूपांतर करण्यासाठी **शिक्षण, आरोग्य, संशोधन** इ. वर पुरेसा पैसा खर्च करून श्रमशक्ती उत्पादनास उपयुक्त होईल असे धोरण कार्यान्वित करावे लागते.

मानवी भांडवलाचा निकृष्ट दर्जा हे भारतीय अर्थव्यवस्थेचे वैशिष्ट्य आहे. भारतातील लोक निकृष्ट प्रतीचे जीवन जगतात. निकृष्ट प्रतीचे जीवन म्हणजे **(१) कमी कार्यक्षमता, (२) कमी उत्पादकता आणि (३) काम करण्याची निकृष्ट पातळी** होय.

UNO युनोच्या वतीने 'मानवी विकास निर्देशांक' तयार करण्यात येतो.

आयुर्मान, ज्ञान आणि उत्पन्न इ. मोजून हा निर्देशांक ० ते १ या स्केलमध्ये व्यक्त केला जातो. मानवी विकास निर्देशांकामुळे देशातील मानवी विकास कितपत झालेला आहे याची कल्पना येते.

तक्ता क्र. १.५ मध्ये विविध देशातील मानवी विकासाची तुलनात्मक स्थिती दिली आहे.

तक्ता क्र. १.५ मानवी विकास निर्देशांक (२००५)

देश	मानवी विकास निर्देशांक	जागतिक क्रमांक
ऑस्ट्रेलिया	०.९६२	३
कॅनडा	०.९६१	४
जपान	०.९५३	८
इंग्लंड	०.९५१	१२
अमेरिका	०.९४६	१६
जर्मनी	०.९३५	२२
भारत	०.६१९	१२८

तक्ता क्र. १.५ वरून असे स्पष्ट होते की, विकसित देशांच्या तुलनेत भारतातील मानवी विकास निर्देशांक कमी आहे. मानवी विकासाच्या बाबतीतील जागतिक क्रमवारीत भारत १२८ व्या क्रमांकांवर आहे. मानवी विकास निर्देशांक ठरविताना विचारात घेतल्या जाणाऱ्या दरडोई उत्पन्न; शिक्षण, आयुमर्यादा या घटकांच्या बाबतीतील स्थिती भारतात चांगली नाही.

भारतातील लोकांना शिक्षण, आरोग्य, संशोधन, चांगल्याप्रकारे उपलब्ध होत नाही. त्यामुळे भारतातील 'मानवी विकास निर्देशक' कमी आहे. त्यामुळे भारतीय श्रमिकांची कार्यक्षमता, उत्पादकता कमी आहे.

(७) तांत्रिक मागासलेपणा

कालबाह्य आणि मागासलेल्या उत्पादनतंत्राचे अस्तित्व हा भारतासारख्या अल्पविकसित देशांच्या अर्थव्यवस्थांचे एक विशेष वैशिष्ट्य आहे.

- **कमी वेळात, कमी श्रमात आणि कमी खर्चात जास्त उत्पादन** देणारी उत्पादनतंत्रे शोधली जातात आणि अवलंबली जातात.

- **वैज्ञानिक प्रगतीच्या** झपाट्यामुळे हे **तांत्रिक बदल** अतिशय वेगाने होत असतात. परंतु, भारतात या तंत्राचा अवलंब करण्यात २ अडचणी येतात.

(१) भांडवल टंचाई : भांडवलटंचाईमुळे नवीन विकसित भांडवलप्रधान तंत्र वापरात येत नाही. प्रत्येक नवीन तंत्र जुन्यापेक्षा अधिक भांडवलप्रधान असते.

(२) तांत्रिक कुशल कामगार टंचाई : नव्या तत्रांसाठी तांत्रिक प्रशिक्षण घेतलेल्या कुशल कामगारांची आवश्यकता असते. भारतात अशा कुशल कामगारांची कमतरता आहे.

प्रगत तंत्रज्ञानामुळे विकसित देशांचा आर्थिक विकासाचा वेग जास्त आहे. परंतु भारतात आजही उत्पादनाच्या सर्व क्षेत्रांत परंपरागत उत्पादन तंत्राचा अवलंब करून उत्पादन केले जाते. त्यामुळे उत्पादनाचा सरासरी खर्च वाढतो, वस्तू सेवांची मुक्तता कमी असते; त्यामुळे असे उत्पादन स्पर्धेत टिकत नाही.

याचा अर्थ असा नव्हे की, भारतात अत्याधुनिक उत्पादनतंत्र वापरले जात नाही. प्रत्येक क्षेत्रात अत्याधुनिक तंत्राने उत्पादन करणाऱ्या काही उद्योगसंस्था आहेत. उदा. शेती, कारखाने, बँका परंतु अत्याधुनिक उत्पादन तंत्र सार्वत्रिक नाही.

(८) कमी दरडोई उत्पन्न : (Lower Per-Capita Income)

अल्प दरडोई उत्पन्न हे भारतासह सर्वच अल्पविकसित अर्थव्यवस्थांचे एक महत्त्वाचे वैशिष्ट्य आहे. दरडोई उत्पन्न हा आर्थिक विकासाचा एक महत्त्वाचा निर्देशांक मानला जातो.

आर्थिक नियोजनाचा अवलंब केल्यापासूनच्या पन्नास वर्षांत भारताच्या दरडोई उत्पन्नात ३.५ पटीने वाढ झाली आहे. १९८०-८१ च्या स्थिर किमतीनुसार १९५०-५१ मध्ये भारताचे दरडोई उत्पन्न ११२६ रुपये होते, १९९०-९१ मध्ये २२२२ रुपये तर १९९८-९९ मध्ये ३८९५ रुपये होते.

भारताचे राष्ट्रीय उत्पन्न वेगाने वाढत आहे. परंतु, त्याचबरोबर देशाच्या लोकसंख्येतही वाढ होत आहे. त्यामुळे दरडोई उत्पन्न मंद गतीने वाढत आहे.

१९८०-८१ च्या किमतीप्रमाणे १९८०-८१ ते १९९०-९१ भारताचे राष्ट्रीय उत्पन्न ५.५% दराने वाढले. लोकसंख्या २.४% दराने वाढली त्यामुळे दरडोई उत्पन्न वाढीचा दर ३.१% होता तर चीन व उत्तर कोरिया या देशातील दरडोई उत्पन्न वाढीचा दर ८% व ८.५% होता.

तक्ता क्र. १.६ मध्ये जागतिक विकास अहवाल २००८ मधील विविध
तक्ता क्र. १.६ जगातील प्रमुख देशांचे दरडोई उत्पन्न डॉलरमध्ये (२००६)

तक्ता क्र. १.६ : प्रमुख देशांचे दरडोई उत्पन्न डॉलर्समध्ये

देश	दरडोई उत्पन्न
स्वित्झर्लंड	५७,२३०
डेन्मार्क	५१,७००
अमेरिका	४४,९७०
जपान	३८,४१०
जर्मनी	३६,६२०
ऑस्ट्रेलिया	३५, ९९०
चीन	२०१०
भारत	८२०

उपरोक्त तक्त्यावरून भारताचे दरडोई उत्पन्न प्रगत देशांच्या तुलनेने खूपच कमी आहे. दरडोई उत्पन्नात वाढ घडवून आणण्यासाठी भारताला लोकसंख्येत घट आणि राष्ट्रीय उत्पन्नात वेगाने वाढ घडवून आणण्याची गरज आहे.

(९) दारिद्र्याचे अधिक प्रमाण

दारिद्र्य ही भारतीय अर्थव्यवस्थेतील एक ज्वलंत समस्या आहे. आर्थिक नियोजनाचा स्वीकार करून साठ वर्षे झाली तरीदेखील भारतात २५% पेक्षा अधिक लोकसंख्या दारिद्र्यात आहे.

दारिद्र्य हे भारतीयांच्या पाचवीलाच पुजलेले असते असे भारतातील दारिद्र्याचे वर्णन केले जात होते. पूर्वी भारत हा सोन्याचा धूर निघणारा देश समजला जाई; परंतु इंग्रजांच्या दीडशे वर्षांच्या राजवटीने भारत दारिद्र्याने गंजलेला देश झाला.

१९५०-५१ मध्ये आर्थिक नियोजनास सुरुवात झाली. तेव्हा बहुसंख्य लोकांना जीवनावश्यक वस्तू मिळत नव्हत्या. दरडोई उत्पन्न महिना २५ रुपयांपेक्षा कमी असल्यामुळे कमालीचे दारिद्र्य पसरलेले होते; म्हणून भारतीय नियोजनाचे मुख्य उद्दिष्ट लोकांचे राहणीमान उंचावणे हे ठरविण्यात आले.

आर्थिक नियोजन काळात भारत सरकारने मुद्दाम आणि जाणीवपूर्वक केलेल्या प्रयत्नांमुळे दारिद्र्यात घट घडून आली असली तरी अद्याप भारतात फार मोठी लोकसंख्या दारिद्र्यात जीवन जगत आहे. भारतीय समाजातील दारिद्र्य हे कुपोषण, निरक्षरता, अपुरा वस्त्रपुरवठा, अपुरा निवारा, उच्च मृत्युदर, बालमृत्यूचे उच्च प्रमाण, अपुऱ्या आरोग्यविषयक सोयी इ. स्वरूपात व्यक्त होत असतो. याच अर्थाने भारतात दारिद्र्याचा प्रादुर्भाव आहे. सरकारी आकडेवारी नुसार भारतात २६% म्हणजे २६ कोटी लोकसंख्या दारिद्रयात आहे. अनेक प्रगत देशांची एकूण लोकसंख्या १०

ते १२ कोटींच्या आत आहे. मात्र, भारतात २६ कोटी लोकसंख्या दारिद्र्यात जीवन जगते.

(१०) निरक्षरता :

कोणत्याही देशातील लोकसंख्येची गुणवत्ताही साक्षरता आणि शिक्षणाच्या दर्जावर अवलंबून असते. परंतु, भारतात निरक्षर लोकसंख्येचे प्रमाण अधिक आहे. १९५१ मध्ये भारतातील निरक्षर लोकसंख्येचे प्रमाण ८१.६७% होते. आर्थिक नियोजन काळात प्राथमिक शिक्षण मोफत व सक्तीचे केल्यामुळे साक्षरता प्रमाणात वाढ होऊन निरक्षेरतेचे प्रमाण कमी झाले आहे. १९९१ मध्ये ४७.८% तर २००१ मध्ये ३४.६% पर्यंत कमी झाले आहे.

भारतात स्त्री निरक्षेरतेचे प्रमाण अधिक आहे; अशा निरक्षर लोकसंख्येवर अंधश्रद्धा, रुढी; परंपरांचा अधिक प्रभाव असतो. त्यामुळे ही लोकसंख्या प्रगत दृष्टिकोन स्वीकारण्यास तयार होत नाही. परिणामी आर्थिक विकासाचा वेग कमी राहतो.

(११) प्रतिकूल व्यवहारतोल :

हे भारताच्या अल्पविकसित अर्थव्यवस्थेचे महत्त्वाचे वैशिष्ट्य आहे.

१९५१-५२ नंतरच्या काळात भारताच्या व्यवहारतोलातील तूट वाढत आहे.

- १९५५-५६, १९७३-७४, १९७८-७९ - या वर्षांचा अपवाद वगळता भारताचा व्यवहारातोल नेहमीच प्रतिकूल असल्याचे दिसते.
- १९५१-५२ मध्ये व्यवहारतोलाच्या चालू खात्यात १६२ कोटी तूट होती. १९८९-९० मध्ये व्यवहारतोलाच्या चालू खात्यात ११,३८२ कोटी

१९९१-९२ पासून व्यवहारतोलातील तूट कमी होत आहे. आर्थिक विकासासाठी आयात, निर्यातीत असमाधानकारक वाढ, देशांतर्गत भाववाढ, अन्नधान्याची आयात, वाढते विदेशी कर्ज इ. कारणांमुळे भारताच्या व्यवहारतोलात तूट निर्माण झाली.

१९९१ च्या आर्थिक धोरणात भारताने उदारीकरण, खासगीकरण व जागतिकीकरणाचा अवलंब केल्याने भारताच्या व्यवहारतोलांची स्थिती बदलली आहे.

(१२) नैसर्गिक आणि मानवी साधनसंपत्तीचा अपुरा वापर :

भारतीय अर्थव्यवस्थेत फार मोठ्या प्रमाणात नैसर्गिक साधनसंपत्ती आहे. खनिजसंपत्ती, जलसंपत्ती, वनसंपत्ती, जमीन, भरपूर सूर्यप्रकाश, समुद्रकिनारपट्टी, नैसर्गिक वायू इ. उपलब्ध आहे. शिवाय प्रचंड लोकसंख्येमुळे मानवी साधनसंपत्ती उपलब्ध आहे. भांडवलाची कमतरता आणि तांत्रिक मागासलेपणा, उदासीनता इ. मुळे या सर्व साधनसंपत्तीचा पुरेपूर वापर केला जात नाही. अद्याप पडीक जमिनीचे प्रमाण मोठे आहे, जलसिंचन सुविधांची कमतरता आहे. समुद्राच्या लाटांपासून वीज तयार करता येऊ शकते, सौर ऊर्जेजा वापर मर्यादित आहे. देशात प्रचंड मनुष्यबळ

असूनदेखील त्याचा पुरेपूर वापर केला जात नाही; परिणामी भारतीय अर्थव्यवस्थेचा आर्थिक विकासाचा दर कमी आहे.

(१३) सदोष आर्थिक संघटन :

सदोष किंवा निकृष्ट आर्थिक संघटन हे भारतीय अर्थव्यवस्थेचे महत्त्वाचे वैशिष्ट्य आहे. आर्थिक विकासासाठी भांडवल संचय व भांडवल निर्मितीचा वेग वाढविणे आवश्यक असते. त्यासाठी बँका व वित्तीय संस्थांचा विकास होणे आवश्यक असते.

भारतात ग्रामीण भागात आणि शेती व्यवसायात अधिक लोकसंख्या असून देखील तेथे वित्तीय संस्थांनांची कमतरता आहे. औद्योगिक विकासासाठी भांडवल बाजाराचा पुरेसा विकास झालेला नाही. बँका आणि अन्य वित्तीय संस्थांमध्ये पैसा पडून आहे. कर्ज देण्याची पद्धत सोपी व सोईस्कर नाही. भारतातील निरक्षर अल्पशिक्षित लोकसंख्या प्रचलित वित्तीय संस्थांपासून दूर राहतात. सहकारी वित्तपुरवठ्याचा अपेक्षित विकास झालेला नाही. भारतातील प्रचलित आर्थिक संघटन पद्धतीत आमूलाग्र बदल घडवून आणण्याची आवश्यकता आहे. त्यासाठी कुशल व्यवस्थापकांची आवश्यकता आहे.

भारतीय अर्थव्यवस्थेच्या उपरोक्त वैशिष्ट्यांशिवाय ग्रामीण लोकसंख्या, उत्पादन क्षमतेचा अपुरा वापर, प्रादेशिक असमतोल, आर्थिक व सामाजिक विषमता, वाहतूक व दळणवळण क्षेत्राचा मर्यादित विकास, संपत्ती वाटपात विषमता, वीजपुरवठा व पाणी पुरवठ्याची कमतरता, जागतिक स्पर्धात्मकतेचा न्यून दर्जा, सांस्कृतिक विविधता इत्यादी अनेक वैशिष्ट्ये आहेत. या सर्व वैशिष्ट्यांवरून आजही भारतीय अर्थव्यवस्था अल्पविकसित आहे हे मान्य करावे लागते. भारतीय अर्थव्यवस्थेचा आर्थिक विकासाचा वेग वाढविण्यासाठी नियोजनपूर्वक व सातत्यपूर्ण प्रयत्नांची आवश्यकता आहे; त्यासाठी व्यापक जनजागृतीची गरज आहे.

१.२.१ नवीन उदयास येणारी भारतीय अर्थव्यवस्थेची वैशिष्ट्ये -

भारतीय अर्थव्यवस्थेचे स्थान मागील दहा वर्षातील आर्थिक नियोजन आणि अनेकविध बदलांच्या स्वरूपावरून दिसून येते. भारत आर्थिक बदलांच्या निर्देशकांवरून अल्पविकसित देशांच्या तुलनेत वेगळा दिसतो आणि म्हणून त्यास भारताची उदयास येणारी अर्थव्यवस्था असे म्हटले जाते.

(१) मूलभूत वाढ :

भारतीय अर्थव्यवस्थेतील वार्षिक वाढीचा दर गेल्या पाच दशकांपासून ४% टिकून आहे. अर्थव्यवस्थेतील अनेकविध समस्यांमुळे आर्थिक विकासाचा वेग घटला

आहे. तसेच लोकसंख्यावाढीचा दर जास्त आहे. भारतीय अर्थव्यवस्था भविष्यात विकास करेल अशी शक्यता निर्माण झाली आहे.

(२) आत्मनिर्भरता आणि कमी अवलंबित्व :

भारत हा आंतरराष्ट्रीय परिस्थितीवर किंवा वातावरणाचे नियंत्रण करण्यात यशस्वी ठरला आहे. भारतातील अंतर्गत घडामोडी आणि राजकीय धोरणांमुळे ते शक्य झाले. भारतीय आर्थिक नियोजनामुळे स्वत:ची धोरणे यशस्वी करता आली. विकासासाठी मुख्यत: औद्योगिकीकरण, उद्योगनिहाय विभाग, औद्योगिकरणाचे विशेषीकरण इ. मुळे भारत आत्मनिर्भर बनला.

१९७० च्या मध्यात झालेली 'हरितक्रांती' अन्नधान्याच्या बाबतीत यशस्वी ठरली. भारतात बदलाच्या खुणा दिसून येऊ लागल्या आहेत. दक्षिण भारतात विकसित अर्थव्यवस्था दिसू लागली आहे.

(३) कृषिक्षेत्रातील स्थित्यंतरे :

भारतीय कृषिक्षेत्राचे स्थित्यंतर हे शेती उपजीविकेचे साधन किंवा पारंपरिक पद्धतीऐवजी बाजारू पद्धतीने शेती केली जाऊ लागली. पारंपरिक पद्धतीऐवजी आधुनिक तंत्राद्वारे शेती केली जाऊ लागली. बाह्यसेवेऐवजी अंतर्गत सेवा, एका पिकाऐवजी अनेक पिके, शेती करण्याच्या किंवा कसणाऱ्याच्या अनेक पद्धतीतून विशिष्ट पद्धतीने शेती करण्याची पद्धत, कामाच्या स्वरूपात क्रांतिकारक बदल झाले; त्यातील काही म्हणजे हरितक्रांती (पिकांसंदर्भात), श्वेतक्रांती (दूध आणि दुधाचे पदार्थ), निलक्रांती (मत्स्यव्यवसाय आणि त्याची उत्पादने) तसेच तेलबिया; अंडी आणि पोल्ट्री उत्पादने, फलोत्पादन, जैविक उत्पादने इ. च्या परिणामांमुळे उत्पादनात वाढ झाली; दुधाचे उत्पादन कमी खर्चात होऊ लागले. केळी जगात जाऊ लागली. दुसरे म्हणजे फळे, भाजीपाला, उसाचे उत्पादन आणि डाळीचे उत्पादन इ. ची कृषी क्षेत्रातील बदलाची महत्त्वाची भूमिका आहे. शासकीय धोरणांचा फायदा किंमतविषयक, बी-बियाणांसाठी साहाय्य, रासायनिक खतांसाठी दिली जाणारी सबसिडी, शेती उत्पादन वाढविण्यासाठी आधुनिक तंत्राच्या उपयोगासाठी तसेच आधुनिक संशोधनाच्या उपक्रमामुळे शेती उत्पादनात वाढ झाली.

(४) औद्योगिक प्रगती :

भारत हा औद्योगिकदृष्ट्या प्रगत देश आहे. मागील पाच दशकात भारताचे औद्योगिक उत्पादन पाच पट वाढले. भारताचा समावेश जगातील महत्त्वाच्या दहा देशात होतो.

विदेशातील आयात देशातील वस्तुनिर्मितीमुळे कमी होत आहे आणि इंजिनिअरिंग

किंवा अभियांत्रिकी वस्तुंच्या निर्यातीचा वाटा वाढत आहे. तांत्रिक आणि व्यवस्थापकीय कौशल्यामुळे अत्याधुनिक उद्योगाचा विकास झाला आहे आणि म्हणून मोठ्या प्रमाणात औद्योगिक संस्कृती भारतात विकसित झाली आहे.

(५) विदेशी व्यापाराचे बदलते स्वरूप :

भारताच्या विदेशी व्यापारात बदलत्या संरचनेच्या भूमिकांचे स्थान महत्त्वाचे आहे. विदेशातून अन्नधान्याची आयात व उपभोग्य वस्तूंची आयात कमी झाली. भारतीय अर्थव्यवस्थेतील निर्यातीच्या रचनेत वस्तूतील परंपरावादीपणा कमी होऊन नावीन्यपूर्ण बदल झाला. त्यामुळे जास्तीत जास्त आंतरराष्ट्रीय व्यापारात भारताचा सहभाग वाढला. विदेशी व्यापाराचा विचार करता जागतिक व्यापारात भारताचा अल्प हिस्सा आहे.

(६) इतर सुविधांचा विकास :

भारताने विविध क्षेत्रांत महत्त्वपूर्ण प्रगती केली आहे. ती क्षेत्रे म्हणजे वाहतूक व दळवळण, बँकिंग आणि पतपुरवठा, विमा, भांडवल बाजार, आरोग्य आणि शिक्षण, मुख्यत: तांत्रिक आणि व्यवस्थापन शिक्षण, श्रमिकांच्या अंतर्गत क्षमतेत वाढ व मोठ्या प्रमाणात शिस्त निर्माण झाली.

श्रमिकांच्या कौशल्यात वाढ झाल्याने 'श्रमिक' हे उत्पादनाच्या साधनातील बदलामुळे 'सॉफ्टवेअर तज्ज्ञ' म्हणून काम करू लागले.

(७) विज्ञान आणि तंत्रज्ञानात वाढ :

अमेरिकेतील 'विज्ञान' या मासिकात असे म्हटले आहे की, जगातील पहिल्या पंधरा देशांमध्ये भारताचा आठवा क्रमांक लागतो. त्यामध्ये जगातील एकूण प्रकाशित होणाऱ्या विज्ञान, अभियांत्रिकी आणि औषधे इ. संशोधनासंदर्भात सहभाग आहे. आता उच्च प्रतीचे प्रशिक्षित वैज्ञानिकांमध्ये अमेरिकेनंतर भारताचा नंबर लागतो.

भारतात १३०० पेक्षा जास्त संशोधनसंस्थांमधून संशोधनाचे काम चालू असून ते विस्तृत क्षेत्रात विखुरलेले दिसून येते. जसे अणुऊर्जा, अवकाश, अंटार्क्टिटा, संरक्षण, विमानविद्या, कृषी, वन, आरोग्य, इलेक्ट्रॉनिक्स, जैवतंत्र इ. संशोधनात भारताचा मुख्यत: विशिष्ट क्षेत्रात सहभाग महत्त्वाचा दिसून येतो तो म्हणजे महासंगणक, सॉफ्टवेअर उद्योग इ. मध्ये.

(८) सामाजिक बदल :

भारतीय राज्यघटनेत अस्पृश्यता मानणे कायद्याने गुन्हा आहे असे नमूद केले आहे. आता अस्पृश्य किंवा दलित समाजातील लोकांमध्ये अधिकारात आणि प्रभावात जलद वाढ होत आहे आणि भारतातील नियम व कायद्यांच्या अल्पविकसित देशातसुद्धा सहभाग वाढला आहे.

जागतिक विकासात उत्पादन व सेवेचा महत्त्वाचा प्रवाह भारताचा दिसून येतो. उपभोक्त्याच्या आवडीला तसेच हक्काला महत्त्व दिले जाते; आता नोकरशाहीतील अडथळे दूर होत असून संपूर्ण जगात भारतीय उत्पादनांना व सेवेला बाजारपेठ (Market) निर्माण झाले आहे.

भारताने सामाजिक, आर्थिक आणि तांत्रिक क्षेत्रांत व संस्थात्मक रचनेत सुधारणा या गोष्टी संपादन केल्या; हे विकासाचे निर्देशक आहे. आर्थिक विकासात यश मिळविले आहे. भारतीय अर्थव्यवस्थेने स्वतःचे असे स्थान निर्माण केले आहे; आणि म्हणून अल्पविकसित देशांपेक्षा भारतीय अर्थव्यवस्था ही विकसनशील अर्थव्यवस्था दिसून येते.

१.३ भारतीय अर्थव्यवस्थेची विकसित अर्थव्यवस्थांबरोबर तुलना –
(Comparison of the Indian Economy with Developed Economics) :

भारतात आर्थिक नियोजनाचा अवलंब करून आर्थिक विकास घडवून आणला जात आहे. भारताने आतापर्यंत दहा पंचवार्षिक योजना आणि तीन वार्षिक योजना राबविल्या आहेत. सध्या अकरावी पंचवार्षिक योजना चालू आहे. गेल्या साठ वर्षांत भारतीय अर्थव्यवस्थेची जी आर्थिक प्रगती झाली ती समाधानकारक आहे का? हे समजण्यासाठी भारतीय अर्थव्यवस्थेची विकसित अर्थव्यवस्थेबरोबर तुलना करणे आवश्यक ठरते. जागतिक बँक विकास अहवाल २००८ मध्ये दरडोई उत्पन्नाच्या आधारावर जगातील देशांची विभागणी – (१) अल्प उत्पन्न देश, (२) मध्यम उत्पन्न देश, (३) उच्च उत्पन्न देश अशा तीन प्रकारात केली आहे. २००८ च्या जागतिक विकास अहवालानुसार ज्या देशांचे दरडोई उत्पन्न ११,११६ डॉलर्सपेक्षा जास्त आहे, त्यांचा समावेश उच्च उत्पन्न देशात करण्यात आला. इंग्लंड, अमेरिका, जपान, जर्मनी, फ्रान्स, डेन्मार्क इत्यादी देशांची अर्थव्यवस्था प्रगत आहे. भारतीय अर्थव्यवस्थेची तुलना या प्रगत अर्थव्यवस्थांबरोबर केली आहे.

१.३.१ लोकसंख्या (Population)

कोणत्याही देशाच्या अर्थव्यवस्थेचा विकास हा त्या देशातील लोकसंख्येवर अवलंबून असतो. उच्च गुणवत्ता प्राप्त केलेली लोकसंख्या असेल तर अर्थव्यवस्थेचा विकास वेगाने होतो. आधुनिक काळात देशातील लोकसंख्येच्या संख्येपेक्षा गुणवत्तेला अधिक महत्त्व प्राप्त झालेले आहे.

लोकसंख्येच्या बाबतीत भारताची विकसित देशांबरोबर तुलना केली असता असे दिसून येते की, जगाच्या एकूण भूमीपैकी भारतात फक्त २.४% जमीन आहे; तर जगाच्या एकूण लोकसंख्येपैकी भारतात १६% लोकसंख्या आहे. १९५१ मध्ये

भारताची लोकसंख्या ३६ कोटी होती, ती २००१ मध्ये १०२.७ कोटी झाली. तक्ता क्र. १.७ मध्ये भारतीय लोकसंख्येची विकसित देशांबरोबर तुलना दर्शविली आहे.

तक्ता क्र. १.७ : भारतीय लोकसंख्येची विकसित देशांबरोबर तुलना

देश	लोकसंख्या कोटी २००६	सरासरी वार्षिक वृद्धिदर २०००-०६	घनता २००६	शहरी लोकसंख्येचे प्रमाण २००५	आयुमर्यादा (वर्षे) २००५
ऑस्ट्रेलिया	२.१	१.२	३	८८.२	८०.९
कॅनडा	३.३	०.९	४	८०.१	८०.३
स्वित्झर्लंड	०.७	०.६	१८६	७५.२	८१.३
जपान	१२.८	०.१	३५०	६५.८	८२.३
फ्रान्स	६.१	०.६	१११	७६.७	८०.२
अमेरिका	२९.९	१.०	३३	८०.८	७७.९
इंग्लंड	६.०	०.२	२४९	८९.७	७७.९
जर्मनी	८.२	०.०	२३६	७५.२	७९.०
भारत	१११.०	१.५	३७३	२८.७	६३.७

उपरोक्त तक्ता क्र. १.७ वरून पुढील निष्कर्ष निघतात.

(१) ऑस्ट्रेलिया, कॅनडा, जपान, जर्मनी, अमेरिका, इंग्लंड इत्यादी प्रगत देशांच्या तुलनेने भारताची लोकसंख्या प्रचंड आहे. अनेक प्रगत देशांची लोकसंख्या भारतातील एखाद्या घटक राज्याइतकी आहे. त्यामुळे प्रचंड लोकसंख्या हे भारतीय अर्थव्यवस्थेचे एक महत्त्वाचे वैशिष्ट्य आहे.

(२) प्रगत देशांशी तुलना करता भारतातील लोकसंख्येचा सरासरी वार्षिक वृद्धिदर जास्त आहे. अमेरिका आणि ऑस्ट्रेलिया देशांचा अपवाद वगळता बहुतेक देशांचा लोकसंख्या वृद्धीचा वार्षिक सरासरी दर एक पेक्षा कमी आहे. मात्र, भारतात तो १.५ इतका आहे. त्यामुळे भारताची लोकसंख्या प्रतिवर्षी वेगाने वाढत आहे.

(३) प्रगत देशांशी तुलना करता भारताची लोकसंख्येची घनता जास्त आहे.

(४) आर्थिक विकास आणि शहरीकरणाचा निकटचा संबंध आहे. आर्थिक विकासाबरोबर शहरी लोकसंख्येचे प्रमाण वाढत जाते. प्रगत देशांच्या तुलनेने भारतातील शहरी लोकसंख्येचे प्रमाण खूपच कमी (२८.७ टक्के) आहे. प्रगत अर्थव्यवस्थांमध्ये जेवढी लोकसंख्या शहरी भागात राहते, जवळपास तेवढी

लोकसंख्या भारतीय अर्थव्यवस्थेत ग्रामीण भागात राहते. यावरून भारतीय अर्थव्यवस्थेचा प्रचंड प्रमाणात विकास घडवून आणण्याची आवश्यकता आहे.

(५) प्रगत देशांच्या तुलनेने भारतातील लोकसंख्येचे सरासरी आर्युमान कमी आहे. सरासरी आर्युमान जास्त असणे हे आर्थिक विकासाचे लक्षण समजले जाते. आर्थिक नियोजन काळात आर्थिक विकास साथीच्या रोगांचे निर्मूलन, वैद्यकीय सुविधांमध्ये वाढ, मृत्युदरात झालेली घट, बालमृत्यू दरात झालेली घट, विविध कल्याणकारी कार्यक्रम इत्यादींमुळे भारतातील लोकसंख्येच्या सरासरी आर्युमानात वाढ झाली. परंतु, प्रगत देशांच्या तुलनेत भारतीय लोकसंख्येचे सरासरी आर्युमान कमी आहे. सरासरी आर्युमान जास्त असणे हे आर्थिक विकासाचे लक्षण आहे.

१.३.२ दरडोई उत्पन्न (Per-Capita Income)

दरडोई उत्पन्नात होणारी वाढ ही आर्थिक विकासाची निर्देशक मानली जाते. विविध देशांच्या आर्थिक कल्याणाची तुलना करण्यासाठी दरडोई उत्पन्न या निर्देशाचा वापर केला जातो. अर्थव्यवस्थेतील लोकांना सरासरीने किती उत्पन्न मिळते? देशातील लोकांच्या राहणीमानाचा दर्जा कसा आहे. यासंबंधीची माहिती दरडोई उत्पन्नावरून समजते.

स्वातंत्र्यप्राप्तीनंतर आर्थिक नियोजनकाळात भारताचे दरडोई उत्पन्न मंद गतीने वाढत आहे. वाढती लोकसंख्या हे त्याचे कारण आहे; प्रगत देशांच्या तुलनेने भारताचे दरडोई उत्पन्न खूपच कमी आहे. हे तक्ता क्र. १.८ वरून लक्षात येते.

तक्ता क्र. १.८ : निवडक प्रगत देशातील दरडोई उत्पन्न डॉलरमध्ये (२००६)

देश	दरडोई उत्पन्न (डॉलर)
ऑस्ट्रेलिया	३५,९९०
कॅनडा	३६,१७०
स्वित्झर्लंड	५७,२३०
जपान	३८,४१०
फ्रान्स	३६,५५०
अमेरिका	४४,९७०
डेन्मार्क	५१,७००
इंग्लंड	४०,१८०
जर्मनी	३६,६२०
भारत	८२०

तक्ता क्र. १.८ मधील दरडोई उत्पन्नाच्या आकडेवारीवरून सन २००६ मध्ये सर्वच प्रगत देशांचे दरडोई उत्पन्न भारताच्या अनेक पटीने अधिक आहे. २००६ मध्ये स्वित्झर्लंडचे दरडोई उत्पन्न ५७,२३० डॉलर, डेन्मार्कचे ५१,७०० डॉलर, जर्मनीचे ३६,६२० डॉलर, अमेरिकेचे ४४,९७० डॉलर, ऑस्ट्रेलिया ३५,९९० डॉलर तर भारताचे केवळ ८२० डॉलर होते.

सर्व प्रगत देशात लोकसंख्या जवळ-जवळ स्थिर आहे. त्यामुळे आर्थिक विकासामुळे त्या देशांचे राष्ट्रीय उत्पन्न वाढून दरडोई उत्पन्न वेगाने वाढत आहे. मात्र, भारतात राष्ट्रीय उत्पन्नवाढीबरोबर लोकसंख्येतही मोठी वाढ होत असल्याने दरडोई उत्पन्नवाढीचा वेग अत्यंत कमी आहे.

१.३.३ शेती (Agriculture)

प्राथमिक क्षेत्रातील व्यवसायामध्ये शेती हा प्रमुख व्यवसाय आहे. आर्थिक विकास प्रक्रियेत शेतीला महत्त्वाचे स्थान आहे. सर्वसाधारणपणे सर्व अल्पविकसित देश हे कृषिप्रधान आहेत. परंतु, जसजसा अर्थव्यस्थेचा विकास होत जातो, तसतसे अर्थव्यवस्थेतील शेती व्यवसायाचे महत्त्व कमी होत जाऊन उद्योग व सेवा क्षेत्राचे महत्त्व वाढत जाते. भारतीय अर्थव्यवस्थेचा आर्थिक विकास होत असला तरी २००४ मध्ये शेतीक्षेत्रात ५८% लोकसंख्या शेतीवर अवलंबून होती आणि एकूण देशांतर्गत उत्पादनांपैकी २१% उत्पादन शेतीक्षेत्रापासून मिळत होते. अनेक प्रगत देशात शेतीक्षेत्रातील रोजगाराचे प्रमाण व स्थूल देशांतर्गत उत्पादनातील शेतीचा वाटा कमी आहे. तक्ता क्र. १.९ मध्ये शेतीच्या बाबतीत भारताची विकसित देशांबरोबर तुलना दर्शविली आहे.

तक्ता १.९ : शेतीच्या बाबतीत भारताची विकसित देशांशी तुलना

देश	शेतीतील रोजगाराचे प्रमाण २००२-०४	स्थूल देशांतर्गत उत्पादनातील शेकडा प्रमाण २००३-००५	एकूण निर्यातीतील कृषी निर्यातीचा वाटा २००३-०५
कॅनडा	२.७	२.२	७.१
स्वित्झर्लंड	४.१	१.३	२३.०
जपान	४.६	१.७	०.५
अमेरिका	१.९	१.३	८.५
इंग्लंड	१.३	१.०	३.७
जर्मनी	२.४	१.०	३.९
भारत	६७.०	१९.३	१०.८

उपरोक्त तक्ता क्र. १.९ वरून पुढील प्रकारचे निष्कर्ष निघतात.

(१) विकसित देशांशी तुलना करता भारतातील शेती क्षेत्रातील रोजगाराचे प्रमाण अधिक आहे. २००२-०४ या काळात भारतात शेती क्षेत्रातील रोजगाराचे प्रमाण ६७ टक्के होते तर इंग्लंडमध्ये १.३ टक्के, अमेरिका १.९ टक्के, जर्मनी २.४ टक्के, कॅनडा २.७ टक्के होते. सर्व प्रगत देशात शेतीचे आर्थिक विकासाबरोबर यांत्रिकरण होऊन शेतीतील रोजगाराचे प्रमाण घटले आहे. भारतात इतर क्षेत्रांचा विकासाचा वेग कमी आहे. त्यामुळे शेतीतील श्रमिकांना इतरत्र रोजगार उपलब्ध न झाल्याने त्यांना शेतीवरच अवलंबून राहावे लागते.

(२) विकसित देशांशी तुलना करता भारतात शेतीचा राष्ट्रीय उत्पन्नातील वाटा जास्त आहे. मात्र, शेतीत गुंतलेल्या लोकसंख्येच्या मानाने भारताला शेतीपासून मिळणारे राष्ट्रीय उत्पन्न कमी आहे. २००३-०५ या काळात स्थूल देशांतर्गत उत्पादनातील शेतीचा वाटा कॅनडामध्ये २.२ %, जपान १.७%, अमेरिका १.३%, इंग्लंड १%, जर्मनी १% तर भारतात तो १९.३% होता. एखाद्या देशाच्या एकूण राष्ट्रीय उत्पन्नात शेतीचा वाटा जास्त असणे हे अल्पविकास अर्थव्यवस्थेचे लक्षण मानले जाते.

(३) २००३-०५ या काळात भारताच्या एकूण निर्यातीत शेतीचा वाटा १०.८% होता तर कॅनडा ७.१ टक्के, जपान ०.५ टक्के, अमेरिका ८.५ टक्के, इंग्लंड ३.७ टक्के, जर्मनी ३.९ टक्के होता. प्रगत देशात शेती क्षेत्राची उत्पादकता जास्त असल्याने त्यांनी शेतमालाची अधिक निर्यात करणे शक्य होत आहे.

१.३.४ उद्योग (Industry) :

आर्थिक विकास प्रक्रियेत औद्योगिकरणाला महत्त्वाचे स्थान आहे. आर्थिक नियोजन काळात भारतात औद्योगिक प्रगती घडवून आणण्यासाठी मुद्दाम, जाणीवपूर्वक प्रयत्न करण्यात आले. त्याचा परिणाम देशातील उद्योगांची वाढ झाली आणि उद्योगांचा राष्ट्रीय उत्पन्नातील वाटा वाढला आहे. औद्योगिक प्रगतीमुळे भारताच्या एकूण निर्यातीत औद्योगिक वस्तूंचा वाटा वाढला आहे. तक्ता क्र. १.१० मध्ये औद्योगिक उत्पादनाच्या संदर्भात विकसित देशांशी तुलना केली आहे.

तक्ता क्र. १.१०: उद्योगाच्या बाबतीत भारताची विकसित देशांशी तुलना

देश	देशांतर्गत उत्पादनातील शेकडा प्रमाण (२००६)
ऑस्ट्रेलिया	२७
जपान	३०
फ्रान्स	२१
अमेरिका	२२
इंग्लंड	२६
जर्मनी	३०
भारत	२८

उपरोक्त तक्ता क्र. १.१० वरून असे दिसून येते की, भारताचा एकूण देशांतर्गत उत्पादनातील उद्योग क्षेत्राचा वाटा जवळ-जवळ विकसित देशांइतका आहे. २००६ च्या जागतिक विकास अहवालानुसार एकूण देशांतर्गत उत्पादनातील उद्योग क्षेत्राचा वाटा भारतात २८% तर ऑस्ट्रेलिया २७%, जपान ३०%, अमेरिका २२%, इंग्लंड २६%, जर्मनी ३०% होता.

१.३.५ सेवाक्षेत्र (Service Sector)

प्राथमिक व द्वितीय क्षेत्राप्रमाणेच अर्थव्यवस्थेच्या विकासासाठी सेवाक्षेत्राची आवश्यकता असते. सेवाक्षेत्रात व्यापार, वाहतूक, दळणवळण, बँका, विमा व्यवसाय, शिक्षण, आरोग्य इत्यादींचा समावेश होतो.

१९५०-५१ ते १९९७-९८ या काळात भारतात सेवाक्षेत्रांचा स्थूल देशांतर्गत उत्पादनातील वाटा २८.५% वरून ४६.६% इतका वाढला. १९९१ च्या नवीन अर्थिक धोरणानंतर सेवाक्षेत्राचा विकास वेगाने झाला. विशेषत: १० व्या पंचवार्षिक योजना काळात सेवाक्षेत्राचा विकास जलद गतीने झाला.

राष्ट्रीय उत्पन्नातील सेवाक्षेत्राचा वाटा वाढत जाणे हे आर्थिक विकासाचे लक्षण मानले जाते. आर्थिक नियोजन काळात भारताच्या राष्ट्रीय उत्पन्नातील सेवाक्षेत्राचा वाटा वाढला आहे. मात्र, प्रगत देशांशी तुलना करता अद्याप भारतातील सेवाक्षेत्राचा राष्ट्रीय उत्पन्नातील वाटा कमी आहे. तक्ता क्र. १.११ मध्ये सेवाक्षेत्राबाबत भारताची विकसित देशांबरोबर तुलना दर्शविली आहे.

तक्ता क्र. १.११ :

सेवाक्षेत्राच्या बाबतीत भारताची विकसित देशांशी तुलना

देश	एकूण मूल्यवृद्धी देशांतर्गत उत्पादनाशी शेकडा वाटा (२००६)
ऑस्ट्रेलिया	७०
जपान	६८
फ्रान्स	७७
अमेरिका	७७
इंग्लंड	७३
जर्मनी	६९
भारत	५५

उपरोक्त तक्ता क्र. १.११ वरून असे स्पष्ट होते की, जागतिक विकास अहवाल २००८ नुसार २००६ मध्ये फ्रान्स, अमेरिका, इंग्लंड, ऑस्ट्रेलिया या प्रगत देशात सेवाक्षेत्राचा एकूण देशांतर्गत उत्पादनातील शेकडा वाटा ७० टक्क्यांपेक्षा अधिक आहे; तर भारतात तो ५५% आहे. विकसित देशांच्या तुलनेने भारतात सेवाक्षेत्राचा एकूण देशांतर्गत उत्पादनातील वाटा कमी असला तरी अलीकडच्या काळात भारतातील सेवाक्षेत्राची वेगाने प्रगती होत आहे.

वरील मुद्यांच्या आधारे भारतीय अर्थव्यवस्थेची विकसित अर्थव्यवस्थेबरोबर तुलना केली असता अद्याप भारतीय अर्थव्यवस्था अल्पविकसित आहे हे स्पष्ट होते.

प्रश्न

प्र. १. खालील प्रश्नांची प्रत्येकी २० शब्दांत उत्तरे लिहा.

१) 'दुभंगलेली अर्थव्यवस्था' म्हणजे काय?
२) भारतीय अर्थव्यवस्थेची महत्त्वाची वैशिष्ट्ये कोणती?
३) दरडोई उत्पन्न म्हणजे काय?
४) लोकसंख्येची घनता म्हणजे काय?
५) भारताच्या सेवाक्षेत्रातील हिस्सा सांगा.

प्र. २. खालील प्रश्नांची प्रत्येकी ५० शब्दांत उत्तरे लिहा.

१) दुभंगलेली अर्थव्यवस्था व लोकसंख्या वाढ या वैशिष्ट्यांचे स्पष्टीकरण करा.
२) मानवी भांडवलाच्या दर्जाविषयी स्पष्टीकरण करा.

३) भारताच्या लोकसंख्येशी विकसित देशांशी तुलना करा.

४) भारताच्या दरडोई उत्पन्नाशी विकसित देशांशी तुलना करा.

५) भारतातील सेवाक्षेत्राचा वाढता हिस्सा याचे स्पष्टीकरण करा.

प्र. ३. खालील प्रश्नांची प्रत्येकी १५० शब्दांत उत्तरे लिहा.

१) भारतीय अर्थव्यवस्थेची मूलभूत वैशिष्ट्ये स्पष्ट करा.

२) नवीन उदयास येणारी भारतीय अर्थव्यवस्था याचे विवेचन करा.

३) भारतीय अर्थव्यवस्थेची विकसित देशांबरोबर तुलना करा - लोकसंख्या, दरडोई उत्पन्न.

४) भारतीय अर्थव्यवस्थेची विकसित देशांशी तुलना करा - शेती, उद्योग, सेवाक्षेत्र.

प्र. ४. खालील प्रश्नांची प्रत्येकी ३०० शब्दांत उत्तरे लिहा.

१) भारतीय अर्थव्यवस्थेची वैशिष्ट्ये विशद करा.

२) नवीन उदयास येणारी भारतीय अर्थव्यवस्थेची वैशिष्ट्ये स्पष्ट करा.

३) भारतीय अर्थव्यस्थेची विकसित अर्थव्यवस्थेबरोबर तुलना करा. - लोकसंख्या, दरडोई उत्पन्न, शेती, उद्योग व सेवाक्षेत्र.

◆◆◆

प्रकरण २

भारतातील शेतीविकास

(Agricultural Development in India)

२.१ प्रास्ताविक
२.२ भारतातीय अर्थव्यवस्थेत शेतीचे स्थान
२.३ शेती विकासातील अडथळे
२.४ ग्रामीण ऋणग्रस्तता / कर्जबाजारीपणा - कारणे आणि उपाय
२.५ शेतमाल विपणन - समस्या आणि उपाय

२.१ प्रास्ताविक (Introduction)

अठराव्या शतकाच्या मध्यंतरीच्या काळापर्यंत भारतात शेती व उद्योग यांच्यात योग्य असा समन्वय होता. मात्र, ब्रिटिश सरकारच्या हस्तक्षेपामुळे आणि ब्रिटिशांच्या वसाहतवादी धोरणामुळे भारतातील हस्तोद्योग व कुटिरोद्योगाचा ऱ्हास झाला. त्यामुळे संपूर्ण भारतीय अर्थव्यवस्थेचा समन्वय ढासळत गेला. ब्रिटिशांनी भारतीय शेती व उद्योग या दोन्ही क्षेत्रांचा विकास व्हावा या दृष्टीने हेतुपुरस्सर कोणतेच प्रयत्न केले नाहीत. ब्रिटिशांनी भारताकडे एक बाजारपेठ म्हणून पाहिले. भारतातून कच्च्यामालाची निर्यात इंग्लंडमध्ये करणे व इंग्लडमधील पक्कामाल भारतात विकणे या धोरणाचा त्यांनी अवलंब केला; त्यामुळे भारतीय शेती व उद्योग ही दोन्ही क्षेत्रे अविकसित राहिली.

देशाच्या आर्थिक विकासाच्या प्रक्रियेत शेतीक्षेत्राचे स्थान महत्त्वाचे आहे, हे लक्षात घेऊन स्वातंत्र्योत्तर काळात शेती विकासाला अग्रक्रम दिला गेला. आज स्वातंत्र्य मिळून ५५ वर्षे झाली तरी शेतीचे महत्त्व कमी झालेले नाही. आपल्या देशाची ६५% लोकसंख्या शेतीवर अवलंबून आहे; त्यामुळे भारतीय अर्थव्यवस्थेचा अभ्यास करताना सर्वप्रथम भारतीय शेतीचा अभ्यास करणे अपरिहार्य ठरते. भारतातील उद्योगांना लागणारा कच्चामाल शेतीक्षेत्रातून मिळत असतो. भारतातील आर्थिक विकास शेतीविकासावर अवलंबून असल्याने भविष्यात शेतीचे स्थान कायम राहणार आहे.

आधुनिक काळात आर्थिक विकासासाठी उद्योगाला महत्त्व दिले जाते. परंतु, शेतीक्षेत्राला महत्त्व दिल्यास उद्योग व सेवाक्षेत्राचा विकास जलद गतीने होतो आणि म्हणून विकसनशील देशांच्या अर्थव्यवस्थेमध्ये शेतीक्षेत्र आणि बिगर शेतीक्षेत्रातील समतोल विकास साधणे हे प्रमुख उद्दिष्ट मानले जाते.

२.२ भारतीय अर्थव्यवस्थेत शेतीचे स्थान
(Place of Agriculture in the Indian Economy)

शेती हा भारतीय अर्थव्यवस्थेचा कणा आहे; मागील पाच दशकांत अवजड उद्योगांनाही महत्त्व देण्यात आले. तरीही भारतीय अर्थव्यवस्थेत शेतीक्षेत्राचे स्थान महत्त्वाचे आहे. भारताचा भूप्रदेश विस्तीर्ण व शेती व्यवसायास अनुकूल असल्याने शेती व शेतीबरोबर पशुसंवर्धन इ. सारखे पूरक व्यवसाय वाढल्याचे दिसून येते. थोडक्यात शेती हा भारतीय अर्थव्यवस्थेचा पाया आहे. भारतीय अर्थव्यवस्थेतील शेतीचे स्थान अधिक स्पष्ट होण्यासाठी पुढील मुद्यांचा विचार आपण करूया.

१) शेतीक्षेत्राचा राष्ट्रीय उत्पन्नातील वाटा : भारताच्या राष्ट्रीय उत्पन्नात शेतीक्षेत्राचा वाटा अधिक असल्याचे दिसून येते. नियोजनाचा स्वीकार केल्यापासून द्वितीय व तृतीय क्षेत्राचा विकास होण्यास सुरुवात झाली; तसतसा राष्ट्रीय उत्पन्नातील शेतीक्षेत्राचा वाटा कमी होऊ लागला. १९५०-५१ मध्ये शेतीक्षेत्राचा राष्ट्रीय उत्पन्नातील वाटा ५८.७% इतका होता तर १९९२-९३ साली शेतीचा राष्ट्रीय उत्पन्नातील वाटा ३२.३% इतका झाला. २००५-०६ मध्ये १८% एवढा झाला. इतर देशांची तुलना केल्यास शेतीचा भारताच्या राष्ट्रीय उत्पन्नातील हिस्सा अधिक दिसून येतो. इंग्लंड व अमेरिकेच्या राष्ट्रीय उत्पन्नात शेतीचा वाटा २% आहे. कॅनडामध्ये शेतीचा वाटा ३% आहे. ऑस्ट्रेलियामध्ये ५%. इतर देशांच्या तुलनेत भारतीय शेतीचा राष्ट्रीय उत्पन्नातील वाटा अधिक असल्याने अर्थव्यवस्थेत शेतीला महत्त्वाचे स्थान दिसून येते.

२) शेती व्यवसाय : उपजीविकेचे एक प्रमुख साधन : शेती व्यवसाय हे भारतातील बहुसंख्य लोकांच्या उपजीविकेचे एक प्रमुख साधन आहे. निर्वाहासाठी शेती व्यवसायावर अवलंबून असणाऱ्या लोकांचे प्रमाण ६५% आहे; म्हणूनच शेतीचा विकास घडवून आणणे लोकांच्या दृष्टीने आणि सरकारच्या दृष्टीने अत्यंत गरजेचे आहे. इंग्लंड व अमेरिकेत शेतीवर अवलंबून असणारी लोकसंख्या २% आहे. ऑस्ट्रेलियात ६% लोक शेतीवर अवलंबून आहेत. इतर प्रगत देशांपेक्षा भारतात शेतीवर अवलंबून असणाऱ्या लोकांचे प्रमाण जास्त असल्याने शेतीला महत्त्वाचे स्थान प्राप्त झाले आहे.

३) औद्योगिक विकासातील भूमिका : भारतातील उद्योगांना लागणारा कच्चामाल शेतीतून पुरविला जातो. भारतातील काही मूलभूत उद्योगधंदे शेतीवर अवलंबून आहेत. त्यामध्ये कापड, ताग, साखर, वनस्पती तेले इ. चा समावेश होतो. याशिवाय अनेक लघुउद्योग, कुटीरोद्योग आणि हातमाग उद्योग, शेतमाल प्रक्रिया उद्योग शेतीक्षेत्रावर अवलंबून आहेत. उदा. हातमाग, तेलगिरण्या, भातगिरण्या, कागद उद्योग इ. उद्योगात शेतीमालाचा कच्चामाल म्हणून उपयोग केला जातो. सध्या अन्नधान्य प्रक्रिया उद्योगांमध्ये रोजगाराच्या संधी निर्माण झाल्या आहेत. त्यामुळे त्या क्षेत्राला विशेष महत्त्व प्राप्त झाले आहे. तसेच औद्योगिक क्षेत्रांत निर्माण होणारी शेती अवजारे, रासायनिक खते, मळणी यंत्रे, पाईप, ट्रॅक्टर, कीटकनाशके इत्यादींना शेतीक्षेत्रातून मोठ्या प्रमाणात मागणी येते. या सर्व उद्योगांचा विकास शेती विकासावर अवलंबून आहे; त्यामुळे औद्योगिक विकासात शेतीला महत्त्व प्राप्त होते.

४) आंतरराष्ट्रीय व्यापारातील महत्त्व : आंतरराष्ट्रीय व्यापाराच्या दृष्टिकोनातून विचार केल्यास शेतीचे स्थान महत्त्वाचे असल्याचे दिसून येते. उदा. चहा, साखर, तेलबिया, तंबाखू, फळे, भाजीपाला इ.ची मोठ्या प्रमाणात निर्यात केली जाते. भारतीय शेतीचा निर्यात व्यापारात कच्च्या वस्तूंचा ५०% वाटा आहे; तर पक्क्या वस्तूंचा २०% आहे. देशाच्या एकूण निर्यातीत ७०% वाटा शेतीशी संबंधित असल्याने निर्यातवाढीसाठी शेती व्यवसायाचे अर्थव्यवस्थेत महत्त्वाचे स्थान आहे.

५) अर्थव्यवस्थेत प्राथमिक बचतीचा मार्ग : पूर्वीपासून देशाच्या राष्ट्रीय उत्पन्नात शेतीचा वाटा मोठा आहे. बचतीसाठी आणि भांडवल उभारणीसाठी शेती हा एक महत्त्वाचा मार्ग आहे. तसेच मागील दशकात शेतीच्या विकासासाठी खासगी आणि सार्वजनिक क्षेत्रात गुंतवणूक केली. उदा. सिंचन प्रकल्प, जमीन सुधारणा, यंत्र आणि साहित्यनिर्मिती, अन्नधान्य साठवणगृहे इ. तसेच इतर सुविधांच्या उपलब्धतेमुळे शेतीचा विकास होऊन भारताला आर्थिक विकासाचा दर गाठणे शक्य झाले.

६) अंतर्गत व्यापार व वाहतूक क्षेत्रातील महत्त्व : भारताच्या देशांतर्गत व्यापारात शेती व शेतीशी संलग्न असणाऱ्या व्यवसायात उत्पादित होणाऱ्या उत्पादनाला महत्त्वाचे स्थान आहे. अन्नधान्य, फळफळावळ, भाजीपाला, कापूस, तंबाखू, साखर, खाद्यतेले यासारख्या वस्तूंच्या व्यापाराचे प्रमाण खूप मोठे आहे. त्याचप्रमाणे देशातील एकूण वाहतुकीचा खूप मोठा हिस्सा शेतीमालाशी प्रत्यक्ष आणि अप्रत्यक्षरीत्या संबंधित आहे. थोडक्यात, उद्योगक्षेत्राप्रमाणे व्यापार व वाहतूक क्षेत्राच्या विकासातसुद्धा शेतीक्षेत्राचे खूप मोठे योगदान आहे.

७) अन्नधान्याचा पुरवठा : भारताची वेगाने वाढत जाणारी लोकसंख्या व त्यामुळे अन्नधान्याची निर्माण होणारी गरज ही शेतीचे महत्त्व स्पष्ट करते. देशातील लोकांच्या दरडोई उत्पन्नाचा जास्तीत जास्त भाग अन्नधान्यावर खर्च होतो. देशात

अन्नधान्याचे उत्पादन पुरेशा प्रमाणात न झाल्यास आपल्या देशाला अन्नधान्याची आयात करावी लागेल व देशाच्या औद्योगिक विकासाला अत्यंत मोलाचे असणारे परकीय चलन अन्नधान्याच्या आयातीवर खर्च करावे लागेल. त्यामुळे यंत्रसामग्री व तंत्रज्ञानाची आयात करता येणार नाही. त्याचा प्रतिकूल परिणाम आर्थिक विकासावर होईल; म्हणून अन्नधान्याची गरज भागविण्यासाठी शेतीला अर्थव्यवस्थेत महत्त्वाचे स्थान आहे.

८) पशुखाद्याचा पुरवठा : भारतात मानवी साधनसंपत्तीप्रमाणे पशुधन मोठे आहे; शेतीसाठी जनावरांची आवश्यकता असते. दुग्धजन्य पदार्थ, मांस, लोकर व कातडी वस्तूंच्या उत्पादनासाठी पशूंची आवश्यकता असते. त्यांच्या खाद्यासाठी आवश्यक असणाऱ्या चाऱ्याचे उत्पादन शेतीमालाबरोबर होते त्यामुळे शेतीला महत्त्व प्राप्त होते.

९) आर्थिक नियोजन व शेती : भारतातील व्यापार, व्यवसाय व वाहतूक सेवा या मोठ्या प्रमाणात शेतीक्षेत्रांवर अवलंबून आहेत. भारतातील अनेक मोठे उद्योग तसेच अनेक लघुउद्योग व ग्रामीण उद्योग प्रत्यक्ष व अप्रत्यक्षपणे शेतीक्षेत्रावर अवलंबून आहेत. शेतीक्षेत्राच्या विकासाबरोबर या क्षेत्रांचा विकास होतो, लोकांचे उत्पन्न वाढते. वस्तूंची मागणी वाढते. भारतीय अर्थव्यवस्थेचे स्थैर्य शेतीक्षेत्रातील लोकांच्या उत्पन्नाच्या स्थैर्यावर मोठ्या प्रमाणावर अवलंबून आहे. त्यामुळे पंचवार्षिक नियोजनात शेतीक्षेत्राच्या विकासाला महत्त्व देण्यात आले आहे.

१०) शहरीकरणाच्या समस्यांचे निराकरण : ग्रामीण भागात मोठ्या प्रमाणात कारखानदारी निर्माण न झाल्याने शहरी भागात रोजगारानिमित्त ग्रामीण भागातील लोक स्थलांतरित होत आहेत. त्यामुळे शहरीभागात झोपडपट्ट्यांची संख्या वाढली. तसेच शिक्षण, आरोग्य, वाहतूक, पाणीपुरवठा या सेवांवरील ताण वाढत आहे. बेकारीचे प्रमाण वाढल्याने गुन्हेगारीचे प्रकार व प्रमाण वाढले. या प्रश्नांची सोडवणूक करण्यासाठी ग्रामीण भागातील शेती व्यवसायाचा विकास करून व कृषी उद्योग स्थापन करून ग्रामीण लोकसंख्येचे शहरांकडे होणारे स्थलांतर रोखण्यासाठी शेतीचा विकास होणे आवश्यक आहे.

११) आर्थिक विकासात शेतीक्षेत्राचे महत्त्व : भारताच्या आर्थिक विकासाच्या उभारणीत शेतीची महत्त्वपूर्ण भूमिका आहे. भारतातील शेतीच्या प्रगतीसाठी महत्त्वाचा भाग म्हणजे वाहतूक व्यवस्था होय. रस्ते वाहतूक, रेल्वे वाहतूक ही कृषिक्षेत्रातील उत्पादनाच्या वाहतुकीसाठी मोठ्या प्रमाणात उपयोगी ठरली. विशेषत: अंतर्गत व्यापारासाठी व शेती उत्पादनासाठी उपयोगी ठरली.

जर चांगले पीक आले, तर भारतीय शेतकऱ्यांची खरेदी क्षमता मोठ्या

प्रमाणात वाढते. त्यामुळे औद्योगिक उत्पादनांना चांगली मागणी येते. ही एक अर्थपूर्ण बाब आहे.

शेतीच्या विकासाचा प्रत्यक्ष संबंध दारिद्र्य निर्मूलनाशी आहे. हरितक्रांतीमुळे भारत अन्नधान्याची गरज पूर्ण करू शकला. त्यामुळे अर्थव्यवस्थेला चांगली दिशा मिळाली; परंतु सध्या दुसऱ्या हरितक्रांतीसंबंधी बोलले जात आहे.

सद्यःस्थितीत भारत काही विशिष्ट शेतीमालाची निर्यात वाढवण्यास प्रयत्नशील आहे. यामध्ये प्रक्रिया केलेली अन्न उत्पादने, फळे, भाजीपाला, फुले इ. चा समावेश होतो.

१२) उत्पन्नाचे साधन : शेती व्यवसायाच्या करापासून केंद्रसरकार, राज्यसरकार, स्थानिक स्वराज्य संस्था यांना उत्पन्न मिळते. जसे जमीन महसूल, पाणीपट्टी, विजेच्या वापरावरील कर, शेतीमाल वाहतुकीवरील जकात कर, शेती अवजारांच्या खरेदीवरील कर इ. करांपासून उत्पन्न मिळते.

१३) किंमत स्थैर्य : देशातील किंमत पातळी स्थिर राहण्यासाठी अन्नधान्य व शेतीमालाच्या किमती स्थिर राहणे आवश्यक आहे. जेव्हा शेतीचा विकास होतो तेव्हा उद्योगधंद्याचाही विकास होतो. याउलट, शेतीस दुष्काळ, अतिवृष्टी, महापूर, चक्रीवादळ यांचा तडाखा बसल्यास शेती उत्पादनात घट होते. शेतकऱ्यांची आर्थिक शक्ती कमी होते. किंमत वाढीसारखी परिस्थिती निर्माण होते. औद्योगिक उत्पादनाची मागणी घटते व शेतीतील घट औद्योगिक मंदीस कारणीभूत ठरते म्हणून किंमत पातळी स्थिर राखण्यासाठी शेतीचा विकास होणे आवश्यक आहे.

वरील चर्चेवरून असे दिसून येते की शेती हा भारतीय अर्थव्यवस्थेचा कणा आहे. सर्व उद्योगांची जननी असलेल्या या शेती व्यवसायाला भारतात फार मोठी जबाबदारी पार पाडावी लागते.

२.३ शेती विकासातील अडथळे

(Constraints in Agricultural Development)

भारतातील शेती, विकासाचा अत्युच्च दर गाठू शकली नाही. शेती मोठ्या प्रमाणात लागवडीखाली आणता येणेही शक्य नाही; तसचे पिकांची उत्पादकता वाढविण्यात सुद्धा अनेक अडथळे येतात. यावरून भारतीय शेती विकासातील अडथळे पुढीलप्रमाणे सांगता येतात.

(१) मर्यादित साध्य : हरितक्रांतीमुळे अन्नधान्याच्या बाबतीत भारतीय शेतीची प्रगती झाली. तसेच कोरडवाहू शेतीतसुद्धा प्रगती झाली. मात्र, आता भौगोलिक क्षेत्राचा विचार करता शेती उत्पादनात संथ गतीने वाढ होत आहे. तसेच साधनांच्या कार्यक्षमतेत सुधारणा करणे आवश्यक आहे. दारिद्र्यात घट करणे आवश्यक आहे

व पर्यावरणात सुधारणा करणे आवश्यक आहे. या सर्व बाबी साध्य करण्यासाठी नैसर्गिक साधनसामग्रीचा जलद विकास करणे आणि अंतर्गत सुविधा निर्माण करणे आवश्यक आहे. तसेच प्रादेशिक असमतोल दूर करणे, तंत्रज्ञानाचा वापर करणे, कोरडवाहू भागात जमिनीची धूप होऊ न देता जमिनीचे संधारण करणे, योग्य मशागत तंत्राचा वापर करणे आणि जास्त पावसाच्या प्रदेशातून पाण्याचा पुरवठा करणे व व्यापक प्रमाणात पाणलोट क्षेत्र विकास कार्यक्रम राबविणे हा एक मार्ग आहे.

(२) धारणक्षेत्राचा लहान आकार : लहान व पोषणक्षम नसलेल्या धारणक्षेत्रामुळे अनेक समस्या निर्माण होतात. भारतात जवळजवळ ९०% धारण क्षेत्राचा आकार दोन हेक्टरपेक्षा कमी आहे.

धारणक्षेत्राचा आकार मोठा असेल तर जमीन, पाणी पुरवठा व श्रमाचा पुरवठा करून जास्तीत जास्त उत्पादनात व नफ्यात वाढ होईल.

(३) शेत जमिनीचे विभाजन व तुकडीकरण : भारतात शेत जमिनीचे विभाजन व तुकडीकरण मुख्यत: संयुक्त कुटुंबाचा ऱ्हास व विभक्त कुटुंबाचे वाढते महत्त्व व वारसा हक्क विषयक कायदे या कारणांमुळे होत आहे. संयुक्त कुटुंब विभाजनामुळे त्याच्या मालकीची जमीन विभागली जाते व परिणामी शेतजमिनीचे आकारमान कमी होत आहे. लहान आकाराच्या शेतीच्या तुकड्यावर चांगल्या प्रकारे शेती करणे शक्य होत नाही. त्यामुळे शेती उत्पादनाचा खर्च कमी होण्याऐवजी वाढतो आणि शेती विकासाचा वेग मंदावतो.

(४) वृद्धिदर कमी : काही पिकांच्या बाबतीत विशेषत: अन्नधान्याच्या बाबतीत वृद्धिदर कमी असल्याचे दिसून येते. उदा. गव्हाच्या बाबतीत वृद्धिदर घसरता आहे. ज्या भागात अथवा ठिकाणी सिंचनाच्या सोई उपलब्ध आहेत आणि इतर संबंधित सुविधा उपलब्ध आहेत. त्या ठिकाणी गव्हाची उत्पादकता उच्च पातळीवर आहे. मात्र, असे क्षेत्र कमी आहे. त्याचप्रमाणे तांदळाच्या पारंपरिक पीकपद्धतीमुळे वृद्धिदर कमी राहिला. उत्पादन वाढीसाठी राज्यांमध्ये विविध सुधारित जातींचा विस्तार करणे आवश्यक आहे.

तसेच अधिक उत्पादन देणाऱ्या बी-बियाणांचा वापर करणे आवश्यक आहे. सुधारित तंत्रज्ञानाची मोठ्या प्रमाणात मदत घेतली पाहिजे; तरच पिकांच्या उत्पादनात वाढ होईल.

(५) प्रादेशिक असमतोल व उपविभाग : एका प्रदेशात उत्पादनवाढीचा उच्च दर दिसून येतो तर दुसऱ्या भागात अतिशय मंदगतीने आणि कमी प्रमाणात वाढ होताना दिसून येते. सरकार जास्त उत्पादन झालेल्या प्रदेशातून कमी उत्पादन झालेल्या प्रदेशात उत्पादनांचा पुरवठा करीत असते. त्यासाठी दोन्हीही प्रदेशातील

शेतकऱ्यांना साहाय्य / मदत व संरक्षण दिले पाहिजे.

शासनाने त्यासाठी अनुदाने दिली पाहिजेत. त्यामुळे शेतकऱ्यांची खरेदी शक्ती वाढून तुटीच्या प्रदेशातील शेतकऱ्यांची उत्पादन क्षमता वाढण्यास मदत होईल. व भारतातील वेगवेगळ्या प्रदेशाचा किंवा क्षेत्राचा समतोल विकास होईल.

(६) कोरडवाहू शेती : एका बाजूला जलद वाढणारी लोकसंख्या तर दुसऱ्या बाजूला जमिनीच्या मशागतीची कमतरता यामुळे कोरडवाहू शेतीचा विकास साधता येत नाही. कोरडवाहू क्षेत्राचा विकास करणे आवश्यक आहे. त्याकडे दुर्लक्ष करून चालणार नाही. भारतात ३८% क्षेत्रात सिंचनाची सोय उपलब्ध आहे. बाकीची शेती कोरडवाहू असल्यामुळे फक्त एक पीक घेतले जाते व अन्नधान्याचे उत्पादन केले जाते. नियोजन करून सुद्धा पाणी पुरवठा सोयीमध्ये वाढ करता येत नाही. त्यामुळे शेत जमिनीला पाणी उपलब्ध होऊ शकत नाही आणि आजसुद्धा ८०% पेक्षा जास्त जमीन कोरडवाहू आहे.

(७) शेतीतील कच्च्या मालाचा उपयोग : शेती क्षेत्रातील कृषिपिके अथवा कच्चामाल म्हणून शेतीची भूमिका महत्त्वाची आहे. उदा. कापूस, ऊस, द्राक्षे इ. शेती विकासात 'सिंचन' हा महत्त्वाचा घटक आहे. देशात ३८% क्षेत्र सिंचनाखाली आहे. मात्र, त्यामध्ये वाढ करणे आवश्यक आहे; आपण रासायनिक खते वापरण्याचे उद्दिष्ट गाठू शकलो नाही. शेतीची उत्पादकता वाढविण्यासाठी शास्त्रीय व चांगल्या कौशल्याचा वापर टप्प्याने करणे आवश्यक आहे.

(८) शेती उत्पादनाचा वाढता खर्च : शेती आधुनिक पद्धतीने करताना उत्पादन खर्च वाढत आहे. तसेच शेती उत्पादनात विविध घटकांचा खर्च वाढत आहे. त्यामुळे शेतकऱ्यांच्या नफ्यात घट होत आहे. सरकार त्यावर योग्य उपाय करू शकत नाही; त्याचा परिणाम मुक्त बाजार पद्धतीवर होतो.

(९) अयशस्वी नोकरशाही : देशाच्या आर्थिक विकासात शेतीच्या प्रगतीसाठी प्रशासकीय विभागांवर नियंत्रण ठेवणे आवश्यक असते. त्यामध्ये सिंचन, ऊर्जा, वित्तपुरवठा इ. च्या साहाय्याने शेतीची प्रगती होते. मात्र, नोकरशाहीच्या कामाच्या पद्धतीमुळे शेतीच्या विकासावर त्याचा परिणाम होतो.

(१०) शेतीला उच्चप्राधान्य नसणे : इतर क्षेत्रांचा विचार करता शेतीतील उत्पादने जीवनाशी निगडित आहेत (आवश्यक गरजा). शेतमाल विक्रीकरता परवाना लागतो; तसेच अंतर्गत व्यापारावर बंधने येतात. या बाबी शेतीच्या प्रगतीत अडथळा ठरतात.

(११) शेतीत विकास निधीची कमतरता : लोकांच्या विकासात्मक बाबींसाठी मोठा खर्च शासन करते. मात्र, शेतीच्या विकासासाठी निधीची कमतरता भासते.

शेतीच्या विकासासाठी गुतंवणूक कमी पडते. परिणामी शेतीचा विकास दर वाढत नाही.

(१२) जैविकतेची कमतरता : आधुनिक शेती करताना सुधारित उत्पादनाच्या जाती व जैवतंत्रज्ञानाच्या कमतरतेमुळे देशाच्या विकासावर परिणाम होत आहे आणि म्हणून ही पद्धती विकसित करणे आवश्यक आहे. अन्नधान्याची सुरक्षितता आणि आर्थिक प्राधान्याला महत्त्व आहे; जैविकतेचा शेती आणि पशुधनासाठी उपयोग करून घेतला पाहिजे.

(१३) शेती व उद्योगामध्ये कमी समन्वय : शेती आणि उद्योगाच्या विकासात समन्वय अतिशय कमी आहे. त्यामुळे शेती उत्पादनातील नगदीपीके आणि अन्नधान्य यावर मर्यादा येते, हे नाकारू शकत नाही. त्यामध्ये संख्यात्मक कमतरता दिसून येते. शेतीतील कच्च्या मालाचा उपयोग औद्योगिक वस्तू बनविण्यासाठी केला जातो. त्यासाठी शेती व उद्योग यामध्ये समन्वय असणे अत्यंत आवश्यक आहे.

(१४) शेतीकडे पाहण्याचा दृष्टिकोन : भारतीय लोक शेतीकडे उपजीविकेचे प्रमुख साधन म्हणून पाहतात. शेतकऱ्यांचा हा दृष्टिकोन संकुचित वाटतो. शेतीकडे उपजीविकेचे साधन म्हणून पहिल्यामुळे शेतकरी उदरनिर्वाहापुरतेच पिकांचे उत्पादन होईल याकडे लक्ष देतात; त्यामुळे शेतीचा विकास वेगाने झाला नाही. शेतकऱ्यांनी शेतीकडे व्यापारी दृष्टीने पहाणे आवश्यक आहे. त्याशिवाय शेतीचा विकास होणार नाही.

(१५) जलसिंचनाची अपुरी सुविधा : भारतात पाणी पुरवठा करणाऱ्या सोयी अपुऱ्या असल्यामुळे ३८ ते ३९ टक्क्यांपर्यंत शेतीला पाणी पुरवठा होतो; त्यामुळे बाकीची शेती कोरडवाहू आहे. भारतीय शेतीला पाणी पुरवठा करण्याच्या सोयी उपलब्ध नसल्यामुळे शेती विकासाला अडथळा निर्माण झाला आहे.

(१६) शेतमाल विक्री व्यवस्थेतील दोष : भारतीय शेतमाल विक्री व्यवस्थेमध्ये अनेक दोष आहेत. या दोषांमुळे शेतकऱ्याच्या शेतमालाला बाजारात चांगली किंमत असूनसुद्धा शेतकऱ्यांना त्याच्या लाभ मिळत नाही. बाजारातील मध्यस्थ, व्यापारी, दलाल, आडते यांच्याकडून जादा किमतीचा लाभ घेतला जातो. अज्ञानी शेतकऱ्यांची आर्थिक पिळवणूक केली जाते. शेतमाल विक्री व्यवस्थेत बाजार विषयक माहितीचा अभाव, सोयींची कमतरता, बाजारातील गैरप्रकार, मध्यस्यांची जास्त संख्या, किमतीतील चढ-उतार, गोदामांची कमतरता इ. अनेक दोष आहेत त्यामुळे शेतकरी शेतीचा विकास करू शकत नाही.

(१७) शेती संशोधन शेतकऱ्यांपर्यंत न पोहोचणे : भारतात शेतीविषयक संशोधन करणाऱ्या संस्था, कृषी विद्यापीठे व महाविद्यालये यांची संख्या कमी आहे.

त्यामुळे शेती विषयक संशोधन कमी होते. देशांमध्ये संशोधन न झाल्यामुळे आपल्याला इतर देशांवर अवलंबून राहावे लागते. शेती संशोधनावर कमी खर्च केला जातो. तसेच शेती संशोधन शेतकऱ्यांच्या बंधापर्यंत पोहोचत नाही व कृषी संशोधनकांच्यात तशी तळमळ दिसून येत नाही. परिणामी शेती उत्पादनात वाढ होत नाही; व संशोधन शेतकऱ्यांपर्यंत न पोहोचल्याने त्याचा शेती विकासावर परिणाम होत आहे.

(१८) वित्त पुरवठ्याची कमतरता : शेतीच्या विकासामध्ये कृषिवित्त पुरवठा हा महत्त्वाचा घटक आहे. शेतीला भांडवलाची गरज असते. दैनंदिन कामासाठी तसेच कायमस्वरूपी सुधारणा करण्यासाठी भांडवलाची गरज असते. भारतीय शेतकऱ्यांकडे हे भांडवल उपलब्ध नसते. त्यामुळे शेतकऱ्यांना कर्ज घ्यावे लागते. संख्यात्मक मार्गाने कर्ज मिळविण्यासाठी शेतकऱ्यांना अनेक कागदपत्रे जमा करावी लागतात व कर्ज मिळण्याची प्रक्रिया दीर्घ असते. त्यामुळे शेतकरी कर्ज घेण्याचे टाळतात. लहान शेतकरी अशा मार्गाने कर्ज घेण्याच्या भानगडीत पडत नाही. त्यामुळे शेतकऱ्यांना अधिक व्याजदराने सावकारांकडून कर्ज घेण्याशिवाय पर्याय राहात नाही; म्हणजेच शेतीला स्वस्त व ताबडतोब कर्जपुरवठा होत नाही. त्यामुळे शेतीचा विकास होण्यास अडथळा निर्माण होतो.

या शिवाय शेतकरी कर्जाचा अनुत्पादक कार्यासाठी वापर करतात. शेती उत्पादनासाठी वाहतूक व दळणवळणाच्या सुविधांची कमतरता आहे. शेती करण्याच्या पारंपरिक पद्धती, शेतीवर अतिरिक्त लोकसंख्येचा भार, शेतकऱ्यांची आर्थिक स्थिती, कमकुवतपणा इ. अडथळे असल्याने शेतीच्या विकास होण्यावर मर्यादा येतात.

२.४ ग्रामीण ऋणग्रस्तता / कर्जबाजारीपणा, कारणे आणि उपाय
(Rural Indebtedness - Causes and Measures)

शेती हा व्यवसाय बहुतांश ग्रामीण भागातच असल्यामुळे शेतीसाठी होणाऱ्या कर्ज पुरवठ्याला 'ग्रामीण कर्ज' पुरवठा असे म्हणतात; तसेच त्याला 'कृषिवित्त' असेही म्हणतात.

भारतातील ग्रामीण शेतकऱ्याचा आर्थिक विकास घडवून आणण्यासाठी शेतीविकासाला प्राधान्य देणे आवश्यक आहे. शेती व्यवसायासाठी भांडवलाची गरज असते. ग्रामीण शेतकऱ्यांना अनेक कारणांसाठी भांडवलाची गरज असते; जसे शेती अवजारे, खते, बी-बियाणे, कीटकनाशक औषधे तसेच शेतीचा खर्च भागविण्यासाठी वित्तपुरवठ्याची, भांडवलाची गरज असते. कर्जाची मुदत विचारात घेता तीन प्रकारच्या कर्जाची गरज असते.

१) अल्प मुदतीचा कर्जपुरवठा : शेतकऱ्यांना वेगवेगळ्या कारणांसाठी अल्प मुदतीच्या कर्जाची गरज असते. यांमध्ये बी-बियाणे, खते, कीटकनाशके,

शेतीची लहान अवजारे खरेदी करणे, जनावरांचा चारा आणि शेतीचा खर्च भागविण्यासाठी (मशागतीसाठी मजुरी) यांचा समावेश होतो. अल्पकालीन कर्जाची मुदत बारा ते पंधरा महिन्यांपर्यंत असते; या कर्जाची परतफेड शेतीमाल बाजारात विकल्यानंतर केली जाते.

२) मध्यम मुदतीचा कर्जपुरवठा : मध्यम मुदतीचे कर्ज जमिनीचे सपाटीकरण करणे, पाईपलाईन, बांध-बंदिस्ती करणे, शेतीसाठी जनावरे, अवजारे खरेदी करणे, विहीर दुरुस्ती करणे इ. साठी आवश्यक असते. या कर्जाची परतफेड वार्षिक हप्त्याने केली जाते. मध्यम मुदतीचे कर्ज १५ महिने ते ५ वर्षे मुदतींचे असते.

३) दीर्घ मुदतीचा कर्जपुरवठा : पाच वर्षांपेक्षा अधिक मुदतीसाठी लागणारी भांडवलाची गरज भागविण्यासाठी आवश्यक असणारा कर्जपुरवठा म्हणजे दीर्घकालीन कर्जपुरवठा होय. विहीर खोदणे, विहिरीची खोली वाढविणे, उपलब्ध जमिनीत कायमस्वरूपी सुधारणा करणे, बांधबंदिस्ती करणे, ट्रॅक्टर, पाईप लाईन इ. साठी शेतकऱ्यांना दीर्घ मुदतीच्या कर्जपुरवठ्याची आवश्यकता असते.

या तिन्ही प्रकाराच्या कर्जांची गरज कमी-अधिक प्रमाणात सगळ्याच शेतकऱ्यांना भासते. थोडक्यात, वेगवेगळ्या प्रकारच्या कर्जांच्याद्वारे शेतकरी आपल्या व्यवसायासाठी आवश्यक ते भांडवल उभे करतो.

शेती व्यवसाय हवामान, पाऊस यासारख्या नैसर्गिक घटकांवर अवलंबून असल्याने योग्य वेळी शेतीची कामे करण्यासाठी कर्जाची आवश्यकता असते. शेती क्षेत्रातील अनिश्चितता विचारात घेऊन वित्तपुरवठा करण्याची आवश्यकता असते.

ह्या शिवाय उत्पादक कर्ज व अनुत्पादक कर्ज असेही वर्गीकरण केले जाते.

(१) उत्पादक कर्ज - शेतीची उत्पादकता वाढावी व त्यातून जास्त उत्पादक व उत्पन्न मिळावे. ह्या करिता जे कर्ज घेण्यात येते व त्यासाठी खर्च होते. त्याला 'उत्पादक कर्ज' म्हणतात. जसे बी-बियाणे, रासायनिक खते व कीटकनाशक, शेतीची मशागत करणे, शेती विकासाची योजना राबविणे यासाठी ज्या कर्जांचा उपयोग होतो; ते उत्पादक कर्ज समजण्यात येते. १९७१ मध्ये ५०% तर २००२ पर्यंत ५३% कर्ज उत्पादक कर्जासाठी घेतले होते.

(२) अनुत्पादक कर्ज - लग्नकार्यासाठी, सण - समारंभ, कौटुंबिक खर्च, कोर्टकचेऱ्या इ. साठी घेण्यात येणारे कर्ज हे अनुत्पादक होय. या कर्जामुळे शेतीत उत्पादन वाढण्यास कोणतीच मदत होत नाही. १९७१ मध्ये ४९.९% तर २००२ मध्ये ४७% कर्जे ही अनुत्पादक बाबींसाठी दिली गेली.

ग्रामीण - वित्तपुरवठ्याचे स्त्रोत (Sources of Agricultural Finance)

भारतातील शेतकऱ्यांना भांडवलाची गरज भागविण्यासाठी ज्या विविध मार्गांनी

कर्जपुरवठा होतो त्या मार्गांना कृषी -वित्तपुरवठ्याचे स्त्रोत असे म्हटले जाते. थोडक्यात, शेतकऱ्यांना वेगवेगळ्या कारणांसाठी अल्प, मध्यम व दीर्घ मुदतीच्या कर्जांची गरज असते, त्या कारणांसाठी विविध मार्गांनी कर्ज उपलब्ध होते त्याला 'कर्जपुरवठ्याचे स्त्रोत' असे म्हणतात. सर्वसाधारणपणे कर्जपुरवठ्याच्या स्त्रोतांची दोन गटांत विभागणी केली जाते.

ग्रामीण - वित्तपुरवठ्याचे स्त्रोत

खासगी अथवा बिगर संस्थात्मक घटक	**संस्थात्मक घटक**
१) सावकार	१) सहकार
२) जमीनदार	२) सहकारी बँका
३) व्यापारी व अडतदुकानदार	३) व्यापारी बँका
४) मित्र व नातेवाईक	४) प्रादेशिक ग्रामीण बँका
	५) राष्ट्रीय कृषी व ग्रामीण विकास बँक नाबार्ड
	६) भारतीय स्टेट बँक

(अ) खासगी अथवा बिगर संस्थात्मक वित्तपुरवठा

यामध्ये सावकार, जमीनदार, व्यापारी, अडतदुकानदार, मोठे शेतकरी, मित्र आणि नातेवाईक इ. घटकांचा समावेश होतो. १९५१ मध्ये एकूण शेती कर्जपुरवठ्यात बिगर संस्थांकडून अथवा खासगी कर्जपुरवठ्याचे प्रमाण ९२.७% होते. ते १९९१ पर्यंत ३२.७% झाले.

स्वातंत्र्यानंतर जसजसा सहकारी बँका व व्यापारी बँकाकडून होणारा कर्जपुरवठा वाढला, तसतसा खासगी कर्जपुरवठा कमी होत गेला. १९६१-६२ मध्ये बिगर संस्थात्मक कर्जपुरवठा ८१.३% पर्यंत घटला. १९८१ मध्ये तो ३७% पर्यंत घटला; तर १९९१ मध्ये १८ टक्क्यांपर्यंत वाढ झाली. बिगर संस्थात्मक वित्तपुरवठ्यांपैकी सावकाराकडून होणारा कर्जपुरवठा १९५१ तर १९९१ मध्ये ३२.७% पर्यंत घटला; मध्ये तो ७०% होता. १९६१ मध्ये तो ४९% झाला, तर १९८१ मध्ये १६% पर्यंत कमी झाला.

१) सावकार : ग्रामीण भागात लोकांना ताबडतोब कर्ज मिळण्याचे सावकार हे एक साधन आहे. कार्यपद्धती सोपी असल्याने केव्हाही कर्ज मिळू शकते. मात्र, सहकारी बँकांच्या सुविधांमध्ये ग्रामीण भागात वाढ होत गेली तसतसे सावकाराचे महत्त्व कमी होत गेले.

१९५१ मध्ये एकूण कर्जपुरवठ्यात सावकाराने केलेला कर्जपुरवठा ६९.७%

होता तो १९६१-६२ मध्ये ४९.२% पर्यंत कमी झाला, तर १९८१ मध्ये तो १६.१% पर्यंत कमी झाला; तर १९९१ मध्ये १८ टक्क्यांपर्यंत झाला.

सावकार शेतकऱ्यांना कौटुंबिक खर्चासाठीसुद्धा कर्जपुरवठा करतात. लग्नकार्य, मुलांचे शिक्षण, सण-समारंभ इ. स्थानिक सावकारांना शेतकऱ्यांची आर्थिक स्थिती व कर्जफेडीची क्षमता माहीत असल्याने सावकार शेतकऱ्यांना कर्ज देताना तारणावर अथवा तारणाशिवाय कर्ज देतात. बँकांकडून कर्ज घेताना मात्र तारण द्यावे लागते, त्यामुळे लहान शेतकऱ्यांना बँकांकडून कर्ज मिळण्यास अडचणी येतात. त्यामुळे ते सावकाराकडून कर्ज घेतात. तसेच शेतजमिनीवर बँकांचे कर्ज असल्यास पुन्हा बँका, सुरुवातीचे प्रथम कर्जफेड केल्याशिवाय कर्ज देत नाहीत. भारतात अनेक शेतकरी आज असे आहेत की, सुरुवातीस शेतजमिनीच्या तारणावर कर्ज घेतले आहे, परंतु ते कर्ज परतफेड न करता आल्याने शेतकऱ्यांना पुन्हा कर्ज मिळू शकत नाही. परिणामी शेतकऱ्यांना सावकाराकडून अथवा बिगर संस्थात्मक मार्गाने कर्ज घ्यावे लागते.

२) जमीनदार : मोठे शेतकरी अथवा जमीनदार लहान शेतकऱ्यांना कर्ज देतात. स्वतःचे वर्चस्व वाढविण्याचा त्यातून प्रयत्न होत असतो.

३) घाऊक व किरकोळ व्यापारी : शेतकऱ्यांना अन्नधान्य, फुलांच्या बागा, नगदी पिके इ. साठी व्यापाऱ्यांकडून कर्जपुरवठा होत असतो. तसेच कर्जपुरवठा करताना कर्जदार शेतकऱ्याने शेतीमाल आपल्याच अडत दुकानात विकावा, असे बंधन घातले जाते. नडलेला शेतकरी ते मान्य करतो.

४) नातेवाईक आणि मित्र : परिवाराकडून कर्ज घेतो. कधी व्याजाने तर कधी बिगर व्याजाने कर्ज घेतले जाते; अशा कर्जाची परतफेड पीक आल्यानंतर केली जाते. मात्र, अलीकडे नातेवाईक व मित्रांकडून कर्ज घेण्याचे प्रमाण कमी झाले आहे.

अशाप्रकारे जमीनदार, अडतदार, व्यापारी, नातेवाईक, मित्र या बिगर संस्थांकडून कर्जपुरवठा केला जातो. कर्जपुरवठ्यात या घटकांकडून होणाऱ्या कर्जाचे प्रमाण १९५१ मध्ये २३% होते. १९६१ मध्ये ते ३२ % झाले, तर १९८१ मध्ये २०.७% पर्यंत कमी झाले.

(ब) संस्थात्मक कर्जपुरवठा

यामध्ये व्यापारी बँका, सरकार, सहकारी बँका, प्रादेशिक ग्रामीण बँका, राष्ट्रीय कृषी व ग्रामीण विकास बँक इ. चा समावेश होतो. एकूण शेती कर्जपुरवठ्यात संस्थात्मक कर्जपुरवठ्याचे प्रमाण १९५२ मध्ये ७.३% होते. १९६०-६१ मध्ये, १९.७ % झाले, तर १९८० -८१ मध्ये ६३.२% पर्यंत वाढले. १९९१ मध्ये ६४% पर्यंत झाले.

१) सरकार : भारतात केंद्रसरकार तसेच राज्यसरकारांपर्यंत शेतीला कर्जपुरवठा केला जातो. प्रत्यक्ष आणि अप्रत्यक्ष अशा दोन्ही पद्धतीने हा कर्जपुरवठा केला जातो. प्रत्यक्ष कर्जपुरवठ्यात सरकारी महसूल खात्यामार्फत अल्प व्याजदरात अल्पकालीन कर्ज देते; अशा कर्जांना महाराष्ट्रात 'तगाई कर्ज' म्हटले जाते. ही कर्जे मुख्यत: पेरणी आधी बी-बियाणे, खते, चारा खरेदीसाठी दिली जातात. तसेच दुष्काळ, अतिवृष्टी, महापूर इ. सारख्या नैसर्गिक आपत्तीच्या काळात तहसीलदार कार्यालयाकडून कर्ज पुरवठा होतो. मात्र, शासकीय खात्यातील वशिलेबाजी, लाचलुचपत, दप्तरदिरंगाई यामुळे सरकारी कर्ज शेतकऱ्यांना वेळेवर मिळत नाहीत. परिणामी, ती लोकप्रिय ठरली नाही. सरकारी कर्जाचा वाटा १९५१-५२ मध्ये ३.१% होता. तो १९८०-८१ मध्ये ३.९% पर्यंत झाला.

२) सहकारी बँका : शेती कर्जपुरवठ्यात १९५१ नंतर सहकारी चळवळीने मोठे योगदान दिल्याचे दिसून येते. सहकारी बँका व सहकारी पतसंस्था यांच्याकडून होणारा कर्जपुरवठा महत्त्वाचा मानला जातो. सहकारी बँकाची दोन गटांत विभागणी केली जाते. १) अल्पमुदतीचा कर्जपुरवठा २) मध्यम व दीर्घ मुदतीचा कर्जपुरवठा

१) अल्पमुदतीचा कर्जपुरवठा : या मुदतीचा कर्जपुरवठा करणाऱ्या सहकारी संस्थांची रचना त्रिस्तरीय आहे. गावपातळीवर प्राथमिक शेतकी सहकारी पतसंस्था, जिल्हा मध्यवर्ती सहकारी बँका व राज्यपातळीवर राज्य सहकारी बँक किंवा शिखर बँक कार्य करते.

१९९५-९६ मध्ये प्राथमिक सहकारी बँकांची संख्या ८८,००० होती. त्यांनी ९,९७० कोटी रुपयांचा कर्जपुरवठा केला. १९५०-५१ मध्ये जिल्हा मध्यवर्ती बँकांची संख्या ५५ होती. त्यांनी ८३ कोटी रुपयांचा कर्जपुरवठा केला. १९९८-९९ मध्ये या बँकांची संख्या ३६० पर्यंत वाढली, त्यांनी १४,००० कोटी रुपयांपर्यंत कर्जपुरवठा केला.

राज्य सहकारी बँकांची संख्या १९५०-५१ मध्ये १६ होती. ती १९९८-९९ मध्ये २८ झाली. १९९८-९९ पर्यंत त्यांनी ७,७०० कोटी रुपयांपर्यंत कर्जपुरवठा केला.

२) मध्यम व दीर्घ मुदतीचा कर्जपुरवठा : मध्यम व दीर्घ मुदतीचा कर्जपुरवठा करणाऱ्या बँकांची संख्या द्विस्तरीय आहे. जिल्हापातळीवर जिल्हा भू-विकास बँका, तर राज्य पातळीवर राज्य भू-विकास बँका आहेत. दुग्धव्यवसाय, शेळी-मेंढीपालन, कुक्कुटपालन, मच्छीमारी, गोबरगॅस इ. साठी या बँका शेती व्यतिरिक्त कर्जपुरवठासुद्धा करतात. शेतकऱ्यांना २० वर्षांपर्यंत कर्जपुरवठा केला जातो. राज्य मध्यवर्ती भूविकास बँकांची १९५०-५१ मध्ये संख्या पाच होती. १९९८-९९ पर्यंत ती संख्या १९ पर्यंत वाढली. प्राथमिक सहकारी भू-विकास

बँकांची संख्या २८६ पासून २४५० पर्यंत वाढली; त्यांनी ३६४० कोटी रु. मध्यम व दीर्घ मुदतीचा कर्जपुरवठा केला.

भूविकास बँका शेतकऱ्यांना इलेक्ट्रिक मोटार, ट्रॅक्टर, पाईप लाईन, विहीर खोदणे, शेती अवजारे इ. साठी कर्जपुरवठा करतात. सध्या फळबाग लागवडीसाठी कर्ज देतात. १९५०-५१ मध्ये शेती कर्जपुरवठ्याचे प्रमाण फक्त ३% होते; ते सध्या ३३% पर्यंत वाढले आहे.

३) व्यापारी बँका : १९६९ मध्ये १४ मोठ्या बँकांचे राष्ट्रीयीकरण करण्यात आले. त्या आधी व्यापारी बँका शहरी भागापुरत्याच कार्यक्षेत्रात काम करत होत्या. या बँका मुख्यत: उद्योग व व्यापार क्षेत्राला मोठ्या प्रमाणात कर्जपुरवठा करत होत्या. भारतात शेतीला कर्जपुरवठा करण्यात फारसा रस नव्हता; कारण पावसावर अवलंबून असलेल्या शेतीमुळे शेतकऱ्यांच्या उत्पन्न प्राप्तीत अनिश्चितता असते. त्यामुळे शेतकऱ्यांकडून योग्य वेळेत कर्जाची परतफेड होण्यात अनिश्चितता होते. याची भीती बँकांना होती. परिणामी शेती व्यवसायाला कर्जपुरवठा केला जात नव्हता. १९६९ मध्ये १४ प्रमुख बँकांचे राष्ट्रीयीकरण करण्यात आले. राष्ट्रीयीकरणानंतर बँकांच्या कर्जपुरवठ्याच्या धोरणात आमूलाग्र बदल झाला. बँकांनी ग्रामीण भागात मोठ्या प्रमाणावर शाखाविस्तार केला. तसेच कर्जपुरवठा धोरणाला अग्रक्रम देण्यात आला. परिणामी १९६९ नंतर व्यापारी बँकांकडून शेतीला प्रत्यक्ष तसेच अप्रत्यक्ष मार्गांनी होणाऱ्या कर्जपुरवठ्यात मोठ्या प्रमाणात वाढ झाली. १९५१-५२ मध्ये व्यापारी बँकांकडून झालेल्या कर्जपुरवठ्याचे एकूण कर्ज पुरवठ्याशी असणारे प्रमाण फक्त १% होते. १९९९-२००० मध्ये व्यापारी बँका व प्रादेशिक ग्रामीण बँकांनी मिळून एकूण संस्थात्मक कर्जपुरवठ्याच्या ५८.७% कर्जपुरवठा केला.

व्यापारी बँका शेतकऱ्यांना अल्प, मध्यम मुदतीचा कर्जपुरवठा करतात. रासायनिक खते, बी-बियाणे, उभ्या पिकांच्या तारणावर अल्पमुदत कर्ज देतात. शेती अवजारे, बैलजोडी खरेदी करणे इ. साठी मध्यम मुदतीचा कर्जपुरवठा करतात. अलीकडच्या काळात विहीर खोदणे, पाईप लाईन करणे, इलेक्ट्रिक पंप खरेदी करणे, शेती अवजारे इ. खरेदीसाठीसुद्धा दीर्घ मुदतीचा कर्जपुरवठा करतात.

व्यापारी बँका अल्प भूधारक लहान शेतकरी यांना कर्जपुरवठा करतात. शेतकऱ्यांच्या उत्पन्नात वाढ व्हावी म्हणून दुग्धव्यवसाय, शेळी-मेंढीपालन, कुक्कुटपालन इ. शेती व्यवसायाला पूरक असणाऱ्या जोडधंद्यांना कर्जपुरवठा करतात.

१९९५ मध्ये व्यापारी बँकांच्या ग्रामीण भागात ३५००० शाखा होत्या. २२००० कोटी रुपयांचा शेतीला कर्जपुरवठा केला. १९९८-९९ मध्ये व्यापारी बँकांनी ९६२२ कोटी रुपयांचा अल्पमुदतीचा कर्जपुरवठा व ८८२१ कोटी रुपयांचा मध्यम व दीर्घ मुदतीचा असा १८,४४३ कोटी रुपयांचा कर्जपुरवठा केला.

४) प्रादेशिक ग्रामीण बँका : १९७५ मध्ये ग्रामीण भागातील भूमिहीन शेतमजूर, कारागीर, लहान व सीमांत शेतकऱ्यांच्या गरजा पूर्ण करण्यासाठी एक कायदा पास करून ताबडतोब प्रादेशिक ग्रामीण बँकांची स्थापना केली. उत्तर प्रदेशात गोरखपूर व मुरादाबाद, हरियाणात भिवानी, राजस्थानमध्ये जयपूर तर पं. बंगालमध्ये माल्डा येथे पाच प्रादेशिक बँका स्थापन केल्या. या बँका स्थापण्यासाठी स्टेट बँक ऑफ इंडिया, पंजाब नॅशनल बँक, युनायटेड कमर्शिअल बँक आणि युनायटेड बँक ऑफ इंडिया या बँकांनी पुढाकार घेतला. प्रादेशिक ग्रामीण बँकांचे भागभांडवल एक कोटी रुपयांचे आहे व वसूल भांडवल २५ लाख रुपयांचे आहे. भागभांडवलापैकी मध्यवर्ती सरकारने ५०% भांडवल पुरवले आहे. संबंधित घटक राज्यसरकारांनी १५% तर ३५% पुरस्कृत केलेल्या व्यापारी बँकानी पुरविलेले आहे.

बँकेच्या अधिकारक्षेत्रात अत्यल्प भूधारक, भूमिहीन मजूर, ग्रामीण कारागीर यांना उत्पादक कारणासाठी या बँका ताबडतोब कर्ज देतात. सध्या देशात २३ राज्यांत २०० प्रादेशिक ग्रामीण बँका आहेत. त्यांच्या देशभर १४५५० शाखा आहेत. १९९९-२००० मध्ये ३४४३ कोटी रुपयांचा कर्जपुरवठा केला.

५) राष्ट्रीय कृषी व ग्रामीण विकास बँक (नाबार्ड) (National Bank for Agriculture and Rural Development - NABARD) : नाबार्डला शिखर बँक म्हणून तसेच एक पुनर्वित्त संस्था म्हणून दुहेरी कार्य करावे लागते.

१२ जुलै १९८२ मध्ये राष्ट्रीय कृषी व ग्रामीण विकास बँकेची निर्मिती करण्यात आली. रिझर्व्ह बँकेने शेतीच्या विकासाची सर्व कामे या बँकेकडे सोपविली आहेत. स्थापनेच्या वेळी बँकेचे अधिकृत भांडवल ५०० कोटी रुपयांचे व वसूल भांडवल १०० कोटी रुपयांचे आहे. त्यापैकी ५०% भांडवल केंद्रसरकार व ५०% भांडवल रिझर्व्ह बँकेने दिले. शेतीला अप्रत्यक्षरीत्या कर्जपुरवठा करण्याचे कार्य ती इतर बँकांच्या मार्फत करीत आहे.

नाबार्ड सहकारी बँका, व्यापारी बँका व प्रादेशिक ग्रामीण बँकाना पुनर्वित्त पुरवठा करते. रिझर्व्ह बँकेने स्थापनेच्या वेळी स्थापन केलेला कृषी वित्तपुरवठा विभाग आणि उभारलेले कृषी वित्तपुरवठा विकास निधी रिझर्व्ह बँकेने नाबार्डकडे हस्तांतरित केले आहेत.

नाबार्डची कार्ये

१) राज्य सहकारी बँका, विभागीय ग्रामीण बँका, भूविकास बँका यांना अल्प, मध्यम व दीर्घ मुदतीचा कर्जपुरवठा करणे.

२) शेती, ग्रामीण उद्योग, लघुउद्योग, कुटीरद्योग, हस्तोद्योग इत्यादींना कर्जपुरवठा करणाऱ्या बँका व वित्तीय संस्था यांना पुनर्वित्ताच्या स्वरूपात मदत करणे.

३) राज्यसरकार सहकारी संस्थांचे भागभांडवल खरेदी करीत असतात. हे करण्यासाठी नाबार्ड राज्यसरकारांना (२० वर्षे मुदतीची) दीर्घकालीन कर्ज देते.

४) सहकारी बँका (प्राथमिक सह.पतसंस्था सोडून) व विभागीय ग्रामीण बँका यांच्यावर नियंत्रण ठेवणे तसेच त्यांच्या व्यवहारांची तपासणी करणे.

५) शेती, ग्रामीण विकास, लघु व कुटीर उद्योगांच्या विकास कार्यक्रमाचे सुसूत्रीकरण करणे.

६) नाबार्ड कृषी वित्तपुरवठा क्षेत्रातील सर्वोच्च संस्था म्हणून कार्य करते.

७) बँक व्यवसायातील अधिकारी व कर्मचाऱ्यांना व्यावसायिक प्रशिक्षण देणे, तसेच त्यांची कार्यक्षमता वाढविणे.

स्थापनेपासून अल्पकाळातच कार्यक्षमतेने आपली कार्ये पार पाडण्यास सुरुवात केली. ग्रामीण भागातील शेती व अन्य व्यवसायांच्या विकासकामांचे नियोजन व सुसूत्रीकरण करण्याची जबाबदारी नाबार्डवर आहे.

नाबार्ड लघुसिंचन प्रकल्प, जमीन सुधारणा, फळबाग योजना इ. साठी तसेच दुग्धव्यवसाय, वराहपालन, कुक्कुटपालन, मत्स्य व्यवसाय इ. सारख्या व्यवसायांना कर्जपुरवठा करते. ग्रामीण सर्वांगीण विकास करण्यासाठी १९९०-९१ मध्ये नाबार्डने ३०२० कोटी रुपयांची कर्जे विविध बँकांना दिली आहेत. १९९७-९८ मध्ये १४,००० कोटी रुपयांची कर्जे नाबार्डने विविध बँकाना दिली आहेत.

अशा प्रकारे ग्रामीण कर्ज पुरवठा विविध मार्गाने केला गेला. मात्र, ग्रामीण कर्जबाजारीपणा / ऋणग्रस्ततेत अनेक मार्गाने वाढ झाली.

सावकारी कर्जांचे दोष - ग्रामीण कर्जबाजारीपणा अथवा ऋणग्रस्तता ग्रामीण भागात सावकरी कर्जांचा अजूनही प्रभाव असला तरी सावकरी कर्जाचे दोष पुढील प्रमाणे आहेत.

(१) जादा व्याजदर - सावकारी कर्जावरील व्याजाचा दर अधिक असतो. सावकार कर्ज देताना दिलेल्या रकमेतून पूर्ण वर्षाचे व्याज कापून घेतात आणि व्याजमात्र संपूर्ण रकमेवर आकारतात.

(२) फसवणूक - ग्रामीण भागात अशिक्षित शेतकऱ्यांची संख्या अधिक आहे; अशा शेतकऱ्यांकडून सावकार कर्ज देताना एखाद्या कागदावर अंगठा घेतात; व त्या कागदावर नंतर घेतलेल्या कर्जापेक्षा अधिक कर्जाची नोंद करणे, अधिक व्याजदर आकारणे अशा रीतीने शेतकऱ्यांची जमीन हडप करण्याचा प्रयत्न केला जातो.

(३) मालमत्ता खरेदी करणे - सावकार कर्ज देताना जमीन तारण म्हणून लिहून घेतात जर दिलेले कर्ज दिले नाही तर जमीन बळकावली जाते. तसेच कर्ज वसुलीसाठी शेतमाल अतिशय कमी किमतीत खरेदी केला जातो अशा रीतीने ग्रामीण

शेतकऱ्याची पिळवणूक केली जाते.

(४) अनुत्पादक कर्ज - सावकाराकडून अनुत्पादक कार्यासाठी सुद्धाकर्ज घेतले जाते. जसे सण-समारंभ, धार्मिक विधी, मुला-मुलींची लग्न करणे, इ. कारणांसाठी घेतलेल्या कर्जाची परतफेड करणे शेतकऱ्यांना अशक्य होते व शेतकरी कर्जबाजारी बनतात.

अशारीतीने ग्रामीण लोकांची फसवणूक व पिळवणूक सावकार विविध मार्गांनी करीत असतात; त्यामुळे अनेक लोक कर्जबाजारी बनत आहेत.

सहकारी कर्ज पुरवठ्याचे दोष - ग्रामीण कर्ज पुरवठ्यात वाढ झाली असली तरी अजूनही कर्जपुरवठा गरजेच्या मानाने अपुरा दिसून येतो. सहकारी कर्ज पुरवठ्यात पुढील दोष दिसून येतात.

(१) सहकाराचा असमतोल विकास - सहकारी पतसंस्था आणि भूविकास बँकांचा विकास देशातील सर्व राज्यात सारखाच झाला नाही. महाराष्ट्र, कर्नाटक, तमिळनाडू, आंध्रप्रदेश या राज्यात सहकारी भू-विकास बँकांपैकी ७०% बँका कार्यरत आहेत. पंजाब, हरियाणा राज्यात बऱ्यापैकी सहकारी बँकांची प्रगती झाली. या सहा राज्यात ८६% खेडी व ३६% लोकसंख्या सहकारी क्षेत्रात आणली मात्र राहिलेल्या राज्यात सहकारी पतसंस्थांची प्रगती समाधानकारक नाही. परिणामी ग्रामीण जनतेला अन्य मार्गांचा कर्जासाठी पर्याय शोधावा लागतो.

(२) सेवाभावी वृत्तीचा अभाव - सहकार क्षेत्रात काम करणारे राजकीय पुढारी व अधिकारी आणि कर्मचाऱ्यांना सहकाराची मूलभूत तत्त्वे कोणती आहेत यांचे ज्ञान दिसून येत नाही. व्यापारी बँकांपेक्षाही सहकारी बँकांचे व्याजाचे दर जास्त आहेत.

(३) लहान शेतकरी व भूमिहीन मजुरासाठी निरुपयोगी - ग्रामीण भागातील लहान शेतकरी व शेत मजुराची कर्जविषयक गरज भागविणे; या उद्देशाने सहकार चळवळ सुरू झाली. मात्र, सहकारी भूविकास बँका कर्ज देताना जमिनीच्या स्वरूपातील तारणाचा आग्रह धरतात. ज्या शेतकऱ्यांना तारण देण्यासाठी जमीन नाही किंवा अतिशय कमी जमीन आहे अशा शेतकऱ्यांना भूविकास बँका कर्ज देण्याला टाळतात व मोठ्या शेतकऱ्यांना कर्ज देण्यास प्राधान्य देतात.

त्यामुळे लहान शेतकऱ्यांना स्वत:चा विकास साधता येत नाही; परिणामी त्यांची ऋणग्रस्तता वाढते.

(४) वाढती थकबाकी - सहकारी बँका व भू-विकास बँकांमार्फत कर्ज वाटप करताना वशिलेबाजी केली जाते. त्यामुळे दिलेल्या कर्जाची वेळेवर वसुली होत नाही. सहकारी बँकाची दिवसेंदिवस थकबाकी वाढत चालली आहे. १९९४-९५ मध्ये रिझर्व्ह बँकेने केलेल्या पाहणीनुसार सहकारी पत संस्थांची थकबाकी

४,४०० कोटी रुपयांची असल्याचे दिसून आले आहे. थकबाकी वाढण्याचे कारण म्हणजे कर्जपुरवठ्या संबंधी स्वीकारलेले चुकीचे धोरण होय. संपूर्ण देशात थकबाकीचे एकूण कर्जाशी प्रमाण ४५% होते.

वरील कारणाबरोबरच भारतातील बहुतांशी प्राथमिक सहकारी पतसंस्था आकाराने लहान असल्याने त्या आर्थिकदृष्ट्या सक्षम ठरू शकल्या नाहीत; त्यामुळे ग्रामीण लहान शेतकरी, शेतमजूर, यांची कर्जविषयक गरज भागवू शकत नसल्याने त्यांना कर्जासाठी सावकारावर अवलंबून राहावे लागते. त्यातूनच ग्रामीण, लहान शेतकरी, शेतमजूर यांची ऋणग्रस्तता वाढत जाते.

ग्रामीण ऋणग्रस्तता अथवा कर्जबाजारीपणाची कारणे –
(Causes of Rural Indebtedness)

(१) ग्रामीण ऋणग्रस्ततेचे अथवा कर्जबाजारीपणाचे महत्त्वाचे कारण म्हणजे शेतकऱ्याचे दारिद्र्य होय. शेतकरी अनेक कारणांसाठी कर्ज घेत असतो; कारण त्याची पूर्वीची बचत नसते. काही वेळा पिकांची हानी होते. पीक येत नाहीत. त्याचे कारण म्हणजे पाऊस वेळेवर पडत नाही. अथवा अतिवृष्टी होते. थोडक्यात, अवर्षण / दुष्काळ आणि अतिवृष्टी या कारणाने पीक येत नाहीत. जेव्हा त्यांना शेतीची बांधबंदिस्ती कारावयाची असते; विहीर खोदावयाची असते. अशा वेळी अधिक महागडे कर्ज घ्यावे लागते. शेतकऱ्यांच्या दारिद्र्यामुळे त्याला कर्ज घेणे भाग पडते.

(२) दुसरे कारण म्हणजे शेतकऱ्यांना जमिनीमध्ये सुधारणा करावीशी वाटते. मात्र, साधनसामग्रीची दुर्मिळता असते. उत्पादन वाढीसाठी जमिनीमध्ये सुधारणा करणे महत्त्वाचे असते. मात्र, तेवढी बचतरूपाने भांडवल उपलब्ध नसते. त्यामुळे शेतकऱ्यांना कर्ज घेण्याशिवाय पर्याय नसतो.

(३) शेतकऱ्यांना विविध प्रकारचा खर्च करावा लागतो आणि त्यामुळे आपोआपच कर्जबाजारी अथवा ऋणग्रस्त होतो; जसे सामाजिक रूढी, परंपरा, लग्नकार्ये, धार्मिक सण-समारंभ इ. तसेच जन्म, मृत्यू इ. साठीसुद्धा खर्च केला जातो. तो अनुत्पादक स्वरूपाचा असतो. तसेच भारतीय शेतकऱ्यांमधील कोर्ट-कचेरीमध्येसुद्धा मोठा खर्च होतो; इ. सर्व कारणांमुळे भारतीय शेतकरी मोठा खर्च करतात. हा सर्व खर्च अनुत्पादक स्वरूपाचा आहे. शेतकऱ्यांची थोडीफार असलेली बचतसुद्धा वरील बाबींसाठी खर्च होते व शेतकऱ्यांमध्ये उत्पादन सुद्धा त्यासाठी खर्च होते. परिणामी शेतकरी ऋणग्रस्ततेकडे ढकलला जातो.

(४) कर्ज हे वारसा हक्काने येत असल्याकारणाने शेतकऱ्यांच्या मुलांना ते वडिलार्जित संपत्तीमुळे ते परत करावे लागते. परिणामी वेठबिगारी वाढीस लागते; वारसा

हक्काने आलेले कर्ज पुढील पिढीला फेडावे लागते.

(५) ग्रामीण ऋणग्रस्ततेला सावकार हा एक घटक मोठा जबाबदार आहे. जमिनीच्या तारणावर कर्ज देऊन जमिनीचे गहाळखत तयार करून त्या कर्जावर मोठ्या दराने व्याज आकारतो. परिणामी मूळ मुद्दल व व्याज यांची रक्कम मोठी होते; व शेतकऱ्याला घेतलेले कर्ज परत करता आले नाहीतर सावकार अल्प किमतीत गहाणखत केलेली जमीन खरेदी करतो / गिळंकृत करतो. थोडक्यात, अधिक व्याजदर व शेतकऱ्याची अडवणूक इ. मुळे शेतकरी कर्जबाजारी बनतो.

वरील कारणाव्यतिरिक्त सुरुवातीस काही कारणे स्पष्ट केलेली आहेत. त्याचा संदर्भ घेणे.

ग्रामीण ऋणग्रस्तता / कर्जबाजारीपणावर उपाय
(Measures of Rural indebtedness)

ग्रामीण ऋणग्रस्ततेच्या समस्येला दोन घटक महत्त्वाचे आहेत. त्यासाठी दोन भागात उपाय सांगता येतात. पहिला उपाय म्हणजे सर्व जुने कर्ज माफ करणे. दुसरा उपाय नवीन कर्ज हे आवश्यकतेनुसार आणि उत्पादकतेच्या प्रकारानुसार उपलब्ध करून देणे आणि त्याच वेळेस सावकारांवर आणि दररोजच्या उपक्रमांवर नियंत्रण ठेवणे.

(१) जुन्या कर्जांची तडजोड - महत्त्वाचे म्हणजे राज्य सरकार आणि केंद्र सरकार लहान शेतकऱ्यांचे कर्ज कमी करण्यासाठी तसेच त्यातून त्यांची मुक्तता करण्यासाठी तसेच बिगर संस्थात्मक घटकांकडून घेतलेले, दुर्बल घटकांनी घेतलेले कर्ज जसे भूमिहीन शेतमजूर आणि ग्रामीण कारागीर यांना कायद्याद्वारे कर्जातून मुक्तता केल्याचे काही घटनांवरून दिसून येते; विशेषकरून राज्य सरकारांनी तसे कायदे केले आहेत. त्यांची कर्जातून मुक्तता त्यामुळे झाली आहे; तसेच लहान शेतकरी, श्रमिक यांना त्याचा लाभ मिळत आहे. सावकारांकडून त्यांची फसवणूक होवू नये यासाठी काळजी घेतली जात आहे.

(२) सावकारांवरील अवलंबित्व कमी - संस्थात्मक मार्गाने कर्ज पुरवठा करून सावकारावरील अवलंबित्व कमी करण्याचा प्रयत्न केला जात आहे. त्यासाठी सहकारी बँका, व्यापारी बँका व प्रादेशिक ग्रामीण बँकांचा जलद विस्तार केला जात आहे. लहान शेतकरी व ग्रामीण कारागीर यांना ताबडतोब कर्ज पुरवठा व्हावा यासाठी देशभर बँकप्राणाली विस्तारत आहे.

(३) नवीन कर्जावर नियंत्रण - जुन्या कर्जाची तडजोड केली जात आहे. शेतकऱ्यांना मुख्यत: आवश्यक बाबींसाठी तसेच उत्पादक बाबींसाठी (Most essential

& productive purpose) कर्ज देणे. अनुत्पादक बाबींसाठी कर्ज नाकारले पाहिजे; मात्र सरकार त्याबाबत कमी पडत आहे.

ग्रामीण भागात सामाजिक अन्य धार्मिक कार्यक्रमास महत्त्व दिले जाते; हा खर्च कमी करण्यासाठी ग्रामीण लोकांना उत्तेजन देणे गरजेचे आहे. प्रत्यक्षात काही संस्था सामाजिक, धार्मिक कार्यक्रमांसाठी वित्तपुरवठा करतात. या संदर्भात एप्रिल १९७६ मध्ये शिवरामन कमिटीने अहवाल सादर केला. त्या अहवालात असे म्हटले आहे की,

(अ) या उपभोग कर्जे हे लग्नं, जन्म आणि मृत्यू, धार्मिक खर्च, दवाखान्याचा खर्च, शैक्षणिक खर्च इ. साठी शासकीय महामंडळे अन्य राष्ट्रीय बँका, लहान शेतकरी, भूमिहीन शेतमजूर आणि कारागिरांना उत्तजेन दिले जाते.

(ब) बँक आणि सहकारी बँका त्याच कारणांसाठी कर्ज लहान शेतकरी आणि शेतमजुरांना उपलब्ध करून देते.

(क) या वर्गातील लोकांना कर्जे परत करावे लागते. काही राज्यात सावकारांना शेतकऱ्यांच्या जमिनी खरेदी करता येणार नाहीत असे कायदे पास केले आहेत. त्याच वेळेस इतर कार्यक्रमासाठी सावकारांकडे जावे लागू नये; यासाठी काळजी घेतली जात आहे.

१९७५ मध्ये २० कलमी कार्यक्रमांद्वारे सरकारने असे जाहीर केले की कोणत्याही सावकाराला कोणत्याही शेतकऱ्याचे, भूमिहीन शेतमजुराचे अन्य ग्रामीण कारागिराच्या वस्तू गहाण ठेवता येणार नाहीत. वेठबिगार पद्धतीही संपुष्टात आणली गेली. कर्जबाजारीपणा ऋणग्रस्तता कमी करण्यासाठी सरकारने विविध उपाययोजना केल्या आहेत.

(१) सरकारने १९९० मध्ये शेती आणि ग्रामीण कर्ज सवलत योजना सुरू केली आहे.

(२) १९८५ मध्ये सक्तीची गट विमा योजना सुरू केली आहे.

(३) राष्ट्रीय शेती विमा योजना अथवा राष्ट्रीय कृषी विमा योजना १९९९-२००० मध्ये सुरू केली.

(४) शेती उत्पन्न विमा योजना (Farm Income Insurance Scheme) सुरू केली.

(५) हवामान आधारित पीक विमा योजना २००७-०८ मध्ये सुरू केली.

(६) सध्या ग्रामीण भागात वित्तसाहाय्य योजना सुरू केली आहे. त्यामध्ये असूक्ष्म वित्त (Micro Finances) स्वयं साहाय्यता बचत गटाद्वारे राबविली जाते.

(७) किसान क्रेडिट कार्ड योजनेद्वारे साहाय्य केले जात आहे.

२.५ शेतमाल विपणन (विक्री व्यवस्था) - समस्या आणि उपाय
(Agricultural Marketing - Problems & Measures)

शेतीमालाची विक्रीव्यवस्था (Agriculture Marketing) :

शेती उत्पादनाबरोबरच शेतीमाल विक्रीव्यवस्थासुद्धा तितकीच महत्त्वाची आहे. कारण शेतीमाल कोणत्या किमतीला विकला जाईल; कोणती बाजारपेठ उपलब्ध होईल इ.बाबतीतसुद्धा अनिश्चितता असते. भारतात शेतमाल विक्रीव्यवस्थेत अनेक मध्यस्थ असतात, त्यामुळे शेतीमालाला योग्य किंमत मिळेलच याची खात्री नसते.

अर्थ : शेतीमालाची विक्रीव्यवस्था म्हणजे, ''शेतीमाल उत्पादनापासून उपभोक्त्यापर्यंत अन्नधान्याची व शेतीतील कच्च्यामालाची पाठवणी करण्यासाठी कराव्या लागणाऱ्या सर्व प्रक्रिया होत.''

थोडक्यात, विक्रीव्यवस्थेत एकत्रीकरण, प्रतवारी, प्रक्रिया, साठवणूक, वाहतूक, माल विकणे, कर्जपुरवठा इ. चा समावेश होतो. या सर्वांना एकत्रित शेतीमाल विक्रीव्यवस्था म्हणतात.

भारतीय शेतकरी विविध मार्गांनी आपले उत्पादन अथवा अधिक उत्पादन (surplus product) विकतात. प्रथम आणि सामान्य अशी विक्रीची पद्धत म्हणजे शेतकरी आपल्या मालाची विक्री गावातील सावकाराला अथवा व्यापाऱ्याला करतात.

भारतातील शेतकऱ्यांची शेतीमाल विक्रीची दुसरी पद्धत म्हणजे गावातील आठवडे बाजारातून शेतीमालाची विक्री केली जाते.

शेतीमाल विक्रीची तिसरी पद्धत म्हणजे शेतकरी आपला शेतीमाल आपल्या खेड्यापासून लांब अंतरावर असणाऱ्या बाजारपेठेच्या गावातील किंवा शहरातील घाऊक विक्रेत्यांना विकतात अशारीतीने शेतकरी व त्याचा शेतीमाल खरेदी करणारा व्यापारी या दोघांमध्ये दलाल अथवा आडत्या हा मध्यस्थ (intermediary) म्हणून काम करतो. हे घाऊक व्यापारी मग त्यांनी खरेदी केलेला माल किरकोळ व्यापाऱ्यांना किंवा कारखान्यानांना विकतो. जसे, घाऊक व्यापारी कापूस जिनिंग फॅक्टरीला विकतो.

२.५.१ शेतीमालाच्या विक्रीसाठी आवश्यक असणाऱ्या मूलभूत सोयी
(Basic Facilities of Agriculture Marketing) :

शेतीमालाची योग्य विक्री होण्यासाठी शेतकऱ्यांना पुढील सोयी सवलतींची गरज/आवश्यकता असते.

१) आपल्या शेतीमालाची सुरक्षितपणे साठवणूक करण्यासाठी गोदामांची अथवा साठवणगृहांची आवश्यकता असते.

२) वाहतूक व दळणवळणाच्या स्वस्त व पुरेशा सुविधा शेतकऱ्याला त्याचा

शेतीमाल बाजारपेठेत विक्रीसाठी नेण्याकरिता आवश्यक असतात. त्या उपलब्ध नसतील तर खेड्यातच सावकार अथवा व्यापाऱ्याला कमी किमतीत माल विकावा लागतो.

३) शेतकऱ्याने आपल्या मालाला योग्य किंमत मिळेपर्यंत प्रतीक्षा करणे. शेतकऱ्याने आपल्या शेतीमालाला योग्य किंमत येईपर्यंत थांबले पाहिजे अथवा प्रतीक्षा केली पाहिजे नाहीतर कमी किमतीला आपला शेतीमाल शेतकऱ्यांना नाईलाजाने विकावा लागतो.

शेतकऱ्याला हंगामानंतर लगेचच आपल्या शेतीमालाची विक्री करावी लागल्यास त्याच्या मालाला चांगली किंमत मिळू शकत नाही कारण हंगामानंतर शेतीमालाची आवक बाजारात वाढल्यामुळे किमती कमी असतात. त्यामुळे शेतीमाल तयार झाल्यानंतर काही काळ वाट बघून बाजारातील किमती वाढू लागल्यावर शेतकऱ्याला आपल्या मालाची विक्री करणे शक्य झाले पाहिजे.

४) शेतकऱ्यांना बाजारपेठेतील विविध मालांचे बाजारभाव यांची माहिती सुलभपणे व वेळेच्यावेळी मिळाली पाहिजे तसे न झाल्यास कमी किंमत देऊन फसवणूक केली जाईल.

५) दलाल अथवा मध्यस्थांची संख्या जितकी अधिक तितका दलालांचा नफा जास्त व प्रत्यक्ष उत्पादन करणाऱ्या शेतकऱ्याला मिळणारा मोबदला कमी असे घडण्याची शक्यता असते, त्यामुळे शेतीमालाच्या विक्रीव्यवस्थेत दलाल अथवा मध्यस्थांची संख्या कमीत कमी असणे आवश्यक आहे.

६) सर्व प्रकारच्या शेतीमालासाठी विविध संस्था सुसंघटित पाहिजेत. मालाच्या चढ-उतार करण्याच्या सोयी, प्रमाणीकरणाच्या सोयी, दर्जा नियंत्रण करणाच्या सोयी इ. असणे आवश्यक आहे. तसेच शेतकऱ्याला गरजेपुरता कर्जपुरवठा होणे आवश्यक आहे. थोडक्यात, शेतकऱ्यांच्या शेतीमालाला योग्य किंमत मिळण्यासाठी त्याच्या मालाची विक्री होण्यासाठी वाहतूक, साठवणुकीच्या सोयी, योग्यवेळी वित्तपुरवठा, बाजारविषयक माहिती इ. अनेक घटक आवश्यक आहेत.

भारतामध्ये शेतीमाल विक्री करण्याच्या पद्धतीमध्ये १) खेड्यात विक्री २) बाजारात विक्री ३) सहकारी खरेदी विक्री संघ ४) भारतीय अन्नधान्य महामंडळामध्ये शेतीमालाची विक्री होते.

बाजार विक्रीमध्ये शेतकऱ्यांच्या शेतीमालाची विक्री होत असते.

अ) नियंत्रित बाजार : या बाजारात शेतीमालाची खरेदी-विक्री नियमानुसार होते. या बाजाराच्या नियमनासाठी बाजार समिती नेमली जाते. त्यामुळे शेतकऱ्यांना योग्य किंमत मिळून त्यांची फसवणूक होत नाही.

ब) अनियंत्रित बाजार : या बाजारात अनेक मध्यस्थ असतात. वस्तूंची किंमत गुप्त ठेवली जाते. वस्तूंच्या किमतीमधून दलाली, हमाली, धर्मार्थ इत्यादींची कपात केली जाते.

२.५.२ भारतातील शेतीमाल विक्रीव्यवस्थेच्या समस्या :- (Problems of Agriculture Marketing in India)

१) गोदामे अथवा साठवणूक सोयींचा अभाव : भारतीय शेतकऱ्यांकडे आपल्या मालाची शास्त्रशुद्धपणे साठवणूक करण्यासाठी सोय नाही. बऱ्याचदा धान्य पोत्यात ठेवले जाते. काही ठिकाणी कणग्यांमध्ये साठविले जाते. मात्र उंदीर, कीड व ओल यामुळे धान्याचे रक्षण होत नाही. त्यामुळे धान्याचा दर्जा घसरतो व योग्य किंमत मिळत नाही. एका अंदाजानुसार शेतकऱ्यांच्या एकूण उत्पादनाच्या १० ते २० टक्के अन्नधान्याचा नाश सदोष साठवणुकीमुळे उंदीर,कीड यामुळे होतो.

बाजारपेठेत संग्रहगृह किंवा गोदामांचा अभाव आढळतो. गोदामे व संग्रह गृह स्थापन झाली, तर शेतकरी चांगली किंमत मिळेपर्यंत आपला माल गोदामात ठेवू शकतो.

भारतात फळे, फुले, भाजीपाला यांचे उत्पादन मोठ्या प्रमाणात होते. जागतिक बाजारात या वस्तूंना मागणी आहे. मात्र, या वस्तू नाशवंत असल्याने व शीतगृहांच्या सोयी उपलब्ध नसल्याने त्यांची निर्यात करता येत नाही. त्यामुळे त्या स्थानिक बाजारातच येईल त्या किमतीला विकाव्या लागतात.

२) प्रतीक्षा क्षमतेचा अभाव : भारतीय सीमान्त व लहान शेतकऱ्यांना उपभोगासाठी तसेच उत्पादनाच्या काळात निर्माण झालेली देणी परत करण्यासाठी रोख पैशाची गरज असते. बऱ्याचदा गावातील मोठ्या जमीनदारांकडून, सावकाराकडून अथवा व्यापाऱ्यांकडून कर्ज घेतलेले असते. उदा. बी-बियाणे, खते, घरखर्च इ. साठी त्या कर्जाची परतफेड करावयाची असते अशा अनेक कारणांनी सर्वसामान्य शेतकऱ्याची आपल्या मालाला योग्य किंमत मिळेपर्यंत थांबण्याची प्रतीक्षाक्षमता नसते. त्याला आपले उत्पादन हंगामानंतर त्वरित विकावे लागते. हंगामात शेतीमालाचा पुरवठा मोठ्या प्रमाणात होत असल्याने त्यांच्या किमती पडलेल्या असतात. कमी किमतींना आपला माल शेतकऱ्यांना नाईलाजाने विकावा लागतो. शेतीमाल खरेदी करणारे व्यापारी मात्र मालाची साठवणूक करतात व शेतीमालाच्या किमती वाढू लागल्यावर त्याची विक्री करतात.

३) मध्यस्थ दलालांची मोठी साखळी : भारतात शेतीमाल विक्रीव्यवस्थेमध्ये शेतकरी व त्यांच्या मालाचा उपभोग घेणारे उपभोक्ते यांच्यामधील दलाल, आडते, व्यापारी या मध्यस्थांची साखळी फार मोठी आहे. त्यामुळे - १) शेतीमालाच्या

विक्रीमध्ये त्या दलाल, व्यापाऱ्यांना मोठ्या प्रमाणावर कमिशन/आडत मिळते व उपभोक्त्याला द्यावी लागणारी वस्तूंची किंमत खूपच अधिक होते. २) उपभोक्त्याने दिलेल्या या किमतीमध्ये त्या मालाच्या प्रत्यक्ष उत्पादकाला मात्र अतिशय अल्प मोबदला मिळतो. थोडक्यात, दलालांच्या या मोठ्या साखळीने शेतकरी व उपभोक्ते या दोघांचीही आर्थिक पिळवणूक मोठ्या प्रमाणावर होते.

४) वाहतूक व दळणवळणाच्या अपुऱ्या सोयी : शेतीमाल खेड्यापाड्यात उत्पादन केला जातो. तो बाजारपेठेपर्यंत नेण्यासाठी वाहतूक व दळणवळण सोयी स्वस्त व विपुल असणे आवश्यक आहे. भारतात ग्रामीण भागात वाहतूक व दळणवळणाच्या अपुऱ्या सोयी आहेत. मुख्य बाजारपेठेशी जोडणारे रस्ते नाहीत. त्यामुळे वाहतूक अवघड व खर्चिक पडते. नाईलाजाने कमी किमतीत स्थानिक भागातच शेतीमालाची विक्री करावी लागते.

५) प्रमाणीकरण आणि प्रतवारीतील दोष : बाजारात विकल्या जाणाऱ्या वस्तूंचे प्रमाणीकरण होणे व त्यांची प्रतवारी होणे (grading) आवश्यक असते. मात्र, भारतात कृषीमालाच्या बाबतीत प्रमाणीकरण व प्रतवारी याचा अभाव मोठ्या प्रमाणात दिसून येतो. वेगवेगळ्या शेतीमालाची प्रतवारी करण्याऐवजी चांगल्या व वाईट मालाची भेसळ करून विक्री केली जाते. परिणामी शेतीमालाला योग्य किंमत मिळत नाही.

६) बाजारविषयक माहितीचा अभाव : शेतकऱ्यांना बाजारातील परिस्थितीविषयी आवश्यक ती माहिती अभावानेच मिळते. विशेषतः बाजारात विविध शेतीमालाच्या प्रचलित किमती काय आहेत, त्याची आवक किती आहे, याची कोणतीही माहिती शेतकऱ्यांना नसते. परिणामी शेतकऱ्यांना आपला शेतीमाल बाजारात केव्हा आणावयाचा, याचा निर्णय घेणे अवघड जाते.

७) खोटी वजन व मापे : शेतकरी अज्ञान व निरक्षर असल्यामुळे व्यापारी खोट्या वजन व मापांचा अवलंब करतात. त्यामुळे शेतकऱ्यांना फार मोठा तोटा सहन करावा लागतो.

८) वित्तपुरवठ्याच्या अपुऱ्या सोयी : शेतीमाल तयार झाल्यापासून त्यास योग्य किंमत येईपर्यंत विक्रीसाठी थांबवायचे झाले तर बराच कालावधी जातो. या काळात शेतकऱ्याला पैशांची गरज असते. या काळात वित्तपुरवठ्याची सुविधा शेतकऱ्याला उपलब्ध नसते. त्यामुळे शेतीमाल विक्री मिळेल त्या किमतीला विक्री करतो.

९) असंघटित उत्पादक : भारतात शेतीमालाच्या विक्रीव्यवस्थेत असंघटित शेतकरी (विक्रेते) असल्याने शेतकऱ्याचे अज्ञान, माल विकण्याची गरज, व्यापाऱ्यांचे

गैरव्यवहार इत्यादींमुळे शेतकऱ्यांचे नुकसान अधिक होते. सध्या सहकारी विक्रीव्यवस्थेमुळे फरक पडला असला तरी सहकाराचा पुरेसा प्रसार न झालेल्या भागात खरेदीदारांकडून असंघटित शेतकऱ्यांची पिळवणूक होत आहे.

१०) किरकोळ देणी : शेतकऱ्यांना विविध मध्यस्थांना निरनिराळ्या नावाखाली किरकोळ देणी द्यावी लागतात. उदा. दलालाची दलाई, मापाऱ्याची तोलाई, हमालाची हमाली, धर्मदाय इतर शुल्क इ. देणी द्यावी लागतात. परिणामी, शेतकऱ्यांना मिळणाऱ्या उत्पन्नात घट होते.

अशा रीतीने शेतीमाल विक्री व्यवस्थेत अनेक दोष आढळतात. मात्र, सरकारने शेतीमाल विक्रीव्यवस्थेत सुधारणा केल्या आहेत.

२.५.३ शेतीमालाची विक्रीव्यवस्था सुधारण्यासाठी केलेल्या उपाययोजना –

शेतीमालाची विक्रीव्यवस्था सुधारण्यासाठी करण्यात आलेल्या उपाययोजना पुढील प्रमाणे :

१) नियंत्रित बाजार : सरकारने ज्या विविध उपाययोजना केल्या आहेत, त्यामध्ये नियंत्रित बाजाराची स्थापना सर्वांत महत्त्वपूर्ण मानली पाहिजे. कारण शेतीमालाच्या खरेदी-विक्रीत दलाल व आडत्यांकडून केल्या जाणाऱ्या गैरव्यवहारांना आळा घालणे, वजन मापाच्या बाबतीत एकसूत्रीपणा आणणे व शेतकऱ्यांना त्यांच्या मालाला योग्य मोबदला प्राप्त करून देणे हे नियंत्रित बाजार स्थापण्यामागचे महत्त्वाचे उद्देश आहेत.

नियंत्रित बाजाराचे नियंत्रण व व्यवस्थापन करण्यासाठी एक बाजार समिती नेमली जाते. या बाजार समितीमध्ये राज्यशासन स्थानिक स्वराज्य संस्था (उदा. जिल्हा परिषद) व्यापारी, शेतमालाची खरेदी करणारे दलाल व शेतकरी यांचे प्रतिनिधी असतात. ही बाजार समिती, राज्यसरकारकडून विशिष्ट कालमर्यादेसाठी नेमली जाते. शेतीमालाच्या बाजारातील गैरव्यवहार टाळणे व शेतकऱ्यांना आपल्या मालाला योग्य मोबदला मिळवून देणे हे बाजार समितीचे उद्दिष्ट असते.

भारतात १९५१ मध्ये २५० च्या आसपास नियंत्रित बाजार होते. १९६१ मध्ये १००० तर मार्च १९९६ मध्ये ६९७० एवढी संख्या झाली.

२) सहकारी विक्रीव्यवस्था : शेतकऱ्यांच्या सहकारी विक्रीसंस्था स्थापन करून त्याद्वारे शेतीमालाची विक्री करावी अशी भारतीय ग्रामीण पतपुरवठा पाहणी समितीने शिफारस केली. त्यानंतर विविध राज्यांनी सहकारी विक्रीसंस्था स्थापन करण्यास प्रोत्साहन दिले.

शेतकरी एकत्र येऊन सहकारी तत्त्वानुसार बाजाराची स्थापना करतात; सहकारी बाजारामुळे शेतीमाल विक्रीव्यवस्थेतील मध्यस्थांचे उच्चाटन होऊन शेतकऱ्यांची फसवूणक होत नाही व शेतीमालाला योग्य किंमत मिळते.

३) वाहतूक व दळणवळण सोयीत वाढ : स्वातंत्र्यानंतर वाहतूक व दळणवळण सोयींमध्ये वाढ केली आहे. गाव तेथे रस्ता व सर्व खेडी मुख्य शहरांत कच्च्या अथवा पक्क्या रस्त्यांनी जोडली आहेत. त्यामुळे शेतीमाल वाहून नेणे सोयीचे झाले आहे.

४) बाजारविषयक माहिती : शेतीमालाच्या बाजाराबद्दल व बाजारातील किमतीबाबत आकाशवाणी, वर्तमानपत्रे, मासिके इ. द्वारे माहिती प्रसारित केली जाते. त्यामुळे शेतकऱ्यांना बाजारविषयक योग्य व खरी माहिती उपलब्ध होऊन त्यांची फसवणूक टळते.

५) प्रमाणित वजन मापांचा वापर : सरकारने प्रमाणित वजन मापे याविषयी कायदा केला. त्यानुसार मेट्रिक पद्धतीनुसार तयार करण्यात आलेली नवी वजने-मापे वापरण्याची सक्ती केली आहे. त्यामुळे चुकीची किंवा प्रमाणित वजन - मापे वापरून शेतकऱ्यांची फसवणूक करणाऱ्या प्रवृत्तीला हळूहळू आळा बसला.

६) गुदामे व शीतगृहे : शेतकऱ्यांना अधिकाधिक प्रमाणात गुदामांच्या सोयी वाढविण्याचे प्रयत्न मध्यवर्ती तसेच राज्यसरकारांनी केलेले आहेत. अखिल भारतीय ग्रामीण पतपुरवठा पाहणी समितीने (१९५४) खेडेगाव, राज्य व राष्ट्रीय पातळी अशा तीन स्तरांवर गुदामांची वाढ करण्याचे सुचविले. त्यानुसार राष्ट्रीय पातळीवर मध्यवर्ती वखार महामंडळ, राज्य पातळीवर राज्य वखार महामंडळांची स्थापना केली. त्यांच्यावर जिल्ह्याच्या ठिकाणी गुदामे बांधण्याची जबाबदारी सोपविण्यात आली. खेडेगाव पातळीवर ही जबाबदारी सहकारी विक्री संस्थांवर सोपविण्यात आली; तर राष्ट्रीय महत्त्वाच्या ठिकाणी गुदामे बांधण्याची जबाबदारी भारतीय अन्नधान्य महामंडळावर सोपविण्यात आली. शेतकऱ्यांना अशास्त्रीय संग्रहणामुळे होणारे नुकसान टाळणे शक्य झाले आहे व शेतकऱ्यांना कमी खर्चात शेतीमाल साठवून ठेवणे शक्य होते.

बाजार संचालनालयाद्वारे शीतगृहांचा विकास केला जातो. शीतगृहे नसल्यास फळे, भाज्या, बटाटे, मांस, दुग्धपदार्थ इ. नाशवंत मालाचे नुकसान होऊन तोटा होतो; तो टाळण्यासाठी सध्या सहकारी क्षेत्रात शीतगृहे निर्माण केली जातात.

७) प्रतवारी व प्रमाणीकरण : शेतकऱ्याला दर्जा आणि प्रतीनुसार किंमत मिळावी म्हणून सरकारने १९३७ मध्ये कायदा केला. त्यानुसार शेतकी खात्याकडून मालाची प्रत ठरविता येते. सरकारने प्रतवारी केंद्रे स्थापन केली आहेत. जो माल चांगल्या प्रतीचा आहे, त्याला 'ॲगमार्क' हे चिन्ह दिले जाते; अशा मालाला चांगली किंमत व मोठी मागणी येते.

८) वित्तपुरवठा : शेतीमालाच्या आधारे बँकांकडून कर्जपुरवठा करण्याची सोय करून दिली जाते. त्यामुळे शेतीमालाला योग्य भाव मिळेपर्यंत शेतकरी थांबू शकतो.

९) बाजारपेठा व विक्रीसंदर्भात मार्गदर्शन : डायरेक्टोरेट ऑफ मार्केटिंग अ‍ॅण्ड इन्स्पेक्शन याद्वारे निरनिराळ्या बाजारपेठांची पाहणी करून मार्गदर्शन केले जाते. त्यानुसार शेतीमाल, फळबाग उत्पादने, पशुउत्पादने इ. च्या विक्रीचा अभ्यास केला जातो. 'मार्केटिंग प्लॅनिंग अ‍ॅण्ड डिझाईन सेंटर ' ही संस्था निवडक फळांच्या व भाजीपाल्याच्या विक्रीसंदर्भात पॅकिंग, प्रतवारी व वाहतूक यांचा अभ्यास करून मार्गदर्शन करते.

१०) आधारभूत किमती : शेतमालाच्या किमती हंगामापूर्वी जाहीर करून सरकार शेतीमाल खरेदी करते. त्यामुळे शेतकऱ्यांना किमान किंमत मिळते.

११) सहकारी विक्री व्यवस्थेचे फायदे -

(अ) मध्यस्थांचे उच्चाटन : सहकारी खरेदी-विक्री संस्थांमुळे मध्यस्थांचे उच्चाटन होते. शेतकऱ्यांना कमी कमिशन द्यावे लागते. सहकारी संस्था प्रत्यक्ष उपभोक्त्यांना माल विकतात त्यामुळे दोघांचाही फायदा होतो.

(ब) सौदा शक्तीत वाढ : सहकारी तत्त्वानुसार शेतमालाची विक्री केल्याने शेतकऱ्यांची सौदाशक्ती वाढते. त्यामुळे शेतकऱ्यांना शेतमालाला योग्य भाव मिळतो.

(क) साठवणुकीच्या सुविधा : सहकारी संस्था शेतमाल साठविण्यासाठी व्यवस्था करीत असतात. उदा. गुदामे बांधणे. त्यामुळे शेतकऱ्यांचा माल सुरक्षित राहतो; तसेच गुदाम पावतीच्या आधारे शेतकऱ्यांना कर्जसुद्धा मिळते.

(ड) शेतकऱ्यांची क्षमता वाढते : सहकारी विक्रीसंस्था मालाच्या मोबदल्यात तात्पुरता स्वरूपात उचल देतात. त्यामुळे शेतकऱ्यांची रोख पैशांची गरज पूर्ण होऊन त्यांची प्रतिक्षमता वाढते.

(इ) शेतमाल वाहतूक : शेतकऱ्याला शेतमालाची जादा किंमत मिळू शकते. तेथे वाहतुकीच्या सोई कमी खर्चात उपलब्ध करून दिल्या जातात.

(ई) प्रक्रिया संस्था : सहकारी संस्था शेतमालावर प्रक्रिया करतात. उदा. तेलबियांपासून तेल बनविणे, हरभरा आणि तूर, मूग यापासून डाळी तयार करणे इ. प्रक्रिया उद्योगामुळे शेतकऱ्यांना लाभ मिळतो.

(उ) इतर फायदे : सहकारी संस्था शेतकऱ्यांना खते, बी-बियाणे, कीटकनाशके उपलब्ध करून देतात. त्यामुळे शेतकऱ्यांचा उत्पादन खर्च कमी होतो.

(ऊ) सहकार भावना वाढते : सहकारी विक्री संस्थांमुळे सभासद शेतकऱ्यांमध्ये सहकाराची भावना वाढीस लागते. त्यामुळे उत्पादन आणि उत्पादकता वाढण्यास मदत होते.

महाराष्ट्र, आंध्रप्रदेश, तामिळनाडू, उत्तरप्रदेश, बिहार इ. राज्यात सहकारी विक्री संस्थांची प्रगती चांगली झाली आहे.

प्राथमिक सहकारी विक्री संस्थांची संख्या सहा हजार असून त्यापैकी ३५००

या विशिष्ट वस्तू विक्री करणाऱ्या आहेत. राज्यपातळीवर सहकारी विक्री संस्था संघाची संख्या २९ आहे तर विशिष्ट वस्तू विक्री संस्था संघाची संख्या १६ आहे. राष्ट्रीय पातळीवर राष्ट्रीय सहकारी विकास महामंडळ आणि नाफेडची स्थापना केली आहे, अशा रीतीने संपूर्ण देशात सहकारी विक्री संस्थांचे जाळे पसरले आहे. सध्या २४०० सहकारी प्रक्रिया संस्था स्थापन झाल्या आहेत. त्यामध्ये साखर उद्योगांचा महत्त्वाचा वाटा आहे. २२० साखर कारखाने असून देशात साखर उत्पादनांपैकी ५८% उत्पादन सहकारी क्षेत्रात होते.

जागतिक दृष्टिकोनातून शेतमालाची विक्री व्यवस्था –
(Agricultural Marketing in Global Perspective)

जागतिकीकरणाची अशी व्याख्या करता येते की, 'जी अशी प्रक्रिया आहे, की त्यामध्ये अनेक देश आपापल्या देशांच्या भौगोलिक सीमांचा विचार न करता एकत्र येतात. आंतरराष्ट्रीय व्यापार मुक्त करण्यात येतो. वस्तू आणि सेवा, तंत्रज्ञान, भांडवल आणि श्रमिकांसारखे किंवा मानवी संसाधन यांची बंधने नसतात. दुसऱ्या शब्दांत, जागतिकीकरण म्हणजे आंतरराष्ट्रीयीकरण तसेच उदारीकरण होय.' जागतिकीकरणाचे समर्थन करणारे मुद्दे पुढीलप्रमाणे सांगता येतात –

(१) जागतिकीकरणात भांडवलाचा प्रवाह विकसनशील देशांकडे जाण्याचा असतो. त्या देशांच्या भांडवालात वाढ होण्यासाठी त्यांना उपकृत न करता आंतरराष्ट्रीय पातळीवर मदत केली जाते.

(२) विकसनशील अर्थव्यवस्थांना विकसित देशांच्या तंत्रज्ञानाचा फायदा घेता येतो. हे लाभ कोणत्याही गुंतवणुकीविना, संशोधनाविना आणि विकासात्मक कार्यक्रमाविना मिळतात.

(३) जागतिकीकरणामुळे विकसनशील देशातील उत्पादने विकसित देशात निर्यात करण्याची संधी निर्माण होते. तसेच विकसनशील देशांतील उपभोक्त्यांना चांगल्या दर्जाचा माल किंवा वस्तू कमी किमतीला उपलब्ध होतात.

(४) जागतिकीकरणामुळे विकसनशील देशांना मोठ्या प्रमाणात जलद गतीने माहिती उपलब्ध होते; त्यामुळे उत्पन्न आणि उत्पादकता वाढविता येते.

(५) जागतिकीकरणामुळे किमती कमी ठेवण्याकडे कल वाढतो. त्यामध्ये वाहतूक आणि दळणवळण तसेच जकात कराचाही त्यात समावेश होतो. अशा प्रकारे जागतिक व्यापारामुळे देशातील अंतर्गत एकूण उत्पादनात वाढ होते.

जागतिकीकरणासंदर्भात असे म्हणता येते की, ते आर्थिक विकासाचे इंजिन आहे. तांत्रिक प्रगती, श्रमिकांची उत्पादकता वाढविण्याचा तो मार्ग किंवा किल्ली आहे; त्यायोगे देशाच्या दरडोई उत्पन्न पातळीत वाढ होते.

अशा रीतीने जागतिकीकरणाच्या अनेक बाबींचा विचार करता विकसनशील देशापेक्षा विकसित देशांना जास्त फायदा होत आहे. तरीही व्यापारात उदारीकरणावर उपाययोजना केल्या जात आहेत. जागतिकीकरणात व्यापाराचा हिस्सा नाकारता येत नाही.

भारताच्या संदर्भात असे दिसून येते की, १९९० मध्ये वस्तूची आणि सेवेची निर्यात २१.५८ कोटी डॉलर होती. ती २००२ मध्ये ७३.४ कोटी डॉलर इतकी वाढली. वार्षिक सरासरी वाढीचा दर १०.४% एवढा निदर्शनास येतो. जागतिक निर्यातीत भारताची वस्तू व सेवांची निर्यात १९९० मध्ये ०.५४% होती; ती २००२ मध्ये ०.९३% वाढली. परंतु, लोकसंख्येचा आकार मर्यादित ठेवण्याचे ध्येय इतर विकसित देशांच्या मानाने आपण गाठू शकलो नाही. उदा. चीन, मेक्सिको, दक्षिण कोरिया इ.

भारताने आयातीबाबत विचारपूर्वक निर्णय घेतले आहेत. स्थूल देशांतर्गत उत्पादनात भारताची व्यापारातील तूट १९९६-९७ मध्ये २.५% होती ती २००२-०३ मध्ये ४% झाली.

देशातंर्गत आयात १९९१-९२ मध्ये ८.३% होती. ती २०००-०१ मध्ये १३% वाढली.

भारतीय बाजारपेठ महत्त्वाची आहे असे जगाला दिसून आले आहे. मात्र, भारताला परदेशी बाजारपेठेचा मार्ग मोकळा झाला आहे.

प्रश्न

प्र. १. खालील प्रश्नांची प्रत्येकी २० शब्दांत उत्तरे लिहा.

१) शेतीक्षेत्राचा भारतीय राष्ट्रीय उत्पन्नातील वाटा किती आहे?
२) 'शेती' 'उपजीविकेचे साधन' म्हणजे काय?
३) आर्थिक विकासात शेतीचे महत्त्व सांगा.
४) शेती विकासातील अडथळे म्हणजे काय?
५) ग्रामीण ऋणग्रस्तता म्हणजे काय?
६) शेती विपणन म्हणजे काय?

प्र. २. खालील प्रश्नांची प्रत्येकी ५० शब्दांत उत्तरे लिहा.

१) भारतीय अर्थव्यवस्थेचे शेतीचे स्थान थोडक्यात स्पष्ट करा.
२) भारतीय शेती विकासातील महत्त्वाचे अडथळे कोणते?
३) 'ग्रामीण कर्जबाजारीपणा' म्हणजे काय, थोडक्यात स्पष्ट करा.
४) शेती विपणन म्हणजे काय? थोडक्यात स्पष्ट करा.

प्र. ३. खालील प्रश्नांची प्रत्येकी १५० शब्दांत उत्तरे लिहा.

१) भारतीय अर्थव्यवस्थेत शेतीचे स्थान स्पष्ट करा.

२) भारतीय शेती विकासातील अडथळे स्पष्ट करा.

३) ग्रामीण ऋणग्रस्ततेची कारणे विशद करा.

४) शेतमाल विक्रीव्यवस्थेच्या समस्या सांगून उपाय सांगा.

प्र. ४. खालील प्रश्नांची प्रत्येकी ३०० शब्दांत उत्तरे लिहा.

१) भारतीय अर्थव्यवस्थेत शेतीचे स्थान स्पष्ट करा.

२) ग्रामीण ऋणग्रस्ततेची कारणे व उपाय स्पष्ट करा.

३) शेतमाल विपणन व्यवस्थेतील समस्या व उपाय स्पष्ट करा.

प्रकरण ३

१९९१ पासूनचा भारतातील औद्योगिक विकास
(Industrial Development in India Since 1991)

३.१ प्रास्ताविक (Introduction)

कोणत्याही देशाच्या आर्थिक विकास प्रक्रियेत औद्योगिकरणास महत्त्वाचे स्थान आहे. औद्योगिकरणाच्या प्रक्रियेत नैसर्गिक साधनसंपत्ती व अन्य कच्च्यामालावर प्रक्रिया करून पक्क्यावस्तूंचे उत्पादन केले जाते. औद्योगिकरणामुळे देशाचा आर्थिक विकास घडून येण्यास मदत होते.

औद्योगिकीकरणाची व्याख्या -

(१) ए. एच. हॅन्सेन : यांच्या मते – औद्योगिकीकरण ही भांडवलाच्या व विस्तारीकरणाची प्रक्रिया आहे.

(२) वि. कँग चँग : यांच्या मते – ज्या प्रक्रियेद्वारे उत्पादन फलामध्ये बदल घडवून आणला जातो अशी प्रक्रिया म्हणजे औद्योगिकरण होय.

(३) कॉन्डिजफ आणि रोझेन्स्टिन - रोडा : यांच्या मते औद्योगिकीकरण

हे लोकसंख्येचे स्थलांतर रोखण्याचा, अतिरिक्त लोकसंख्येची समस्या सोडविण्याचा आणि अल्पविकसित देशातील राष्ट्रीय उत्पन्न वाढविण्याचा पर्याय आहे.

प्रस्तुत प्रकरणात आर्थिक विकासातील औद्योगिकीकरणाची भूमिका, मोठ्या, मध्यम आणि लघुउद्योजकांची भूमिका, औद्योगिक उदारीकरणानंतर सार्वजनिक क्षेत्राची भूमिका आणि १९९१ च्या औद्योगिक धोरणाचे मूल्यमापन याविषयी माहिती दिली आहे.

३.२ आर्थिक विकासातील औद्योगिकीकरणाची भूमिका

(Role of Industrialisation in Economic Development)

औद्योगिकरण आणि आर्थिक विकास यांचा घनिष्ट संबंध आहे म्हणून स्वातंत्र्यप्राप्तीनंतर भारताने सर्वप्रथम १९४८ मध्ये आपले औद्योगिक धोरण जाहीर केले. स्वातंत्र्योत्तर काळात भारताने औद्योगिक क्षेत्रात बरीच प्रगती केली आहे त्याचा परिणाम एकूण निर्यातीत औद्योगिक वस्तूंचा वाटा वाढला आहे. जलद आर्थिक विकास घडवून आणण्याच्या दृष्टीने भारतीय अर्थव्यवस्थेत औद्योगिकीकरणाची भूमिका पुढीलप्रमाणे विशद करता येते.

(१) वाढत्या मागणीची पूर्तता : जसजसे समाजाचे उत्पन्न वाढत जाते. तसतशी सुखसोयींच्या आणि चैनीच्या वस्तूंची मागणी वाढत जाते अशा वस्तू औद्योगिक क्षेत्रात तयार होतात. आर्थिक नियोजनाद्वारे भारताचा आर्थिक विकास घडून येत असल्याने भारतीयांचे उत्पन्न वाढून त्यांची अशा सुखसोयींच्या व चैनीच्या वस्तूंची मागणी वाढत असल्याने भारताला औद्योगिकरणास चालना देणे आवश्यक ठरले. रेशमी, ताग, कापूस, काथ्या इत्यादी प्राथमिक उत्पादनांना कृत्रिमपर्याय निर्माण झाले असून अशा वस्तूंचा वापर वाढला आहे. त्याचा परिणाम भारतासारख्या अधिक लोकसंख्येच्या देशात औद्योगिकीकरण आवश्यक ठरते.

(२) रोजगार निर्मिती : भारतासारख्या अधिक बेकारी असलेल्या देशात औद्योगिकीकरणामुळे रोजगारात वाढ होते. आर्थिक विकासाबरोबर प्राथमिक क्षेत्रातील रोजगाराचे एकूण रोजगाराशी असणारे प्रमाण कमी होते म्हणून भारतात शेती क्षेत्रातील लोकसंख्येचा भार कमी करण्याच्या दृष्टीने औद्योगिकीकरण आवश्यक ठरते.

(३) उत्पादनाचे विविधीकरण : प्रत्येक देशाच्या अर्थव्यवस्थेला नैसर्गिक, आर्थिक व मनुष्यनिर्मित संकटांना तोंड द्यावे लागते; अशा वेळी उत्पादनाचे विविधीकरण असणारी अर्थव्यवस्था संकटातून सहज बाहेर पडू शकते. शेतीप्रधान अर्थव्यवस्था नैसर्गिक संकटकाळात कोलमडून पडते तर उद्योगप्रधान अर्थव्यवस्था आर्थिक संकटकाळात

कोलमडून पडते. भारतात शेती विकासाबरोबरच औद्योगिक विकास झाल्यास अर्थव्यवस्था अशा संकटातून सहज बाहेर पडू शकते; म्हणून विविधीकरणाच्या दृष्टिकोनातून भारतीय अर्थव्यवस्थेत औद्योगिकीकरण आवश्यक ठरते.

(४) जीवनमानात सुधारणा : औद्योगिकीकरणामुळे उत्पन्नात वाढ होऊन लोकांच्या जीवनमानात सुधारणा होते कारण औद्योगिक उत्पादन हे मानवी प्रयत्न व प्रगतीवर अवलंबून असते. शेतीत माणसाने कितीही कष्ट केले तरी निसर्ग अनुकूल नसल्यास उत्पादन व उत्पन्नात वाढ होऊ शकत नाही.

औद्योगिक क्षेत्रांत प्रगत तंत्रे व यंत्रांचा अवलंब करून कमी श्रमात जास्त उत्पादन करणे शक्य होते त्यामुळे उत्पन्नात वाढ होऊन बचत व भांडवलसंचय वाढून उत्पादनवाढीला आणखीन चालना मिळून उत्पन्नात वाढ होते; परिणामी जीवनमानात सुधारणा होते.

(५) बचत व गुंतवणुकीत वाढ : लोकांच्या उत्पन्नात औद्योगिकीकरणामुळे वाढ होते. त्यामुळे बचत प्रवृत्ती वाढते, त्यातूनच भांडवलाची उभारणी होते. बँका व वित्तीयसंस्था लोकांच्या बचती गोळा करून औद्योगिक क्षेत्राला भांडवल पुरवतात. बचत वाढल्यामुळे बँकांचे व्याजदर कमी होतात. व्याजदर कमी झाल्यामुळे उत्पादन खर्च कमी होऊन नफा वाढतो. नफा वाढल्याने उद्योजक नवीन गुंतवणूक करतात व उत्पादनात वाढ होते.

(६) अर्थव्यवस्था बळकट होते : औद्योगिकीकरणामुळे अनेक मार्गांनी अर्थव्यवस्था बळकट होते. औद्योगिकीकरणामुळे वैज्ञानिक संशोधन आणि तांत्रिक प्रगतीला चालना मिळते. त्यामुळे अर्थव्यवस्था गतिमान होऊन धरणे, लोहमार्ग इ. बंधने शक्य होते. विविध क्षेत्रांना लागणाऱ्या वस्तू उद्योगक्षेत्र पुरविते; त्यामुळे इतर क्षेत्राच्या विकासाला चालना मिळते. या सर्वांचा परिणाम म्हणून अर्थव्यवस्था बळकट होते.

(७) शेती व अन्य प्राथमिक व्यवसायांच्या विकासाला चालना :– औद्योगिकीकरणामुळे शेती व अन्य प्राथमिक व्यवसायांच्या आधुनिकीकरणाला व प्रगतीला चालना मिळते. उदा.

(१) औद्योगिकीकरणामुळे प्राथमिक क्षेत्रातील उत्पादनांच्या बाजारपेठा विस्तृत होतात.

(२) औद्योगिकीकरणामुळे शेती क्षेत्रातील लोकसंख्येचा भार कमी होतो.

(३) औद्योगिकीकरणामुळे शेती व अन्य प्राथमिक क्षेत्रातील कच्च्यामालाची मागणी वाढते. औद्योगिक कामगार वर्गाकडून अन्नधान्य, भाजीपाला, दूध, अंडी इत्यादी वस्तूंची मागणी वाढून शेतमालाच्या किमती वाढतात.

(४) प्राथमिक क्षेत्रातील व्यवसायांच्या आधुनिकीकरणासाठी आवश्यक असणारी यंत्रसामग्री औद्योगिकीकरणामुळे उपलब्ध होते. इत्यादी.

(८) आंतरराष्ट्रीय व्यापारात वाढ : शेतमाल आणि अन्य प्राथमिक वस्तूंचे उत्पादन वाढवून त्यांची निर्यात फार मोठ्या प्रमाणात करण्यात अडचणी येतात म्हणून औद्योगिकीकरण करून मोठ्या प्रमाणात औद्योगिक पक्क्या वस्तू निर्यात करून मिळणाऱ्या विदेशी चलनातून उपभोग्यवस्तू, यंत्रे, भांडवली वस्तूंची आयात करून आर्थिक विकासाला चालना देता येते. औद्योगिकदृष्ट्या प्रगत देशांचा निर्यात व्यापार कृषिप्रधान देशांपेक्षा अधिक वेगाने वाढत असल्याने भारताने जलद औद्योगिकरण करून निर्यात वाढून आंतरराष्ट्रीय व्यापारात वाढ घडवून आणणे योग्य ठरेल.

(९) अर्थव्यवस्थेचे सामर्थ्य वाढते : कोणत्याही देशाच्या अर्थव्यवस्थेत औद्योगिकीकरण घडवून आणल्यामुळे अर्थव्यवस्थेचे सामर्थ्य वाढविणे शक्य होते. कारण औद्योगिकरणामुळे वैज्ञानिक संशोधन व तांत्रिक प्रगतीला चालना मिळते; त्यामुळे अर्थव्यवस्था अधिक गतिमान होते; शिवाय औद्योगिकरणामुळे देशात धरणे, लोहमार्ग, इमारती, पूल, इत्यादी बांधणे शक्य होते. देशातील साधनसंपत्तीचा अधिक चांगला उपयोग करणे शक्य होते. प्राथमिक आणि सेवा क्षेत्रातील व्यवसायांना लागणाऱ्या अनेक वस्तू उद्योग क्षेत्र पुरविते. त्यामुळे त्या क्षेत्रांच्या विकासाला चालना मिळून अर्थव्यवस्थेचे समार्थ्य वाढते.

(१०) सामाजिक बदल : औद्योगिकीकरणामुळे वैज्ञानिक व तांत्रिक संशोधनाला चालना मिळते. औद्योगिक क्षेत्रातील कामगार वर्गामुळे समाजात वैज्ञानिक दृष्टिकोन रुजण्यास मदत होते, त्यामुळे समाजाला गतिमानता प्राप्त होते. असा गतिमान समाज आर्थिक विकासासाठी आवश्यक असतो. औद्योगिकरणामुळे कामगार वर्गात पर्यायाने समाजात वक्तशीरपणा, संघकार्य, शिस्त, प्रगत दृष्टिकोन इ. गुण रुजतात.

(११) सरकारची लोककल्याणाची कार्ये : देशातील सरकारला अनेक लोककल्याणाची कार्ये करावी लागतात; त्यासाठी कर आकारून अधिक उत्पन्न मिळवावे लागते. औद्योगिक क्षेत्राची वाढावा निर्माण करण्याची क्षमता जास्त असल्याने या वाढाव्यातून कर रूपाने सरकारला उत्पन्न मिळते शिवाय औद्योगिक क्षेत्र संघटित असल्याने कर गोळा करणे सोपे जाते; अशा कर उत्पन्नातून सरकार शिक्षण, आरोग्य, सार्वजनिक बागा, खेळाची मैदाने, इत्यादी लोककल्याणाच्या योजना राबवू शकते.

(१२) देशाचे स्वातंत्र्य व सार्वभौमता : देशाच्या संरक्षणासाठी शस्त्रास्त्रे, लढाऊ विमाने, रणगाडे, बोटी इत्यादींचे उत्पादन देशातच होणे आवश्यक असते. अशा वस्तू परदेशातून आयात करता येतात; परंतु अशा वस्तूंच्या आयातीसाठी अन्य देशांवर अवलंबून राहाणे योग्य नसते. तसेच यंत्रे, अवजारे भांडवली वस्तूंसाठी स्वदेश इतर देशांवर अवलंबून राहिल्यास स्वदेशावर परदेशाचे वर्चस्व निर्माण होऊन देशाच्या सार्वभौमत्वाला मर्यादा पडतात. संरक्षण उत्पादने व अन्य भांडवली वस्तू औद्योगिक क्षेत्रातून तयार होत असल्याने औद्योगिकरण आवश्यक ठरते.

३.३ मोठ्या, मध्यम आणि लघु उद्योजकाची भूमिका – (Role of Large, Small and Medium Scale Enterprises)

अ) लघुउद्योगांची भूमिका (Role of Small-Scale Enterprises) :

सर्वसाधारणपणे लघुउद्योग, कुटीरोद्योग, ग्रामोद्योग या संज्ञा एकाच अर्थाने वापरल्या जाऊन त्यांना सामूहिकरीत्या 'लघुउद्योग' असे संबोधले जाते. कारण या तीनही उद्योगात भांडवलाचे प्रमाण अत्यंत कमी उत्पादन प्रमाण कमी आणि रोजगाराचे प्रमाण कमी असते. कुटीरोद्योग किंवा ग्रामोद्योगात आधुनिक यंत्रसाम्रगी, वीज, स्वतंत्र इमारत, उत्पादनन विक्रीची सुधारित पद्धत वापरली जाते तेव्हा त्यांना लघुउद्योगाचे स्वरूप प्राप्त होते. १९५५ मध्ये सरकारने लघुउद्योगाची व्याख्या पुढीलप्रमाणे केली. ज्या उद्योग संस्थेत भांडवल गुंतवणूक ५ लाख रुपयांपेक्षा कमी, विजेचा वापर केला जात नाही. परंतु १०० पेक्षा कमी श्रमिक काम करतात आणि जर विजेचा वापर केला जात असेल तर ५० पेक्षा-कमी अधिक कामगार काम करत असतील तर अशा उद्योगसंस्था, लघुउद्योग होत. परंतु १९६० पासून केवळ 'भांडवल गुंतवणूक' हा निकष विचारात घेऊन लघुउद्योगाच्या व्याख्या करण्यात आल्या.

- १९९७ मध्ये सरकारने लघु व पूरक उद्योगाची भांडवल गुंतवणूक मर्यादा ६० लाख रुपये व ३ कोटी रुपये आणि अति लघु उद्योग गुंतवणूक मर्यादा २५ लाख रुपये केली.
- २००० मध्ये सरकारने लघुउद्योगातील भांडवल गुंतवणूक मर्यादा कमी करून ती १ कोटी केली तर अती लघुउद्योग गुंतवणूक मर्यादा २५ लाख रुपये कायम ठेवली.

भारतीय अर्थव्यवस्थेचा विचार करता लघुउद्योगांना अर्थव्यवस्थेत अत्यंत महत्त्वाचे स्थान होते आहे आणि यापुढे ही राहील. औद्योगिकदृष्ट्या प्रगत देशात सुद्धा उदा. जपान, जर्मनी, अमेरिका इत्यादी देशांत लघुउद्योगांना महत्त्वाचे स्थान आहे. प्राचीन भारताला या लघुउद्योगांनी 'सुवर्णभूमी' असा नावलौकिक मिळवून दिला होता. या उद्योगांचे अर्थव्यवस्थेतील महत्त्व लक्षात घेऊनच भारत सरकारने स्वातंत्र्यप्राप्तीनंतर या उद्योगांची पुर्नरचना घडवून आणण्याचे धोरण स्वीकारले.

भारतीय अर्थव्यवस्थेचा विचार करता लघुउद्योगांची अर्थव्यवस्थेतील भूमिका पुढीलप्रमाणे स्पष्ट करता येते –

(१) रोजगार निर्मिती : लघुउद्योगात मानवी श्रमाचा अधिक वापर करून उत्पादन केले जाते; त्यामुळे भारतासारख्या अतिरिक्त लोकसंख्येच्या देशात जास्तीत-जास्त श्रमिकांना रोजगार उपलब्ध होतो. भारतात श्रमिकांची उपलब्धता आणि भांडवलाची टंचाई असल्यामुळे श्रमप्रधान तंत्राचा अवलंब करणारे लघुउद्योग उपयुक्त ठरतात.

शेती आणि आधुनिक उद्योगात नवीन रोजगार उपलब्ध होण्याच्या संधी नाहीत; त्यातच भारताच्या लोकसंख्येत प्रतिवर्षी वेगाने वाढ होत आहे. त्यामुळे बेकारीचा प्रश्न बिकट झालेला आहे अशा परिस्थितीत रोजगार निर्मितीच्या दृष्टीने लघुउद्योग उपयुक्त ठरतात.

(२) अल्प भांडवल : भारतात भांडवलाची उपलब्धता गरजेच्या मानाने कमी आहे; त्यामुळे भांडवलाचा वापर काटकसरीने करावा लागतो. मध्यम व मोठ्या उद्योगांच्या तुलनेने लघुउद्योगांना भांडवल अत्यल्प लागते. त्यामुळे अल्प भांडवलात सुरू होणारे लघुउद्योग आर्थिक हिताचे ठरतात.

(३) अल्पावधीत किंवा त्वरित उत्पादन : लघुउद्योगात भांडवल गुंतवणूक केल्यानंतर अल्पावधीत प्रत्यक्ष उत्पादन सुरू होते. त्यामुळे बाजारातील वस्तूंचा पुरवठा वाढून ग्राहकांची मागणी त्वरित पूर्ण करता येते. परिणामी जिवनोपयोगी वस्तूंच्या किमती नियंत्रित ठेवणे शक्य होते.

(४) विकेंद्रित स्वरूप : लघुउद्योग संपूर्ण देशभर, देशाच्या कानाकोपऱ्यात पसरलेले असतात; त्यामुळे विकेंद्रीकरणाचे आणि समतोल प्रादेशिक विकासाचे फायदे मिळतात. मध्यम आणि मोठ्या उद्योगांच्या केंद्रीकरणामुळे आर्थिक विकासात प्रादेशिक असमतोल निर्माण झाला. समतोल प्रादेशिक विकास आणि औद्योगिक केंद्रीकरणाचे दुष्परिणाम टाळण्यासाठी लघुउद्योग प्रत्येक अर्थव्यवस्थेत उपयुक्त ठरतात.

(५) स्थानिक साधनसंपत्तीचा उपयोग : लघुउद्योग हे संपूर्ण देशभर विखुरलेले असतात. ह्या उद्योगांत स्थानिक साधनसाम्रगीचा वापर करून उत्पादन केले जाते व स्थानिक बाजारपेठेतील ग्राहकांची मागणी पूर्ण केली जाते; अशाप्रकारे स्थानिक साधनसामग्रीचा पर्याप्त वापर करणे लघुउद्योगांमुळे शक्य झाले आहे.

(६) आयातीवर अत्यल्प प्रमाणात अवलंबून : मध्यम आणि मोठ्या उद्योगांसाठी आवश्यक असणारे भांडवल, यंत्रसामग्री, तंत्रज्ञान, कच्चामाल, रसायने इ. परदेशातून आयात करावे लागते. त्यामुळे आयात वाढून देवघेवीच्या व्यवहारतोलात तूट निर्माण होते. परंतु, लघुउद्योगांसाठी आवश्यक असणाऱ्या या सर्व बाबी स्थानिक भागात किंवा देशातल्या देशात उपलब्ध होतात त्यामुळे शक्यतो आयात करावी लागत नाही; परिणामी व्यवहारतोलावर ताण पडत नाही.

(७) अल्प कौशल्य : मध्यम आणि मोठ्या उद्योगात फार मोठ्या प्रमाणात व्यवस्थापकीय, तांत्रिक, वित्तीय, विक्री कौशल्याची आवश्यकता असते. प्रसंगी असे कौशल्य परदेशातून आयात करावे लागते. परंतु, लघु-कुटीर उद्योगात असे कौशल्य फारसे लागत नसल्याने या उद्योगांचा विकास वेगाने आणि कमी खर्चात होतो. या उद्योगातील परंपरागत कामगिरी आणि कौशल्य नव्याने शिकविण्याची आवश्यकता भासत नाही.

(८) उत्पन्न व संपत्तीचे योग्य वाटप : केंद्रित व भांडवलप्रधान अशा मध्यम व मोठ्या उद्योगांमुळे भारतात आर्थिक विषमता वाढली आहे; असे उद्योग प्रचंड नफा मिळवून उत्पन्न व संपत्तीचे केंद्रीकरण करतात. परंतु, लघुउद्योग सुरू करण्यासाठी अल्प भांडवल, जागा, कौशल्य, यंत्रसामग्री लागत असल्याने सर्वसामान्य जनतेला ते सुरू करता येतात. या उद्योगांची मालकी सर्वव्याप्ती असते. बहुसंख्य जनतेला रोजगार देणारे आणि उत्पन्न व संपत्तीची विषमता दूर करणारे लघुउद्योग आर्थिक विकासासाठी उपयुक्त ठरतात.

(९) आर्थिक स्थैर्य : लघु-कुटीर उद्योगांवर व्यापारचक्राचा विशेष परिणाम होत नाही; त्यामुळे अर्थव्यवस्थेत आर्थिक स्थैर्य निर्माण करण्याच्या दृष्टीने ते उपयुक्त ठरतात. लघुउद्योगात बाजारातील मागणीनुसार उत्पादन केले जाते; त्यामुळे अति उत्पादनाचा धोका नसतो. वस्तूंचा वाजवी साठा केला जात नाही. अर्थव्यवस्थेतील बदलानुसार व ग्राहकांची अभिरुची लक्षात घेऊन उत्पादन घेतले जात असल्याने लघुउद्योग व्यापारचक्राचा प्रभाव नष्ट करू शकतात.

(१०) भांडवल निर्मितीस प्रोत्साहन : लघु-कुटीर उद्योगांचे स्वरूप विकेंद्रीत असल्याने संपूर्ण देशभरातील बेरोजगारांना काय उपलब्ध होते, त्यांच्या उत्पनात वाढ होते, बचतीचे प्रमाण वाढते; यातून भांडवल निर्मिती होण्यास मदत होते. भांडवल निर्मितीचा दर वाढून आर्थिक विकासाला चालना मिळते.

(११) प्रदूषण होत नाही : लघु-कुटीर उद्योग देशाच्या कानाकोपऱ्यात पसरलेले असतात. त्यामुळे राहत्या जागेची टंचाई, गलिच्छ वस्त्या, सांडपाण्याच्या व्यवस्थेचा अभाव, जल व वायू प्रदूषण इत्यादी समस्या निर्माण होत नाही. पर्यावरण संरक्षणाच्या दृष्टीने लघुउद्योगांचा हा सर्वात महत्त्वाचा फायदा मानला जातो.

(१२) शेतीवरील अवलंबित्व कमी : भारतासारख्या अल्प विकसित देशात ७०% लोकसंख्या ग्रामीण भागात राहते. ग्रामीण लोकसंख्येला रोजगारासाठी शेतीवर अवलंबून राहावे लागते. यामुळे वाढत्या लोकसंख्येचा अतिरिक्त भार शेतीवर पडतो. परिणामी शेती विकासात अडथळे निर्माण होतात. लघु-कुटीरउद्योग मोठ्या प्रमाणात स्थापन झाल्यामुळे ग्रामीण लोकसंख्येला रोजगाराच्या संधी उपलब्ध होऊन शेतीवरील अतिरिक्त व अनावश्यक ताण कमी होतो. शेतीवरील लोकसंख्येचे अवलंबित्व कमी झाल्याने शेतीची उत्पादनक्षमता वाढण्यास मदत होते.

(१३) औद्योगिक संबंध सलोख्याचे : मध्यम आणि मोठ्या उद्योगांच्या तुलनेने लघु-कुटीर उद्योगात औद्योगिक शांतता टिकवून ठेवणे अधिक सोपे असते. कारण लघुउद्योगातील श्रमिकांची संख्या खूप कमी असते. उत्पादक स्वत:ला मालक किंवा भांडवलदार मानत नाही. उद्योजक कामगाराच्या बरोबरीने काम करतो, त्यामुळे मालक व कामगार यांच्यातील संबंध मैत्रीचे व जिव्हाळ्याचे असतात. परिणामी

कामगार मालकविरोधी भूमिका स्वीकारत नाही. दीर्घकाळ औद्योगिक शांतता लाभल्याने उत्पादन खंड पडत नाही.

(१४) मोठ्या उद्योगांना आधार : लघुउद्योगांमुळे मोठ्या उद्योगांना आधार मिळतो. मोठ्या उद्योगांना लागणारे अनेक सुटे भाग व इतर साधने लघुउद्योगातून निर्माण होतात; त्यामुळे मोठ्या उद्योगांना स्वस्तात स्वस्त दरात छोटे यंत्रभाग उपलब्ध होतात.

(१५) जीवनोपयोगी वस्तूंचे उत्पादन : दैनंदिन जीवनात लागणाऱ्या अनेक वस्तूंचे उत्पादन लघु-कुटीर उद्योगातून होत असते. त्यामुळेच जगातील सर्व देशात सरकारने या उद्योगांना प्रोत्साहन दिलेले आहे.

ब) मध्यम आणि मोठ्या आकाराच्या उद्योगांची भूमिका (Role of Medium and Large Scale Industries) :

२० व्या शतकाच्या प्रारंभापासून भारतासारख्या अनेक अल्पविकसित देशांनी औद्योगिकरणास महत्त्व दिले व त्यासाठी मुद्दाम जाणीवपूर्वक प्रयत्न केलेले आहे व करत आहे; कारण जलद आर्थिक विकासासाठी जलद औद्योगिकरण हे इतिहासाने सिद्ध केले आहे. औद्योगिकरण घडवून आणताना लघु उद्योगांप्रमाणेच मध्यम आणि मोठे उद्योग उभारावे लागतात. अर्थव्यवस्थेत मध्यम आणि मोठ्या आकाराच्या उद्योगांची भूमिका पुढीलप्रमाणे असते –

(१) मूलभूत-पायाभूत सुविधांचा विकास : मध्यम आणि मोठ्या उद्योगांमुळे वाहतूक, दळणवळण, वीजनिर्मिती, संपर्क माध्यमे, धरणे, इमारती व पूल बांधणे इत्यादी पायाभूत सुविधांच्या विकासास मदत होते अशा पायाभूत सुविधा मोठ्या प्रमाणात निर्माण झाल्यास आर्थिक विकासाचा वेळ वाढतो.

(२) राहणीमानात सुधारणा : मध्यम आणि मोठ्या उद्योगांमध्ये प्रगत तंत्रज्ञानाचा अवलंब करून उत्पादन केले जाते. त्यामुळे उपभोक्त्यांना कमी किमतीत दर्जेदार वस्तू उपलब्ध होतात परीणामी त्यांच्या राहणीमानात वाढ होते; त्यामुळेच औद्योगिक प्रगत देशात लोकांचे राहणीमान उंचावलेले दिसते. त्यामुळेच –

(३) रोजगार निर्मिती : लघुउद्योगांच्या तुलनेने मध्यम आणि मोठ्या उद्योगांची रोजगारनिर्मितीची क्षमता जास्त असते. मध्यम व मोठ्या उद्योगांच्या निर्मितीमुळे अल्पविकसित देशातील ग्रामीण व विशेषत: शेती क्षेत्रातील श्रमिकांना रोजगार उपलब्ध होतो. भारतात मध्यम व मोठ्या उद्योगात लक्षावधी लोकांना रोजगार उपलब्ध झाल्याने बेकारीच्या प्रश्नाची तीव्रता कमी करण्यासाठी हे उद्योग हातभार लावतात.

(४) शेतीक्षेत्राचा विकास : औद्योगिकरण आणि शेतीचा विकास यांचा

निकटचा संबंध आहे. शेती विकासासाठी आवश्यक असलेली ट्रॅक्टरसारखी भांडवली यंत्रे, विजपंप, मळणीयंत्र, अवजारे, रासायनिक खते, कीटकनाशके इत्यादींचे उत्पादन मध्यम व मोठ्या उद्योगातून होते अशा उत्पादनामुळे शेतीची उत्पादकता वाढते; अनेक कृषिउद्योगांमुळे शेतीतील कच्च्या मालाची मागणी वाढते त्यामुळे शेती विकासाला चालना मिळते.

(५) विदेशी व्यापाराला प्रोत्साहन : जेव्हा मध्यम आणि मोठ्या उद्योगातून देशांतर्गत गरजेपेक्षा अधिक उत्पादन होते तेव्हा अशा अतिरिक्त मालाची परदेशात निर्यात केली जाते; त्यामुळे अल्पविकसित देशांना दुर्मिळ परकीय चलन मिळते. या परकीय चलनाचा उपयोग अत्यावश्यक आयातीसाठी करता येतो.

(६) मजबूत औद्योगिकरणाचा पाया : आर्थिक विकास आणि औद्योगिकरण यांचा निकटचा संबंध असून अर्थव्यवस्थेत मध्यम व मोठे उद्योग स्थापन झाल्यामुळे देशाचा औद्योगिकरणाचा पाया मजबूत होतो.

(७) बाजारपेठांचा विकास : देशात विविध प्रकारच्या मध्यम व मोठ्या उद्योगांमुळे बाजारपेठांचा विकास व विस्तार होतो. औद्योगिक कच्च्या मालाच्या बाजारपेठा व औद्योगिकक्षेत्रातून उत्पादित झालेल्या पक्क्या मालाच्या बाजारपेठांमधील उलाढाल वाढते; अशा बाजारापेठातून इतर पूरक व्यवसायांचा विकास घडून येतो.

(८) सरकारला कर उत्पन्न : औद्योगिक क्षेत्र हे संघटित असल्याने आणि औद्योगिक क्षेत्रातून निश्चितपणे उत्पादन व उत्पन्न मिळत असल्याने सरकारला महामंडळ कर, विक्रीकर, उत्पादनकर, जकात यासारख्या मार्गाने उत्पन्न मिळविता येते शिवाय कर वसुलीचा खर्च कमी असतो.

(९) शेतीवरील लोकसंख्येचा भार कमी होतो : भारतात शेतीत फार मोठी लोकसंख्या गुंतलेली आहे; त्यामुळे शेतीत छुपी बेकारी मोठ्या प्रमाणात आहे. अर्थव्यवस्थेत मध्यम व मोठे उद्योग स्थापन झाल्यामुळे शेतीतील श्रमिकांना रोजगार संधी उपलब्ध होऊन शेतीवरील लोकसंख्येचा भार कमी होतो. औद्योगिक प्रगत देशात शेतीवर अवलंबून असणारी लोकसंख्या घटून शेतीत २ ते ५% पेक्षा कमी श्रमिक काम करतात.

(१०) राष्ट्रीय उत्पन्नात वाढ : मध्यम व मोठ्या उद्योगातून मोठ्या प्रमाणात औद्योगिक उत्पादन होते. त्यामुळे राष्ट्रीय उत्पन्न वाढते. राष्ट्रीय उत्पन्न वाढल्याने दरडोई उत्पन्न वाढत जाते. भारतात आर्थिक नियोजन काळात औद्योगिकरणावर भर देण्यात आल्याने औद्योगिकरणाचा राष्ट्रीय उत्पन्नातील वाटा वाढत गेला आहे.

(११) तंत्रज्ञानाचा विकास : मध्यम आणि मोठ्या उद्योगात मोठ्या प्रमाणात अत्याधुनिक उत्पादनतंत्राचा अवलंब करून उत्पादन केले जाते. शिवाय औद्योगिक क्षेत्रात अल्पावधीत प्रगत तंत्रज्ञान वापरले जाते. त्यामुळे वैज्ञानिक व तांत्रिक प्रगतीला

चालना मिळते. ज्या गोष्टी अशक्य वाटतात, त्या तांत्रिक प्रगतीमुळे उपलब्ध होतात. देशाच्या तांत्रिक प्रगतीवरून आर्थिक विकासाचा दर ठरत असतो.

३.४ आर्थिक उदारीकरणानंतर सार्वजनिक क्षेत्राची भूमिका

(Role of Public Sector in the Post liberalization Era)

१९९१ पासून भारतातील सार्वजनिक क्षेत्राच्या भूमिकेत मोठ्या प्रमाणात बदल झाला.

अ) १९९१ पासून सरकारने सार्वजनिक क्षेत्रातील उद्योग मजबूत करणे, कमी महत्त्वाच्या उद्योगांचे खासगीकरण आणि दुर्बल उद्योगांचे पुनर्वसन या तीन गोष्टींचा अवलंब केला. सार्वजनिक क्षेत्रातील उद्योगांच्या कामगिरीत सुधारणा घडवून आणण्यासाठी उद्योगांचे पुनरुज्जीवन करणे, आर्थिक पुनर्बांधणी करणे, मनुष्यबळाचा योग्य वापर, उद्योगांची योग्य देखभाल करणे इत्यादी मार्ग स्वीकारण्यात आले.

ब) सार्वजनिक क्षेत्रातील उद्योगांना अधिक स्वायत्तता देण्यासाठी आणि या उद्योगांकडून अपेक्षित उद्दिष्टे साध्य करण्यासाठी सरकारने १९९८ पासून समजुतीचा ठराव स्वीकारला त्यामुळे काही उद्योगसंस्थांच्या कामगिरीत सकारात्मक सुधारण झाली.

क) अपगुंतवणुकीचे (Disinvestment) धोरण स्वीकारण्यात आले. २०००-०१ मध्ये १०,००० कोटी रुपये गुंतवणूक कमी करून मिळविणे अपेक्षित होते. प्रत्यक्षात २५०० कोटी रुपये मिळाले. सरकारचे २७ कंपन्याचे खासगीकरण करण्यास मान्यता दिली.

ड) सार्वजनिक क्षेत्रातील उद्योग अधिक कार्यक्षम आणि स्पर्धात्मक बनविण्यासाठी नफा मिळविणाऱ्या सार्वजनिक उद्योगांना स्वायत्तता दिली आहे. स्वायत्ततेच्या दर्जानुसार अशा उद्योगांना 'नवरत्न' आणि 'मिनीरत्न' म्हणून ओळखले जाते.

ई) १९९२ मध्ये राष्ट्रीय नूतनीकरण निधी निर्माण केला. हा निधी सार्वजनिक क्षेत्रातील उद्योगांचे आधुनिकीकरण, तांत्रिक दर्जावृध्दी, कामगारांचे हितसंरक्षण करणे यासाठी वापरावयाचा होता.

फ) बहुतेक राज्यात राज्य सरकारच्या अधिकारातील उद्योगसंस्था आजारी आणि तोट्यात होत्या. त्यांचा भार सरकारी तिजोरीवर पडत होता. त्यासाठी अनेक राज्यसरकारांनी पुनर्बांधणीच्या सर्वंकष योजना आखल्या आहेत.

ह) १९९९-२००० मध्ये अल्प नफा मिळविणाऱ्या सार्वजनिक क्षेत्रातील उद्योगसंस्थांमध्ये स्वेच्छनिवृत्ती योजना सुरू करण्यात आली.

आर्थिक सुधारणा कार्यक्रम राबविण्याची सुरुवात होऊन आता जवळ-जवळ २० वर्षे झाली. या काळात सार्वजनिक क्षेत्राचे महत्त्व कमी झाले. परंतु, आजही सार्वजनिक क्षेत्राची भूमिका अर्थव्यवस्थेमध्ये महत्त्वाची आहे. स्थूल देशांतर्गत उत्पादनात या क्षेत्राचा वाटा अद्यापही जवळ-जवळ एक चतुर्थांश आहे. मात्र, एकूण भांडवलाच्या साठ्यात या क्षेत्राचा वाटा कमी झाला आहे.

आर्थिक सुधारणांमुळे खासगी क्षेत्रात स्थिर भांडवली साठ्यात वाढ झाली आणि सार्वजनिक क्षेत्राचा वाटा कमी झाला आहे.

आर्थिक सुधारणांचा कार्यक्रम राबविण्यास सुरुवात झाल्यानंतर सार्वजनिक क्षेत्रातील उपक्रमांच्या संख्येत चढ-उतार झाले असले तरी या उपक्रमांच्या उलाढालीत सातत्याने वाढ झालेली आहे. नफ्यात वाढ झालेली आहे. सरकारच्या तिजोरीत मोठ्या प्रमाणावर भर टाकली जात आहे.

काही महत्त्वाच्या औद्योगिक उत्पादनात सार्वजनिक क्षेत्राचा वाटा खूपच मोठा आहे. कोळसा, पेट्रोलियम, लिग्नाईट, जस्त या वस्तू राष्ट्रीय उत्पादनात सार्वजनिक क्षेत्राचा वाटा ८०% पेक्षा जास्त आहे. तर पोलाद प्राथमिक शिसे, ॲल्युमिनियम या उत्पादनांचा वाटा ३० ते ७९ % यांचा दरम्यान आहे.

आर्थिक सुधारणांचा कार्यक्रम राबविल्यामुळे सार्वजनिक क्षेत्राची व्याप्ती कमी करून खासगी क्षेत्राची व्याप्ती वाढविण्यात आली. सार्वजनिक क्षेत्रात अनेक सुधारणा कार्यक्रम राबविले. त्यामुळे सार्वजनिक क्षेत्राची उत्पादकता आणि कार्यक्षमता वाढली आहे. नफ्यात वाढ झाली व्यवस्थापनास मोठ्या प्रमाणावर कार्यात्मक स्वायत्तता देण्यात आली तोट्यातील आणि आजारी उद्योगसंस्थांसाठी निर्गुंतवणुकीसारख्या मार्गांचा अवलंब करण्यात आला. किंमत धोरणात बदल, अतिरिक्त श्रमिक कमी करण्यासाठी स्वेच्छानिवृत्ती योजना, राष्ट्रीय नूतनीकरण निधी इत्यादी अनेक उपाययोजना सरकारने सातत्याने राबविल्या; त्यामुळे या क्षेत्राची उत्पादकता आणि कार्यक्षमता वाढण्यास मदत झाली.

आजही स्थूल देशांतर्गत उत्पादनात सार्वजनिक क्षेत्राचा मोठा वाटा, भांडवल निर्मितीत महत्त्वपूर्ण सहभाग, औद्योगिकरणाचा भक्कम पाया, पायाभूत सुविधांचा विकास, समतोल प्रादेशिक विकास, आयात पर्यायीकरण, निर्यात प्रोत्साहन, निर्णायक क्षेत्रात वर्चस्व, रोजगार निर्मिती, इत्यादी दृष्टिकोनातून सार्वजनिक क्षेत्राचे महत्त्व टिकून आहे.

३.५ औद्योगिक उदारीकरणानंतर सार्वजनिक उद्योगांची वाटचाल :

(Progress of Public Sector in the Post Liberalization Era)

सार्वजनिक उद्योगक्षेत्र पन्नाशीमध्ये अस्तित्वात आले आणि त्यानंतरच्या चार दशकांत भारत सरकारने त्या क्षेत्रात मोठीच गुंतवणूक केली. त्यातल्या काही कंपन्यांनी

चांगली कामगिरी केली आणि एक चांगला औद्योगिक पाया रचण्यात मोठाच हातभार लावला; असे असले तरी सर्वच सार्वजनिक कंपन्यांची कामगिरी तितकी वाखाणण्याजोगी नव्हती आणि त्या क्षेत्राबद्दल नेहमीच टीका होत राहिली. नव्वदीमध्ये सर्वच अर्थचित्र पालटले आणि सार्वजनिक क्षेत्राचीही वाटचाल निराळ्या, खुल्या आणि स्पर्धात्मक वातावरणात होऊ लागली. या स्पर्धेला तोंड देण्याकरिता त्या कंपन्या सज्ज होत्या असे दिसत नाही. त्या क्षेत्रातल्या बऱ्याच कंपन्या तोट्यात चालणाऱ्या, उत्पादनक्षमता वापरू न शकणाऱ्या, विक्री-व्यवस्था बेताबाताचीच असलेल्या आणि मनुष्यबळ विकासाकडे दुर्लक्ष करणाऱ्या अशा म्हणता येतील.

गेल्या दशकात सरकारतर्फे होणारी सार्वजनिक क्षेत्रातली गुंतवणूक कमी झाली आणि त्या क्षेत्राचे महत्त्व कमी होत गेले. त्या क्षेत्रातल्या काही कंपन्यांचे खासगीकरण करण्यात आले, तर काहींचे भागभांडवल खुल्या बाजारात विक्रीला काढले गेले. निर्गुंतवणुकीची प्रक्रियाही राबवण्याचा प्रयत्न झाला; पण तोट्यात चालणाऱ्या कंपन्यांचे भागभांडवल मोठ्या प्रमाणावर कोण विकत घेणार! शिवाय त्या कंपन्यांमधील कामगार संघटनांनी नव्या आर्थिक धोरणाला नेहमीच विरोध दाखवला. काही डाव्या विचारसरणीच्या राजकीय पक्षांनीही खासगीकरण / निर्गुंतवणूक या प्रक्रियांना विरोध केलाच.

सार्वजनिक उद्योगांमधल्या बऱ्याच कंपन्यांचा एक मोठा प्रश्न म्हणजे त्यांनी उत्पादन केलेल्या मालाची किंमत ठरवण्याचा. त्या कंपन्यांच्या व्यवस्थापकांना किमती ठरवण्याचे अधिकार असतातच असे नाही; शिवाय सार्वजनिक हित लक्षात घेऊन कमी किमतीत माल विकण्याचे त्यांच्यावर बंधन असते. खुल्या अर्थव्यवस्थेत व्यवसाय चालवायचा पण मालाची किंमत मात्र सरकारी धोरणांनुसार ठरवायची; असा प्रकार दिसू लागला. आपला उत्पादनखर्चही त्यातून वसूल होणार नसेल तर त्या व्यवस्थापकांची कोंडी होणारच. त्यावर सर्वमान्य असा तोडगा शोधण्यात शासनाला अजून तरी यश आले नाही. पेट्रोल, डिझेल व केरोसीन या पेट्रोलियम पदार्थांच्या किमतीबाबत ही परिस्थिती उद्भवली. सर्वांनीच परिचित अशी ही बाब या संदर्भात नोंदवता येईल.

सार्वजनिक क्षेत्राबाबत एक नवा प्रयोग राबवला जात आहे, त्याचे स्वागत करायला हवे. तो प्रयोग म्हणजे सार्वजनिक आणि खासगी भागीदारीचा. या संदर्भातल्या सरकारी प्रयत्नांना खासगी उद्योगपतींनी सक्रिय पाठिंबा दिला आहे. प्रकल्पांची आखणी, साधनसामग्रींची जुळवाजुळव, व्यवस्थापकीय बाबी संयुक्त प्रयत्नांमुळे सुरळीत पार पडतील अशी अपेक्षा आहे.

भागीदारीच्या तत्त्वावर राबवला जाणारा एक अभिनव मार्ग म्हणजे 'बांधा, व्यवस्थापन सांभाळा आणि हस्तांतर करा' (Build, Operate and Transfer - BOT). पायाभूत उद्योग या तत्त्वावर राबवले जातात आणि त्यांना उत्तम प्रतिसाद

मिळतो, असा अनुभव काही देशांमध्ये आला आहे. त्या अनुभवाच्या जोरावर भारतातही ते प्रयोग सुरू आहेत. एखादा महामार्ग, खाडीवरचा पूल, विमानतळ असे प्रकल्प या तत्त्वांवर राबवणे सोयीचे असते. सरकारतर्फे असा एखादा प्रकल्प वाटाघाटी करून खासगी कंत्राटदारांकडे सोपविला जातो. तो प्रकल्प पुरा करण्याची तसेच तो एका निश्चित काळाकरिता (२५- वर्षे अथवा जास्त) राबवण्याची जबाबदारी त्या कंत्राटदाराची असते. त्यानंतर तो प्रकल्प सरकारकडे हस्तांतरित करायचा असतो.

'भागीदारी' किंवा 'बीओटी' पद्धतीमुळे सार्वजनिक क्षेत्रात अनुभवाला आलेल्या अडचणी दूर व्हायला निश्चित मदत होईल. राष्ट्रीय उत्पन्नातला सार्वजनिक क्षेत्राचा वाटा एक चतुर्थांश म्हणजे बराच मोठा होय. हे लक्षात घेतल्यास या उद्योगांसंबधी सरकारने सर्व संबंधित घटकांच्या सल्ल्याने निश्चित धोरण आखायला हवे. त्यात कामगार-संघटना, ग्राहक-संघटना, व्यवस्थापन आणि संबंधित शासकीय खाते यांचा समावेश करता येईल. शिवाय राजकीय पातळीवर मतैक्य हवेच. तसे शक्य झाल्यास या क्षेत्राकडून भारताच्या भविष्यातील प्रगतीला मोठे योगदान प्राप्त होऊ शकते.

३.६ १९९१ च्या औद्योगिक धोरणाचे मूल्यमापन
(Evaluation of Industrial Policy 1991)

औद्योगिक धोरण ही व्यापक संकल्पना असून देशातील उद्योगांवर नियंत्रण ठेवण्याच्या पद्धती औद्योगिक रचना, तत्त्वे, धोरणे, उद्योगाविषयीचे नियम व नियंत्रणे, परवानापद्धती इत्यादींचा त्यात समावेश होतो. विविध प्रकारच्या उद्योगांशी संबंधित नियम, नियंत्रणे, परवानापद्धती, गुंतवणूक, स्थाननिश्चिती, वित्तपुरवठा, व्यवस्थापन, मालक-कामगार संबंध इत्यादी उद्योगासंबंधीच्या बाबींचा विचार करून सरकारकडून जे धोरण आखले जाते त्यास 'औद्योगिक धोरण' असे म्हणतात.

भारतात स्वातंत्र्यप्राप्तीनंतर १९४८, १९५६ आणि १९७७ मध्ये व्यापक औद्योगिक धोरणे निश्चित करण्यात आली होती. १९९१ चे औद्योगिकधोरण पूर्वीच्या औद्योगिक धोरणापेक्षा वेगळे आहे.

- **१९९१ च्या औद्योगिक धोरणाचे मूल्यमापन -** करताना प्रथम १९९१ चे औद्योगिक धोरण नेमके काय आहे हे पाहू.

२४ जुलै १९९१ रोजी भारताचे पंतप्रधान श्री. नरसिंहराव यांनी नवे औद्योगिक धोरण जाहिर केले. त्याच वर्षात भारताने नवीन आर्थिक धोरण स्वीकारले होते. नव्या आर्थिक धोरणात उदारीकरण, खासगीकरण, जागतिकीकरण, स्पर्धात्मकता यास प्राधान्य देण्यात आले. त्या दृष्टीने नवीन औद्योगिक धोरण जाहिर करण्यात आले. नवीन आर्थिक धोरणाची उद्दिष्टे पुढीलप्रमाणे –

१) भारतीय अर्थव्यवस्थेला नोकरशाहीच्या अनावश्यक जोखडातून मुक्त करणे.
२) भारतीय अर्थव्यवस्थेत उदारीकरण आणून तिला जागतिक अर्थव्यवस्थेशी जोडण्याच्या दृष्टीने आवश्यक असे उदार धोरण स्वीकारणे.
३) भारतीय उद्योगांना जागतिक अर्थव्यवस्थेच्या प्रवाहात आणणे.
४) मक्तेदारी आणि प्रतिबंधक व्यवहार कायद्याच्या (MRTP Act) नियंत्रणापासून देशातील खासगी उद्योग मुक्त करणे.
५) प्रत्यक्ष विदेशी गुंतवणुकीवरील निर्बंध कमी करणे.
६) सार्वजनिक क्षेत्राची व्याप्ती कमी करणे. दीर्घकाळ मोठ्या प्रमाणात होणाऱ्या तोट्यामुळे आजारी असलेले सार्वजनिक उद्योग बंद करणे.
७) औद्योगिक परवाना पद्धती शिथिल करणे.

नवीन औद्योगिक धोरणात पुढील घटकांचा समोवश केला आहे अथवा सरकारने पुढील क्षेत्रातील धोरणात आवश्यक त्या सुधारणा केल्या आहेत.

१) नवे औद्योगिक परवाना धोरण : या औद्योगिक धोरणात सरकारच्या भूमिकेत बदल करण्याचे ठरविण्यात आले; म्हणजे उद्योगावर नियंत्रण ठेवण्यापेक्षा उद्योगांना मदत आणि मार्गदर्शन करण्याची भूमिका सरकारने घेण्यावर भर देण्यात आला. त्यासाठी सरकारच्या औद्योगिक परवाना पद्धतीत पारदर्शकता आणण्याचे ठरविण्यात आले. त्याचप्रमाणे परवाना देण्यातील दिरंगाई टाळण्यासाठी परवाना पद्धती साधी, सोपी, सुटसुटीत करण्याचे ठरविण्यात आले. त्यासाठी ठराविक उद्योगाशिवाय इतर उद्योगांच्या बाबतीत परवाना सक्तीचा राहील. परंतु, त्यात मुख्यत: देशाच्या सुरक्षिततेच्या दृष्टीने तसेच सामाजिक हिताच्या दृष्टीने महत्त्वाच्या उद्योगांचा समावेश आहे; त्याचप्रमाणे प्रदूषण निर्माण करणाऱ्या उद्योगांना परवाना सक्तीचा राहील.

अनुसूची ११ मध्ये नमूद केलेले १८ प्रकारचे उद्योग सोडले तर इतर सर्व उद्योगांसाठी परवान्याची आवश्यकता राहणार नाही. कोळसा, दारूची पेये, साखर, सिगारेट, चामडी, कागद, औद्योगिक स्फोटके, औषधी वस्तू, रंगीत टेलिव्हीजन,व्ही.सी.आर., टेपरेकॉर्डर, इ. करमणुकीची इलेक्ट्रॉनिक्स सामग्री, घरगुती टिकाऊ वस्तू, फ्रीज, वॉशिंग मशीन, पेट्रोलियम आणि पेट्रोलियम पदार्थ, तंबाखू पदार्थ इ. १८ वस्तूंमध्ये समावेश आहे.

लघुउद्योगांसाठी राखीव वस्तूंचे उत्पादन करण्यासाठी लघुउद्योगांना परवाना देण्याची सक्ती नसते.

सार्वजनिक क्षेत्रात राखीव उद्योग : शस्त्रास्त्रे, दारूगोळा, युद्धासाठी हवाई जहाजे व सागरी नौका, अणुऊर्जा, कोळसा, खनिज तेले, विविध धातूंच्या खाणी, इ. वस्तूंचे उत्पादन करणारे उद्योग सार्वजनिक क्षेत्रासाठी राखीव असतील.

२) विदेशी गुंतवणूक : आर्थिक विकासाच्या दृष्टीने प्राधान्य क्रमावरच्या उद्योगांना, मोठ्या प्रमाणावर भांडवल गुंतवणूक करणाऱ्या उद्योगांना तसेच प्रगत तंत्रज्ञान असणाऱ्या उद्योगांना भागभांडवलापैकी ५१ पर्यंत गुंतवणुकीला मान्यता देण्यात आली.

तसेच भारताची निर्यात वाढविण्यासाठी भारतीय व्यापारी उद्योगांना मदत करणाऱ्या विदेशी व्यापारी कंपन्यांना उत्तेजन देण्याचे या धोरणात ठरविण्यात आले.

एक विशेष मंडळ नेमून त्याद्वारे विदेशातील मोठ्या व्यापारी कंपन्यांशी गुंतवणूक आणि तंत्रज्ञानाचा विकास याबाबतीत वाटाघाटी करण्यात येतील.

३) विदेशी तंत्रज्ञान : नव्या औद्योगिक धोरणात भारतीय उद्योगांना विदेशी तंत्रज्ञान मिळविण्यासाठी विदेशी कंपन्यांशी तंत्रज्ञान सहयोग करार करण्याचे स्वातंत्र्य देण्यात आले. तंत्रज्ञान हस्तांतरणासंबंधी करार करण्याचे स्वातंत्र्य देण्यात आले.

४) सार्वजनिक क्षेत्राबाबत धोरण : सार्वजनिक उपक्रमांचा सरकारी तिजोरीवर पडणारा भार दूर करण्यासाठी अत्यल्प नफा देणारे तसेच तोट्यात चालणारे सार्वजनिक उद्योग क्रमशः बंद करण्याचा सरकारचा विचार आहे.

सार्वजनिक क्षेत्रात स्पर्धा निर्माण करण्यासाठी खासगी क्षेत्राचा सार्वजनिक क्षेत्रात समावेश केला जाईल; तसेच सार्वजनिक क्षेत्रातील जनतेचा सहभाग वाढविण्यासाठी या उद्योगातील काही भागभांडवल, म्युच्युअलफंड, वित्तीय संस्था, सर्वसामान्य जनता आणि कामगार यांना विकले जाईल.

सार्वजनिक क्षेत्रातील व्यवस्थापन कार्यक्षम आणि जबाबदार होण्यासाठी सार्वजनिक उद्योगातील व्यवस्थापनाला सरकार मोठ्या प्रमाणात स्वायत्तता देणार आहे; आजारी उद्योगांचे अंदाजपत्रकीय साहाय्य कमी केले जाईल.

सतत मोठ्या प्रमाणात तोटा झाल्यामुळे आजारी असलेले सार्वजनिक उद्योग पुनरुज्जीवनासाठी औद्योगिक आणि वित्तीय पुनर्ररचना महामंडळ (BIFR) यांच्याकडे सोपविले जातील.

५) मक्तेदारी कायद्यात दुरुस्ती : मक्तेदारी आणि प्रतिबंधक व्यवहार कायदा (MRTP) नव्या उदात्तीकरणाच्या वातावरणात बदल करणे आवश्यक होते; त्या दृष्टीने हा कायदा दुरुस्त करण्यात आला.

मक्तेदारी उद्योगातील गुंतवणुकीची कमाल मर्यादा रद्द केल्यामुळे आता कोणत्याही उद्योगाला किंवा उद्योगसमूहाला आपल्या आकारमानात वाढ करण्यासाठी, नवीन प्रकल्प सुरू करण्यासाठी, प्रकल्पांच्या एकत्रीकरणासाठी तसेच संचालकांची नियुक्ती करण्यासाठी केंद्र सरकारची परवानगीची गरज नाही.

परवान्याची सक्ती केलेल्या १८ उद्योगांपैकी मोटारकार, पांढरपेशा वर्गाच्या वापराच्या गृह वस्तू, कच्ची कातडी या तीन वस्तूंना एप्रिल १९९३ मध्ये परवाना

घेण्याच्या पद्धतीतून वगळले. तसेच परकीय गुंतवणुकीला आपोआप मान्यता मिळणाऱ्या उद्योगात संयुक्त आघाडी सरकारने डिसेंबर १९९६ मध्ये आणखी १६ उद्योगांची भर घातली.

त्याचप्रमाणे मूलभूत धातू, अलोह धातू, अपांरपरिक ऊर्जास्त्रोत, तेल आणि वायू , सागरी हवामान विषयक व भूगर्भ संशोधन साधने, वीज निर्मिती, साठवण यंत्रणा, रस्ते वाहतूक इ. संबंधित आणखी उद्योगांच्या भागभांडवलात ७४% परकीय सहभागाला परवानगी देण्यात आली.

औद्योगिक धोरणाचे मूल्यमापन/परीक्षण

१९९१ च्या नवीन औद्योगिक धोरणांचे यशापश किंवा फायदे,दोष पुढील प्रमाणे सांगता येतात.

अ) यश किंवा फायदे

१) नवीन औद्योगिक धोरणाचे 'परमिट राज' समाप्त करण्याची भारतीय उद्योगाची बऱ्याच दिवसांची मागणी पूर्ण झाली व नोकरशाहीचा वरचष्मा कमी झाला.

२) MRTP कंपन्यांवर मालमत्तेच्या मर्यादेबाबत जी बंधने होती ती काढून टाकण्यात आली. त्यामुळे कंपन्यांच्या विकासाला चालना मिळाली.

३) नोकरशाही व राजकारणी यांच्याकडून औद्योगिक प्रगतीमध्ये निर्माण केले जाणारे अडथळे कमी झाले.

४) कंपन्यांनाचे एकत्रीकरण, ताब्यात घेणे, विलिनीकरण याबाबत उद्योगांना पूर्ण स्वांतत्र्य प्राप्त झाले.

५) कंपन्यांचे विविधीकरण, विस्तार आणि आधुनिकीकरण करून यासाठी भांडवल उभारणी करणे सुलभ झाले.

६) सार्वजनिक क्षेत्रातील खासगी सहभागामुळे स्पर्धा आणि व्यवसायाभिमुखता वाढवण्यास मदत झाली.

ब) दोष किंवा अपयश

नवीन औद्योगिक धोरणामुळे पुढील संकटे निर्माण होण्याची शक्यता वाढली आहे.

१) विदेशी भांडवलाचा वाढता धोका : नव्या औद्योगिक धोरणावर महत्त्वाची टीका करण्यात येते, ती म्हणजे मुक्त विदेशी भांडवल भारताच्या सार्वभौमत्वाला धोका आमंत्रित करण्याचे आहे. मोठ्या प्रमाणावर भांडवलाची आयात केल्यास भारतीय अर्थव्यवस्था विदेशींच्या ताब्यात जाण्याची आणि सार्वभौमत्वाला धोका निर्माण होण्याची भीती व्यक्त केली जाते. परंतु, सार्वभौमत्वाला विदेशी भांडवलापासून

धोका नाही असा निर्वाळा पंतप्रधान डॉ. मनमोहनसिंग यांनी अनेक वेळा दिला आहे. थायलंड, मलेशिया बरोबरच चीनमध्ये भारतापेक्षा विदेशी भांडवल आहे.

२) मक्तेदारी वाढण्याचा धोका : नव्या औद्योगिक धोरणात मक्तेदारी शिथिल करण्याचा हेतू आहे परंतु हा कायदा शिथिल झाल्यास भारतीय अर्थव्यवस्थेत मोठ्या प्रमाणात विषमता निर्माण होईल. हा फार मोठा धोका मानला जातो.

३) प्रादेशिक विषमता : नव्या औद्योगिक धोरणानुसार स्थान संबंधी काटेकोरपणा नसल्याने आणि उद्योगात स्थान निश्चितीबाबत स्वातंत्र्य असल्याने प्रादेशिक विषमता निर्माण होण्याचा धोका आहे.

४) लघुउद्योगांना मारक : नव्या औद्योगिक धोरणामुळे मोठ्या उद्योगांना कोणत्याही क्षेत्रात प्रवेश करण्याचे स्वातंत्र्य आहे. साहजिकच लघुउद्योगांच्या क्षेत्रात मोठे उद्योग प्रवेश करण्याचा धोका आहे, त्यामुळे लघुउद्योग अडचणीत येण्याचा धोका आहे.

६) बेकारीत वाढ होण्याची शक्यता : या धोरणामुळे स्पर्धा वाढणार असून स्पर्धेत टिकण्यासाठी नवे तंत्रज्ञान वापरले जाते. हे तंत्रज्ञान श्रमाची बचत करणारे आहे त्यामुळे बेकारी वाढेल.

७) सार्वजनिक क्षेत्रासंबंधीची टीका : सार्वजनिक क्षेत्रात आजारी उद्योग औद्योगिक आणि वित्तीय पुनर्रचना मंडळाकडे (BIFR) सोपविण्याचा निर्णय घेतल्याने कामगारांच्या संभाव्य बेकारीकडे दुर्लक्ष केले. तसेच सरकारची निर्गुंतवणूक आणि आजारी सार्वजनिक उद्योगांची मालकी खासगी क्षेत्राकडे हस्तांतरित करण्याची नीती संशयास्पद आहे, कारण उत्तरप्रदेश सरकारने सार्वजनिक क्षेत्रातील सिमेंट उद्योगाच्या मालमत्तचे निव्वळ मूल्य रु. ३०६ कोटी होते, हा कारखाना उद्योगपती दालमिया यांना फक्त ५१ कोटी रु.मध्ये विकला.

८) अस्थिरता : मेक्सिको, ब्राझील, थायलंड, मलेशिया, इंडोनिशिया इ. अर्थव्यवस्था परकीय भांडवल काढून घेतल्याने अस्थिर झाल्या होत्या. हे संकट भारतात निर्माण होऊ शकते.

९) कमी महत्त्वाच्या वस्तूंचे उत्पादन : परकीय भांडवल प्राधान्यकृत क्षेत्रातील महत्त्वाच्या उद्योगात गुंतविले जाण्याऐवजी कमी महत्त्वाच्या उपभोग्य वस्तूंच्या उत्पादनात गुंतविले जाईल. सरकारने पेप्सी, कोकाकोला कंपन्यांना दिलेल्या परवानगीने ही भीती खरी ठरली आहे.

१०) अवास्तव अवलंबित्वाचा धोका : दक्षिण अमेरिका खंडातील देश, पूर्व आशिया खंडातील देश व रशिया यांच्यावर कोसळलेल्या आर्थिक संकटांमुळे

बाजारयंत्रणा, उदारीकरण आणि जागतिकीकरण यांच्यावरील अवास्तव अवलंबित्व धोकादायक आहे, हे दाखवून दिले आहे.

प्रश्न

प्र. १. खालील प्रश्नांची प्रत्येकी २० शब्दांत उत्तरे लिहा.

१) औद्योगिकीकरणाची व्याख्या सांगा.
२) आर्थिक विकासातील औद्योगिकीकरणाची भूमिका म्हणजे काय?
३) मोठे, मध्यम व लघुउद्योग म्हणजे काय?
४) 'सार्वजनिक क्षेत्र' म्हणजे काय?
५) १९९१ चे औद्योगिक धोरण म्हणजे काय?

प्र. २. खालील प्रश्नांची प्रत्येकी ५० शब्दांत उत्तरे लिहा.

१) आर्थिक विकासातील औद्योगिकीकरणाची भूमिका थोडक्यात सांगा.
२) लघुउद्योगाचे महत्त्व थोडक्यात सांगा.
३) उदारीकरणानंतर सार्वजनिक क्षेत्राचे महत्त्व थोडक्यात सांगा.
४) नवीन १९९१ च्या औद्योगिक धोरणाची उद्दिष्टे सांगा.

प्र. ३. खालील प्रश्नांची प्रत्येकी १५० शब्दांत उत्तरे लिहा.

१) आर्थिक विकासातील औद्योगिकीकरणाची भूमिका, महत्त्व स्पष्ट करा.
२) मोठया, मध्यम व लघुउद्योगाची भूमिका स्पष्ट करा.
३) औद्योगिक उदारीकरणानंतर सार्वजनिक क्षेत्राची भूमिका स्पष्ट करा.
४) १९९१ च्या औद्योगिक धोरणाचे मूल्यमापन करा.

प्र. ४. खालील प्रश्नांची प्रत्येकी ३०० शब्दांत उत्तरे लिहा.

१) आर्थिक विकासातील औद्योगिकीकरणाची भूमिका विशद करा.
२) १९९१च्या औद्योगिक धोरणाचे मूल्यमापन करा.

◆◆◆

प्रकरण ४

१९९१ पासूनच्या भारतातील पायाभूत सुविधा
(Infrastructure in India Since 1991)

४.१ प्रास्ताविक

४.२ पायाभूत सुविधांचे आर्थिक विकासातील महत्त्व
(Importance of Infrastructure in Economic Development)

४.३ मूलभूत पायाभूत क्षेत्रांच्या विकासाठी सार्वजनिक विरुद्ध खाजगी गुंतवणूक / आधार संरचनेच्या विकासासाठी सार्वजनिक ऐवजी खासगी गुंतवणूक (Public Versus Private Investment in Infrastructure Development)

४.१ प्रास्ताविक (Introduction)

कोणत्याही देशाच्या अर्थव्यवस्थेचा आर्थिक विकास घडून येण्यासाठी पायाभूत सुविधांची आवश्यकता असते. या पायाभूत सुविधांना मूलभूत सुविधा, किंवा सामाजिक वरकड भांडवल (social over - head capital) असेही म्हणतात. पायाभूत सुविधा उत्पादन कार्याला अप्रत्यक्षपणे मदत करतात.

पायाभूत सुविधांमध्ये मुख्यत: ऊर्जा, वाहतूक, दळणवळण, पाणीपुरवठा, बँक, व्यवसाय, विज्ञान व तंत्रज्ञान, आरोग्य, शिक्षण इत्यादींचा समावेश होतो. प्राथमिक, द्वितीय, तृतीय क्षेत्रातील उत्पादनासाठी या पायाभूत सुविधा किंवा मूलभूत सेवांची मोठ्या प्रमाणात आवश्यकता असते.

व्याख्या :

(१) ज्या सुविधा सार्वजनिक संस्थेमार्फत किंवा सार्वजनिक नियंत्रण असलेल्या खासगी संस्थेमार्फत नियंत्रित केलेल्या दराने पुरविल्या जातात; त्यांना 'पायाभूत सुविधा' असे म्हणतात.

(२) ज्या क्षेत्रातील गुंतवणुकीमुळे खासगी क्षेत्राला बाह्यबचती उपलब्ध होतात, त्यांना 'पायाभूत सुविधा' असे म्हणतात.

(३) ज्या सुविधा / सुधारणांच्या निर्मितीसाठी मोठ्या भांडवल गुंतवणुकीची आवश्यकता असते आणि अशा भांडवल गुंतवणुकीच्या परतफेडीचा दर अतिशय कमी असतो; शिवाय अशा सुविधा प्रत्यक्षात कार्यरत होण्यासाठी लागणारा कालावधी जास्त असतो अशा सुविधांना 'पायाभूत सुविधा' किंवा 'मूलभूत सुविधा' असे म्हणतात.

पायाभूत सुविधांच्या निर्मितीसाठी फार मोठ्या प्रमाणात भांडवल गुंतवणुकीची आवश्यकता असते आणि अशा गुंतवणुकीच्या परतफेडीचा दर अतिशय कमी असतो; शिवाय अशा सेवा प्रत्यक्षात कार्यरत होण्यासाठी लागणारा कालावधीसुद्धा जास्त असतो, त्यामुळे खासगी क्षेत्र अशा प्रकारची गुंतवणूक करण्यास उत्सुक नसते; म्हणून भारतात अनेक पायाभूत सुविधा सार्वजनिक क्षेत्राकडून पुरविल्या जातात. स्वातंत्र्य प्राप्तीनंतर अनेक वर्षे या सुविधा पुरविण्याची हमी सरकारने घेतली होती. अलीकडे मात्र सरकारच्या या भूमिकेत बदल झाला आहे; पायाभूत सुविधांची जबाबदारी खासगी क्षेत्रावर सोपविली जात आहे. पूर्वीच्या औद्योगिक धोरणात मूलभूत-पायाभूत सुविधा सार्वजनिक क्षेत्रासाठी राखीव ठेवण्यात आल्या होत्या. मात्र, १९९१ नंतरच्या आर्थिक सुधारणांमुळे पायाभूत सुविधा खासगी गुतंवणुकीसाठी खुले करून वीजनिर्मिती, दूरसंचार, रस्ते, बंदरांचा विकास, विमानतळ बांधणी यासाठी खासगी क्षेत्रात अनेक प्रकल्प सुरू केले जात आहेत. एवढेच नव्हे तर या क्षेत्रात विदेशी गुंतवणुकीस सरकारने परवानगी दिली आहे.

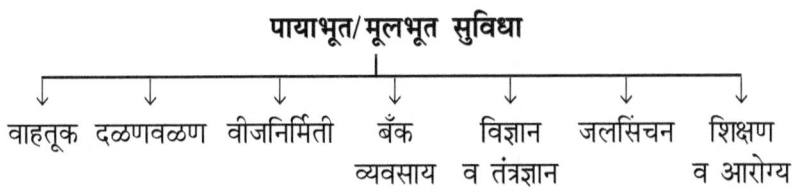

पायाभूत/मूलभूत सुविधा

- वाहतूक
- दळणवळण
- वीजनिर्मिती
- बँक व्यवसाय
- विज्ञान व तंत्रज्ञान
- जलसिंचन
- शिक्षण व आरोग्य

पायाभूत सुविधांची वैशिष्ट्ये

(१) मूलभूत / पायाभूत सुविधा निर्मितीसाठी फार मोठ्या प्रमाणात भांडवल गुंतवणूक करावी लागते.

(२) पायाभूत सुविधांमधील भांडवल गुंतवणुकीमुळे नवनिर्मितीस पोषक वातावरण तयार होते.

(३) पायाभूत सुविधांमुळे उत्पादन कार्यास प्रोत्साहन मिळते.

(४) पायाभूत सुविधांमुळे खासगी क्षेत्रातील उत्पादनास बाह्य बचती उपलब्ध होतात.

(५) पायाभूत सुविधांमधील गुंतवणुकीच्या परतफेडीचा दर अतिशय कमी असतो.

(६) पायाभूत सुविधा प्रत्यक्षात कार्यरत होण्यासाठी लागणारा कालावधी जास्त असतो.

४.२ पायाभूत सुविधांचे आर्थिक विकासातील महत्त्व :
(Importance of Infrastructure in Economic Development)

देशाच्या आर्थिक विकासाच्या दृष्टीने पायाभूत सुविधांना अतिशय महत्त्वाचे स्थान आहे. देशात पायाभूत सुविधा पुरेशा प्रमाणात उपलब्ध असल्यास देशाचा जलद आर्थिक विकास घडून येतो; म्हणूनच भारतात स्वातंत्र्यप्राप्तीनंतर आर्थिक नियोजनात पायाभूत सुविधांच्या विकासावर लक्ष केंद्रित करण्यात आले. पायाभूत सुविधांचे आर्थिक विकासातील महत्त्व पुढील मुद्यांच्या साहाय्याने स्पष्ट करता येते –

(१) साधनसामग्रीचा पर्याप्त वापर : भारतासारख्या खंडप्राय देशात विविध प्रकारची साधनसंपत्ती उपलब्ध आहे; अशा साधनसंपत्तीचा पर्याप्त वापर होण्यासाठी मूलभूत / पायाभूत सुविधा मोठ्या प्रमाणात उपलब्ध असाव्या लागतात. वाहतूक, दळणवळण, वीजनिर्मिती, पाणी पुरवठा, बँकव्यवसाय, विज्ञान व तंत्रज्ञान, दूरसंचार इत्यादी प्रकारच्या पायाभूत सुविधांमुळे जमीन, खनिजे, पावसाचे पाणी, जलसंपत्ती, लोकसंख्या, जंगलसंपत्ती इत्यादी साधनसामग्रींचा पर्याप्त वापर करता येऊन आर्थिक विकासाच्या वेग वाढतो.

(२) बाजारपेठांचा विकास : बाजारपेठांच्या विकासाचा आणि देशाच्या आर्थिक विकासाचा जसा संबंध आहे. तसाच पायाभूत सुविधांचा आणि बाजारपेठांच्या विकासाचा संबंध आहे. वाहतूक, दळणवळण, बँकव्यवसाय व वित्त, वीजपुरवठा व्यवस्थेत सुधारणा झाल्यामुळे बाजारपेठांचा विकास होण्यास मदत होते. कच्चामाल उत्पादन केंद्रापर्यंत आणि पक्कामाल ग्राहकांपर्यंत त्वरित आणि कमी खर्चात पोहोचविणे पायाभूत सुविधांमुळे शक्य होते; त्यामुळे वस्तूंची मागणी वाढून उत्पादन वाढीला चालना मिळते; परिणामी आर्थिक विकासाला गती मिळते.

(३) जलद औद्योगिकीकरण : आर्थिक विकास आणि औद्योगिक प्रगती यांचा निकटचा संबंध असून औद्योगिक प्रगती जलद घडवून आणण्यासाठी अर्थव्यवस्थेत पायाभूत सुविधा मोठ्या प्रमाणात उपलब्ध असाव्या लागतात. औद्योगिकरणासाठी अर्थव्यवस्थेत वीजपुरवठा, पाणीपुरवठा, वाहतूक, बँक व विमा व्यवसाय इत्यादी पायाभूत सुविधांची आवश्यकता असते. प्रगत देशात पायाभूत सुविधा मोठ्या प्रमाणात उपलब्ध असल्याने त्यांना जलद औद्योगिकरण घडून आणणे शक्य झाले आहे म्हणून भारताने आर्थिक नियोजनात जलद औद्योगिकरणासाठी पायाभूत सुविधांवर भर दिला आहे.

(४) नवप्रवर्तकांसाठी प्रेरणा : वीजपुरवठा, वाहतूक व दळणवळण, बँक व विमा व्यवसाय इत्यादी प्रकारच्या पायाभूत सुविधा अर्थव्यवस्थेत मोठ्या प्रमाणात उपलब्ध असल्यास नवप्रवर्तकांना प्रेरणा मिळून ते नवीन उत्पादन तंत्र, नवीन

अपादन पद्धती, नवीन वस्तूंचे उत्पादन करू लागतात. त्याचा परिणाम आर्थिक विकासाचा वेग वाढतो.

(५) भांडवल गुंतवणुकीत वाढ : पायाभूत सुविधांसाठी प्रचंड प्रमाणात भांडवलाची आवश्यकता असते; त्यासाठी भांडवल मिळविण्याचे सर्व मार्ग उपयोगात आणावे लागतात. कर, विविध प्रकारचे शुल्क, देशांतर्गत कर्ज, विदेशी कर्ज व मदत आणि इतर मार्गांनी भांडवल गोळा करावे लागते; अशा भांडवलाची पायाभूत क्षेत्रांत गुंतवणूक केल्याने देशातील भांडवल गुंतवणुकीत वाढ होऊन आर्थिक विकासाचा वेग वाढतो.

(६) रोजगारात वाढ : पायाभूत सुविधांमध्ये भांडवल गुंतवणूक केल्यामुळे देशात रोजगाराच्या संधी निर्माण होतात. वाहतूक, दळणवळण, वीजनिर्मिती व पुरवठा, बँक व विमा व्यवसाय इत्यादी पायाभूत सुविधांची निर्मिती, दुरुस्ती, देखरेख व नियंत्रण कार्यात मोठ्या प्रमाणात कुशल व अकुशल श्रमिकांना रोजगार निर्माण होतो त्यामुळे भारतासारख्या देशातील बेकारी कमी होण्यास मदत होते.

(७) आंतररचनात्मक सोयी-सुविधा : रस्ते, लोहमार्ग, वीजपुरवठा, पाणीपुरवठा इत्यादी पायाभूत सोयी-सुविधांच्या आधारावरच नव्या उत्पादन व्यवस्थेची उभारणी होत असते अशा पायाभूत सुविधा परदेशातून आयात करता येत नाही, त्या देशातच निर्माण कराव्या लागतात. पायाभूत आंतररचनात्मक सोई-सुविधांमुळे अर्थव्यवस्थेची स्पर्धाक्षमता वाढली जाऊन आर्थिक साधनांचा पर्याप्त वापर करणे शक्य होते.

(८) प्राथमिक, द्वितीय व तृतीय क्षेत्रांचा विकास : पायाभूत सुविधांमुळे अर्थव्यस्थेतील प्राथमिक, द्वितीय व तृतीय क्षेत्रातील अनेक व्यवसायांच्या विकास घडून येतो. परिणामी, अर्थव्यवस्थेच्या आर्थिक विकासाच्या वेग वाढतो.

(९) नैसर्गिक व मानवनिर्मित आपत्तीचे निवारण : प्रत्येक देशाच्या अर्थव्यवस्थेला नैसर्गिक, आर्थिक व मानवनिर्मित आपत्तीस तोंड द्यावे लागते. वाहतूक व दळणवळण, पाणीपुरवठा, वीजनिर्मिती इत्यादी पायाभूत सुविधांमुळे अशा आपत्तींचे समर्थपणे निवारण करणे शक्य होते.

४.३ मूलभूत पायाभूत क्षेत्रांच्या विकासाठी सार्वजनिक विरुद्ध खासगी गुंतवणूक / आधार संरचनेच्या विकासासाठी सार्वजनिक ऐवजी खासगी गुंतवणूक

(Public Versus Private Investment in Infrastructure Development)

कोणत्याही देशाच्या अर्थव्यवस्थेचा आर्थिक विकास वाहतूक, दळणवळण,

वीजपुरवठा, पाणीपुरवठा, मूलभूत व महत्त्वाच्या उद्योगांचा विकास ह्यासारख्या आधार संरचनेवर अवलंबून असतो. आधार संरचनेच्या निर्मितीसाठी प्रचंड प्रमाणावर भांडवल गुंतवणुकीची आवश्यकता असते; परंतु ह्या गुंतवणुकीवर मिळणारा लाभ फार कमी असतो व उत्पादन सुरू होऊन ते बाजारात येण्यास मोठा कालावधी लागतो; त्यामुळे असे हे आधार संरचनात्मक उद्योग-व्यवसाय खासगी उद्योजकांच्या दृष्टीने अजिबात आकर्षक नसतात; म्हणून जलद औद्योगिकरण करण्याकरिता जी पूर्वावश्यक निश्चिती किंवा ढाचा (infrastructure) तयार करण्याकरिता सार्वजनिक क्षेत्रालाच पुढे यावे लागते. वस्तुत: सरकारी उद्योगांच्या मूळ प्रेरणेचे कारण आधारसंरचनेची स्थापना हे आहे.

स्वातंत्र्यपूर्व काळात सार्वजनिक क्षेत्राचा फारसा विस्तार झाला नव्हता. अर्थव्यवस्थेत खासगी क्षेत्रालाच अधिक महत्त्व होते. स्वातंत्र्य प्राप्तीनंतर सरकारने सार्वजनिक क्षेत्राचा जाणीवपूर्वक विकास घडवून आणला. भारतात १९५१ मध्ये सार्वजनिक क्षेत्रातील उद्योगधंद्यांची संख्या जेमतेम ५ इतकी होती. १९९० मध्ये ती २४४ इतकी वाढली. २०० मध्ये ती काहीशी घटून २४० झाली होती. १९५१ मध्ये सार्वजनिक क्षेत्रातील उद्योगांमध्ये २९ कोटी रुपये गुंतवणूक झाली होती. २००० मध्ये ही गुंतवणूक २,५२,५३४ कोटी रुपये होती. ११ व्या वित्त आयोगाच्या अहवालानुसार १९९८-९९ मध्ये विविध राज्यांतील सरकारी उद्योगांमध्ये एकूण १,१७,००० कोटी रुपयांची गुंतवणूक झाली होती. सार्वजनिक क्षेत्रामुळे लोखंड व पोलाद, अभियांत्रिकी उद्योग, रेल्वे इंजिन्स, खते, रसायने, इलेक्ट्रॉनिक्स यासारखे महत्त्वाचे उद्योग सुरू झाले; तसेच शस्त्रास्त्रे, युद्धसाहित्य, विमान बांधणी, जहाज बांधणी, पेट्रोलियम वस्तू इत्यादी गाभा क्षेत्रातील उद्योगांची खूप प्रगती झाली.

स्वातंत्र्यप्राप्तीनंतरच्या ४० वर्षांच्या काळात जो आर्थिक विकास झाला त्याचे बरेचसे श्रेय सार्वजनिक क्षेत्राला आहे. पंचवार्षिक योजनांच्या अनुभवावरून असे दिसून आले की, खासगी क्षेत्राला काही मर्यादा आहेत. त्यामुळे जलद आर्थिक विकासाकरिता सरकारला मूलभूत उद्योग, भांडवली उद्योग व काही प्रमाणात उपभोग्य वस्तू उद्योग, ह्यांच्या प्रगतीकरिता आवश्यक ती पावले सरकारला उचलावी लागली आहेत.

स्वातंत्र्योत्तर काळात जलद आर्थिक विकास आणि समाजवादी समाजरचना प्रस्थापित करणे या दोन उद्दिष्टांसाठी सार्वजनिकक्षेत्राचा विस्तार करण्यात आला. त्या काळात पुरेशी खासगी साधनसामग्री, अनुभव आणि टंचाई होती. तेव्हा पायाभूत संरचनेत भांडवल गुंतवणूक करण्याचे धाडस करणे सरकारच्या दृष्टीने आवश्यक होते. त्याकाळात अविकसित नाणेबाजार, अविकसित भांडवलबाजार, दरडोई उत्पन्न व बचत कमी अशा अनेक अडचणी होत्या तेव्हा खासगी क्षेत्राने पायाभूत संरचनेत भांडवल गुंतवणूक करणे चूक होते. परंतु, कालांतराने सार्वजनिक क्षेत्रांत अनेक दोष

निर्माण झाले. जसे वाढता तोटा, प्रकल्प पूर्ण होण्यास विलंब, जादा भांडवल गुंतवणूक, अतिरिक्त कामगार भरती, अयोग्य किंमत धोरण, उत्पादन क्षमतेचा अपुरा वापर अकार्यक्षम व्यवस्थापन, अयोग्य नियंत्रण यासारख्या दोषांमुळेच सार्वजनिक क्षेत्रातील उपक्रमसंस्थांना 'पांढरे हत्ती' संबोधण्यात येऊ लागले.

सार्वजनिक क्षेत्रातील उद्योग संस्थांची कार्यक्षमता, उत्पादकता आणि लाभता वाढविण्यासाठी कोणती तरी उपाययोजना आवश्यक होती. या दृष्टीने खरा विचार श्री. राजीव गांधी यांनी पंतप्रधानपदाची सूत्रे घेतल्यावर सुरू झाला. सन १९८८ मध्ये सार्वजनिक क्षेत्रातील उद्योगांना जुजबी निर्णयस्वातंत्र्य देण्यात आले.

सन १९९१ मध्ये भारताने नवे आर्थिक धोरण स्वीकारले यात नव्या औद्योगिक धोरणाचा समावेश होता. नव्या औद्योगिक धोरणात सार्वजनिक क्षेत्रातील उद्योगांची कार्यक्षमता– उत्पादकता सुधारण्यासाठी उपाययोजना करण्यात आल्या तसेच उदारीकरण, खासगीकरण, जागतिकीकरणाचा स्वीकार करण्यात आला. खासगी क्षेत्राला अधिक स्वायत्तता देण्यात आली. सार्वजनिक क्षेत्राचा संकोच करण्यात आला त्यादृष्टीने सरकारने पुढील निर्णय घेतले.

(१) सार्वजनिक क्षेत्रासाठी राखीव उद्योगांची संख्या कमी करण्यात आली. उर्वरित उद्योग खासगी क्षेत्राला सुरू करण्याची परवानगी दिली.
(२) मक्तेदारी प्रतिबंधक कायदा रद्द केला त्यामुळे खासगी क्षेत्राच्या भांडवाल गुंतवणुकीवर मर्यादा राहिली नाही.
(३) औद्योगिक परवाना पद्धत रद्द केली.
(४) विदेशी गुंतवणुकीत परवानगी दिली.
(५) विदेशी तंत्रज्ञानाची मुक्त आयात.
(६) अपगुंतवणुकीचा निर्णय इत्यादी महत्त्वाचे निर्णय घेण्यात आले.

त्यामुळे आधारसंरचनेत खासगीक्षेत्राला भांडवल गुंतवणुकीस प्रोत्साहन मिळाले.

भारताच्या आर्थिक वाढीचा दर दोन अंकी होण्यासाठी पायाभूत सोयीसुविधांच्या क्षेत्रात मोठ्या प्रमाणात भांडवलगुंतवणूक होण्याची गरज आहे. पायाभूत सोयीसुविधांच्या क्षेत्रात सरकारला भांडवलगुंतवणूक करण्यात अडचणी येत असल्याने खासगी क्षेत्राने या क्षेत्रात गुंतवणूक करावी म्हणून सरकारकडून प्रयत्न केले जात आहे.

रस्ते बांधणी, पूल बांधणी, बंदरांचा विकास, वीजनिर्मिती, दूरसंचार, विमानतळ बांधणी इत्यादी खासगी भांडवलगुंतवणूक वाढत आहे. ग्रामीण भागात पायाभूत सुविधांच्या प्रकल्पांच्या कार्याक्रमाला 'भारत निर्माण' असे नाव देण्यात आले असून सार्वजनिक क्षेत्राद्वारा हा कार्यक्रम राबविला जात आहे.

आधारसंरचनेत मोठ्या प्रमाणात भांडवलगुंतवणुकीस सार्वजनिक क्षेत्राची मर्यादा लक्षात आल्याने नवीन आर्थिक धोरणात उदारीकरण, खासगीक्षेत्राची भांडवलगुंतवणूक वाढविण्याच्या दृष्टीने सरकारने उपाय योजले आहे. आधारसंरचनेच्या विकासासाठी

सरकारने विदेशी भांडवलगुंतवणुकीस प्रोत्साहन दिले. विशेष आर्थिक क्षेत्रे (SEZs) स्थापन केली जात आहे. रस्ते बांधणीत 'बांधा-वापरा आणि हस्तांतरित करा' असे धोरण स्वीकारण्यात आले आहे. आधाररचना निर्माण करण्यासाठी ज्या सार्वजनिक क्षेत्रातील उत्पादनसंस्था अकार्यक्षम किंवा तोट्यात होत्या. त्या बंद करण्यात आल्या असून ज्यांना फारच थोडा नफा मिळतो त्याबाबत सरकारने अपगुंतवणुकीचे धोरण स्वीकारले आहे.

आधारभूत संरचना विकसित करण्यासाठी जबाबदारी पूर्ण सार्वजनिक क्षेत्रावर किंवा पूर्णत: खासगीक्षेत्रावर टाकणे चुकीचे ठरेल या दोन्ही क्षेत्रांनी विदेशी भांडवल, तंत्रज्ञान, जागतिक वित्तीय संस्था यांची मदत घेऊन मोठ्या प्रमाणात भांडवलगुंतवणूक करण्याची गरज आहे.

प्रश्न

प्र. १. खालील प्रश्नांची प्रत्येकी २० शब्दांत उत्तरे लिहा.

१) पायाभूत सुविधा म्हणजे काय?
२) पायाभूत सुविधांची दोन वैशिष्ट्ये सांगा.
३) पायाभूत सुविधांचे आर्थिक विकासातील महत्त्व याबाबत दोन महत्त्वाचे मुद्दे सांगा.
४) जलद आर्थिक विकासातील महत्त्वाचे घटक सांगा.
५) खासगी क्षेत्रातील गुंतवणूक म्हणजे काय?

प्र. २. खाली प्रश्नांची प्रत्येकी ५० शब्दांत उत्तरे लिहा.

१) 'पायाभूत सुविधा' म्हणजे काय ते थोडक्यात स्पष्ट करा.
२) पायाभूत सुविधांची मुख्य वैशिष्ट्ये सांगा.
३) पायाभूत सुविधांचे महत्त्व थोडक्यात सांगा.
४) सार्वजनिक गुंतवणुकीचे पायाभूत सुविधांमधील योगदान थोडक्यात सांगा.
५) खासगी गुंतवणुकीचे पायाभूत सुविधामधील योगदान थोडक्यात सांगा.

प्र. ३. खालील प्रश्नांची प्रत्येकी १५० शब्दांत उत्तरे लिहा.

१) पायाभूत सुविधांचे आर्थिक विकासातील महत्त्व विशद करा.
२) पायाभूत सुविधांच्या विकासातील सार्वजनिक विरुद्ध खासगी क्षेत्रातील गुतंवणुकी बाबत चर्चा करा.

प्र. ४. खालील प्रश्नांची प्रत्येकी ३०० शब्दांत उत्तरे लिहा.

१) पायाभूत सुविधा म्हणजे काय? पायाभूत सुविधांचे महत्त्व विशद करा.
२) पायाभूत सुविधांच्या विकासातील सार्वजनिक विरुद्ध खासगी क्षेत्रातील गुतंवणुकीबाबत चर्चा करा.

◆◆◆

प्रकरण ५
भारतातील आर्थिक नियोजन
(Economic Planning in India)

५.१ प्रास्ताविक (Introduction)

जगाच्या आर्थिक इतिहासात विसाव्या शतकात 'आर्थिक नियोजन' हा परवलीचा शब्द बनला होता. रशिया हा असा एक देश आहे की, जेथे आर्थिक नियोजनाद्वारे देशाचा अल्पावधीत जलद विकास घडवून आणला गेला. जलदगतीने आर्थिक विकासाचे उद्दिष्ट गाठण्यासाठी दुसऱ्या महायुद्धानंतर विकसनशील देशांनी आर्थिक नियोजनाचा स्वीकार केला.

आर्थिक स्थैर्य राखण्यासाठी अर्थव्यवस्थेत हस्तक्षेप व नियंत्रण यांचा आधार घेणे आवश्यक आहे, हे ओळखून भांडवलशाही देशांनी गरजेनुसार आर्थिक नियोजन करण्यास सुरुवात केली. स्वातंत्र्यप्राप्तीनंतर जलद आर्थिक विकास घडवून आणण्यासाठी भारताने नियोजनाचा स्वीकार केला. भारताने लोकशाही आधारित अशी पंचवार्षिक नियोजनाची पद्धती स्वीकारली.

५.२ भारतातील नियोजन (Planning in India)

५.२.१ आर्थिक नियोजनाची व्याख्या

आर्थिक नियोजनाच्या व्याख्या अर्थशास्त्रज्ञांनी केलेल्या आहेत; त्यापैकी काही निवडक व्याख्या पुढीलप्रमाणे सांगता येतील.

१. मिसेस बार्बरा वूटन (Mrs. Barbara Wootton) यांच्या मते, "आर्थिक नियोजन ही अशी पद्धत आहे की, जेथे एक वेगळी व्यवस्था आणण्याच्या उद्देशाने बाजारयंत्रणेत जाणीवपूर्वक बदल केले जातात. त्या बदलांच्या अभावी स्वयंपूर्ण कृतीद्वारे ही प्रणाली वेगळीच निश्चित झाली असती."

२. प्रा. डिकिन्सन (Prof. Dickinson) यांच्या मते, "आर्थिक नियोजन म्हणजे संपूर्ण अर्थव्यवस्थेच्या सर्वांगीण पहाणीवर आधारित कोणते व किती प्रमाणात उत्पादन करायचे? कसे, केव्हा व कोठे उत्पादन करावे, केलेल्या उत्पादनाचे वाटप कशा प्रकारे करावयाचे यासारखे निर्णय निश्चित अशा सत्तेने जाणीवपूर्वक घेणे होय."

३. प्रा. हायेक यांच्या मते, "मध्यवर्ती सत्तेने उत्पादनव्यवहारांना दिशा देणे म्हणजे अर्थिक नियोजन होय."

४. प्रा. रॉबिन्स यांच्या मते, "कल्याणकारी राज्याचे उद्दिष्ट साध्य करण्याचे एक महत्त्वाचे साधन म्हणजे 'आर्थिक नियोजन' होय."

५. भारतीय नियोजन मंडळ, " देशाची साधनसामग्री संघटित करून तिचा जास्तीत जास्त उपयोग करून घेऊन योजलेली सामाजिक उद्दिष्टे साध्य करण्यासाठी आखण्यात आलेली पद्धती म्हणजे 'आर्थिक नियोजन' होय."

६. पंडित नेहरू यांच्या मते, "प्रत्यक्षातील घटना आणि असेल ती परिस्थिती हाताळण्यासाठी आणि प्रश्नांची उत्तरे शोधून काढण्यासाठी मानवीबुद्धीने केलेला प्रयत्न म्हणजे नियोजन होय."

सर्वसाधारणपणे आपण असेही म्हणू शकतो की, "कल्याणकारी राज्याचे उद्दिष्ट साध्य करण्याचे साधन म्हणजे नियोजन होय."

आर्थिक नियोजन म्हणजे विशिष्ट आर्थिक उद्देश समोर ठेवून तो साध्य करण्याकरिता मार्ग आखणे होय.

५.२.२ भारतीय नियोजनाची पार्श्वभूमी (Background of Indian Planning)

१९२८ मध्ये रशियात आर्थिक नियोजनाला प्रथम यश आल्यानंतर भारतात आर्थिक नियोजनाला महत्त्व प्राप्त झाले. नियोजनासंदर्भात सर विश्वेश्वरय्या यांनी १९३८ मध्ये 'भारतीय नियोजन अर्थव्यवस्था' या ग्रंथात नियोजनाच्या संदर्भात स्पष्ट

कल्पना मांडली. त्यानंतर पंडित जवाहरलाल नेहरू यांच्या अध्यक्षतेखाली १९३८ मध्ये 'राष्ट्रीय नियोजन समिती'ची स्थापना केली. या अहवालात त्यांनी सार्वजनिक क्षेत्राचे महत्त्व, जमीनदारी पद्धतीचे उच्चाटन, सहकारी शेती, दहा वर्षांच्या काळात भारतातील लोकांची राहणीमानपातळी दुप्पट उंचावणे इ. उद्दिष्टे गाठली जावीत असे नमूद केले. दुसरे महायुद्ध १९३९मध्ये सुरू झाले. त्यामुळे राष्ट्रीय नियोजन समितीचे सर्व प्रयत्न थांबले, याच काळात काही व्यक्तींनी व संस्थांनी विकासयोजना आखल्या. त्या पुढीलप्रमाणे आहेत.

१) मुंबई योजना (Bombay Plan) :

या योजनेचा आराखडा मुंबईमधील आठ प्रमुख उद्योगपतींनी तयार केला होता. या योजनेचा कालावधी १५ वर्षांचा होता. ही योजना १९४४ मध्ये तयार करण्यात आली. तिला 'बॉम्बे प्लॅन' म्हणतात. ही योजना 'टाटा-बिर्ला' योजना म्हणून ओळखली जाते. या योजनेसाठी १५००० कोटी रुपये खर्च अपेक्षित धरला होता; या योजनेची उद्दिष्टे पुढीलप्रमाणे होती.

(अ) दरडोई उत्पन्नात दुप्पट वाढ करणे. (ब) १५ वर्षांच्या काळात राष्ट्रीय उत्पन्न तिपटीने वाढविणे. (क) शेती उत्पादन १३०%नी वाढविणे. (ड) औद्योगिक उत्पादनात ५००% वाढ घडविणे.

२) जनता योजना (People's Plan) :

या योजनेचा मसुदा डॉ. एम. एन. रॉय यांनी तयार केला. ही योजना मुंबई-योजनेला पर्यायी म्हणून 'इंडियन फेडरेशन ऑफ लेबर' द्वारे प्रसिद्ध करण्यात आली. देशातील उद्योगधंदे आणि शेती यांचे राष्ट्रीयीकरण करून देशाचा आर्थिक विकास करण्याच्या संदर्भात ही योजना होती.

३) गांधी योजना (Gandhi Plan) :

ही योजना आचार्य एस. एन. आगरवाल यांनी मांडली होती. ही योजना म. गांधींच्या तत्त्वप्रणालीवर आधारित होती. या योजनेसाठी एकूण ३५०० कोटी रुपये खर्च गृहीत धरण्यात आला होता. ग्रामविकास उद्योगधंद्याचे विकेंद्रीकरण, कुटीरोद्योगांची वाढ ही या योजनेची प्रमुख उद्दिष्टे होती.

या योजना फक्त ऐतिहासिकदृष्ट्या महत्त्वाच्या राहिल्या. या योजनांची प्रत्यक्षात कार्यवाही झाली नाही; त्यामुळे त्या कागदावरच राहिल्या.

४) भारताचे नियोजन मंडळ :

१५ मार्च १९५० रोजी पंडित जवाहरलाल नेहरू यांच्या अध्यक्षतेखाली भारत सरकारने नियोजन मंडळाची स्थापना केली.

(१) नियोजन मंडळाची कार्ये : भारत सरकारला नियोजन व विकास-प्रक्रियेत वेळोवेळी मार्गदर्शन करणे.

(२) आराखडा तयार करणे : नियोजन मंडळाद्वारे पंचवार्षिक योजनेचा आराखडा तयार करून त्याची शिफारस केंद्र सरकारला करणे.

(३) साधन सामग्रीचा पर्याप्त वापर : उपलब्ध साधनसामग्रीचा पर्याप्त वापर होण्यासाठी योजना तयार करणे. वेगवेगळ्या क्षेत्रांच्या विकासासाठी उद्दिष्टे निश्चित करणे; त्यासाठी प्राधान्य क्रम ठरवणे.

(४) प्राधान्य क्रम ठरविणे : नियोजन करताना प्रथम प्राधान्यक्रम निश्चित केले जातात. कृषी विकास, औद्योगिक विकास, राष्ट्रीय उत्पन्नात विशिष्ट दराने वाढ करणे इ. प्राधान्याक्रमानुसार साधनसामग्रीचे वाटप करणे; तसेच देशातील साधनसामग्रीचा आढावा घेणे.

(५) विविध टप्पे ठरविणे : योजना प्रत्यक्ष अमलात आणताना टप्पे ठरविणे. योजनेचा प्रत्येक टप्पा यशस्वी होण्यासाठी आवश्यक असणारी यंत्रणा व तिचे स्वरूप निश्चित करणे.

(६) उद्दिष्टे व लक्ष्ये निश्चित करणे : नियोजन मंडळाकडून विविध प्रकारची उद्दिष्टे व लक्ष्ये निश्चित करणे.

(७) अंमलबजावणी : योजनेची यशस्वी अंमलबजावणी करण्यासाठी आवश्यक बाबी, तपशील व यंत्रणा निश्चित करणे.

(८) अडथळे दूर करणे : देशाच्या विकासप्रक्रियेत अडथळे आणणारे घटक शोधून काढणे. तसेच योजना यशस्वी होण्यासाठी आवश्यक अटी निश्चित करण्याचे काम नियोजन मंडळाने करणे.

(९) समस्यांचा अभ्यास करणे : केंद्र आणि राज्य सरकारांकडून मंडळासमोर मांडण्यात आलेल्या समस्यांचा अभ्यास करून योग्य सल्ला देणे.

५) नियोजन मंडळाचे प्रशासकीय संघटन अथवा रचना :

भारतीय नियोजन मंडळाचे संघटन अथवा रचना पुढीलप्रमाणे सांगता येईल.

(१) नियोजन मंडळाचे अध्यक्ष : भारताचे पंतप्रधान हे नियोजन मंडळाचे पदसिद्ध अध्यक्ष असतात.

(२) उपाध्यक्ष : कॅबिनेट दर्जाचा नियोजनमंत्री नियोजन मंडळाचा उपाध्यक्ष म्हणून नियुक्त केला जातो. उपाध्यक्ष हा आर्थिकतज्ज्ञ, संरक्षणतज्ज्ञ, प्रशासकीय अधिकारी यांमधून निवडला जातो. उपाध्यक्ष हा पूर्ण वेळ असतो.

(३) सदस्य : केंद्रीय मंत्रिमंडळातील अर्थमंत्री, संरक्षणमंत्री या मंडळाचे सदस्य असतात. तसेच वेगवेगळ्या क्षेत्रांतील तज्ज्ञव्यक्ती, अत्युच्च पदावरील व्यक्ती,

प्रशासक हे पूर्णवेळ सभासद असतात; तसेच इतर अनेक सभासद अर्धवेळ काम करणारे असतात.

(४) उपचिटणीस किंवा पद : या पदावर वरिष्ठ अधिकारी असतात; ते विविध कार्यक्रमांच्या प्रगतीवर लक्ष ठेवतात.

नियोजन मंडळाचे विविध विभाग : नियोजन मंडळाचे पुढीलप्रमाणे विभाग करण्यात आले आहेत.

(अ) आर्थिक विभाग : या विभागात आर्थिक धोरण व विकास, आंतरराष्ट्रीय अर्थशास्त्रविभाग, आर्थिक-सामाजिक संशोधनविभाग, किंमतधोरण, आंतर-उद्योग अभ्यास, आर्थिक सामग्री इ. उपविभागांचा समावेश केला जातो.

(ब) आर्थिकेतर विभाग : दीर्घकालीन नियोजन, श्रम व रोजगार विभाग, संख्याशास्त्र व सर्वेक्षण विभाग, वैज्ञानिक संशोधन, संघटन व प्रशासन या उपविभागांचा समावेश केला आहे.

विषयवार विभागात पुढील विभागांचा समावेश होतो.

(१) शेती, (२) जमीनसुधारणा, (३) जलसिंचन व ऊर्जा, (४) उद्योग, खनिजे व सार्वजनिक उपक्रम, (५) ग्रामोद्योग, लघुउद्योग, (६) शिक्षण, विमा, (७) आरोग्य आणि कुटुंब कल्याण, (८) वाहतूक व दळणवळण (९) समाजकल्याण (१०) गृहबांधणी व शहरविकास इ. विभागांचा समावेश होतो.

विशिष्ट विकास कार्यक्रम विभागात ग्रामीण कामकाज विभाग व सार्वजनिक समन्वयविभाग स्थापन केला आहे. तसेच समन्वय विभागाद्वारे राज्याच्या योजनांचा समन्वय तसेच नियोजन मंडळातील विविध कामांचा समन्वय घातला जातो.

मूल्यमापनविभागाची सुद्धा स्थापना केली आहे. तसेच योजनेची आखणी व अंमलबजावणी यांच्याशी संबंधित राष्ट्रीय नियोजन परिषद, राष्ट्रीय विकास परिषद ही मंडळे स्थापन केली आहेत. त्याचप्रमाणे सल्लागार मंडळ, संशोधनकार्यक्रम मंडळ, कार्यकारी गट, साहाय्यक मंडळ यांचीसुद्धा योजना तयार करण्यासाठी व अंमलबजावणीसाठी मदत होते.

५.३ भारतीय नियोजनाची आवश्यकता किंवा गरज

(Need of Planning)

नियोजनाद्वारे देशाचा आर्थिक विकासाचा दर वेगाने वाढविणे हे विकसनशील देशाचे ध्येय असते. तसेच नियोजन हे देशाची उद्दिष्टे कार्यक्षम आणि परिणामकारक करण्यासाठी मदत करते.

(१) अर्थव्यवस्थेचा समतोल विकास साध्य करण्यासाठी नियोजनाची आवश्यकता आहे.

(२) नियोजनामुळे आर्थिक स्थैर्य साध्य करता येते.

(३) सुरक्षिततेसाठी, भविष्यकाळासाठी अर्थव्यवस्थेला नियोजनाची गरज असते. मुख्यत: समाजउभारणी आणि आर्थिक वाढीसाठी नियोजनाची आवश्यकता असते.

(४) नियोजनाद्वारे समाजवादी समाज निर्माण करणे, तसेच अर्थव्यवस्थेतील समाजातील दुर्बलता आणि गरिबांना सामाजिक न्याय मिळवून देणे.

(५) मर्यादित साधनसंपत्तीचा काटकसरीने उपयोग करणे, साधनांचा योग्य पद्धतीने वापर करणे, त्यासाठी नियोजनाची गरज आहे.

(६) विस्तृत व परिणामकारक नियंत्रणासाठी आणि मानवी साधनसंपत्तीचा कार्यक्षमपणे व परिणामकारक वापर करणे यासाठी नियोजनाची आवश्यकता असते.

(७) अर्थव्यवस्थेसाठी आर्थिक निर्णयासाठी तज्ज्ञांचे मार्गदर्शन व सल्ला घेणे आवश्यक आहे. आर्थिक कार्यक्रमांची रूपरेषा आखून तो कार्यक्रम अमलात आणण्यासाठी नियोजनाचा आराखडा आवश्यक आहे.

(८) तसेच रोजगाराच्या संधीत वाढ करण्यासाठी नियोजनाची आवश्यकता आहे; तसेच आर्थिक संकट हे तेजी-मंदीच्या चक्रामुळे मागणी व पुरवठ्यात असंतुलन झाल्यामुळे निर्माण होते. तसेच भूकंप, सुनामी, पूर, दुष्काळ इ. नैसर्गिक संकटे निर्माण होतात; त्यासाठी नियोजनाची आवश्यकता असते.

(९) आर्थिक विषमता, श्रमिकांचे शोषण, वर्गसंघर्ष, मक्तेदारी, ग्राहकांचे शोषण इ. दोष दूर करण्यासाठी नियोजनाची आवश्यकता असते.

(१०) विकास करताना भांडवलाची आवश्यकता असते. त्यासाठी नियोजन करून विविध मार्गांनी भांडवलाची उभारणी करणे आवश्यक आहे. यामुळेच भारतीय अर्थव्यवस्थेमध्ये नियोजनाची आवश्यकता आहे.

यावरून भारतीय नियोजनाची आवश्यकता किंवा गरज स्पष्ट होते.

५.४ भारतीय नियोजनाची उद्दिष्टे (Objectives of Planning)

भारत सरकारने १९५० मध्ये नियोजन मंडळाची स्थापना केली. त्यानंतर १९५१ पासून पंचवार्षिक योजनांची सुरुवात झाली. आर्थिक नियोजनाचा उपयोग अनेक उद्दिष्टे गाठण्यासाठी होतो. नियोजनाच्या उद्दिष्टांत दरडोई उत्पन्नात वाढ करणे, पूर्ण रोजगार प्रस्थापित करणे, राष्ट्रीय उत्पादनात जास्तीत जास्त वाढ घडवून आणणे, उत्पन्न व संपत्तीतील विषमता कमी करणे; समता, सामाजिक न्याय आणि शोषणाचा अभाव यावर आधारलेली समाजवादी समाजरचना निर्माण करणे इ. यांचा समावेश केला आहे.

भारताच्या नियोजनातील महत्त्वाची उद्दिष्टे सविस्तररीत्या पुढीलप्रमाणे सांगता येतील.

१) जलद आर्थिक विकास : भारतीय नियोजनात 'जलद आर्थिक विकास' हे एक महत्त्वाचे उद्दिष्ट आहे. वास्तव राष्ट्रीय उत्पादनात जलद वाढ करणे तसेच वास्तव दरडोई उत्पन्नात वाढ करून जलदगतीने ध्येय गाठण्याचे उद्दिष्ट आहे. लोकसंख्यावाढीच्या दरापेक्षा उत्पादनाची उच्चदराने पातळी वाढविणे तसेच कृषिक्षेत्राची उत्पन्न आणि उत्पादकता जलद वाढविणे हे ध्येय आहे. उद्योगांच्या विकासाचादर वाढविण्यासाठी सार्वजनिकक्षेत्रांत गुंतवणूक करणे; परंतु, इ.स. २००० नंतर सरकारने सार्वजनिकक्षेत्रांत निर्गुंतवणूक धोरण स्वीकारले आहे; तसे खासगी क्षेत्राला आणि सहकारक्षेत्राला प्रोत्साहन देणे इ. विविध क्षेत्रांत गुंतवणूक करण्यासाठी भारत सरकारने विविध योजना आखल्या आहेत.

२) सामाजिक न्याय प्रस्थापित करणे : सामाजिक न्याय प्रस्थापित करणे हे नियोजनाचे दुसरे उद्दिष्ट आहे. समाजातील सामान्य नागरिक अथवा गरीब व्यक्ती आणि दुर्बल घटकांना सामाजिक न्याय मिळवून देणे. त्यासाठी उच्च उत्पन्न गटातील लोकांच्या उत्पन्नातील काही भाग कररूपाने काढून घेऊन विषमता आणि दारिद्र्यात वाढ होऊ नये म्हणून वापरणे. उत्पन्न, संपत्ती, प्रादेशिक असमतोल यामधील विषमता कमी करणे. समताधिष्ठित समाज निर्माण करणे; त्यासाठी भारत सरकारने अनेक पावले उचलली आहेत.

दुसऱ्या योजनेपासून सामाजिक समता निर्माण करण्याचे उद्दिष्ट ठेवले आहे. लोकांचे जीवनमान उंचावण्यासाठी लोकांच्या महत्तम कल्याणावर भर दिला. त्यासाठी उपभोग्य निर्मितीवर भर दिला. त्याचबरोबर मूलभूत सामाजिक सेवा निर्माण करणे, शिक्षण, सार्वजनिक आरोग्य, औषधे इ.द्वारे लोकांच्या मूलभूत गरजा पूर्ण करणे व लोकांची राहणीमान पातळी उंचावणे.

३) जलद औद्योगिकीकरण : दुसऱ्या पंचवार्षिक योजनेपासून नियोजनात जलद औद्योगिकीकरणाच्या उद्दिष्टाला प्राधान्य दिले, कृषिप्रधान अर्थव्यवस्थेतून उद्योगप्रधान अर्थव्यवस्थेकडे स्थलांतर करणे, हे उद्दिष्ट ठेवले आहे. त्यामुळे देश आत्मनिर्भर होऊन स्वयंपूर्ण होईल.

४) पूर्ण रोजगार : बेकारी ही भारतीय अर्थव्यवस्थेतील पूर्वीपासूनची समस्या आहे. त्यामुळे रोजगाराच्या संधीत वाढ करून उपलब्ध श्रमशक्तीचा देशाच्या विकासासाठी वापर करणे या उद्दिष्टास भारतीय नियोजनात प्राधान्य देण्यात आले आहे.

रोजगार संधी उपलब्ध होण्यासाठी औद्योगिक विकासाला आणि कुटीरोद्योगांना महत्त्व दिले आहे. तसेच ग्रामीण भागात रोजगारसंधी निर्माण करण्यासाठी अनेक

योजना उपलब्ध करून दिल्या आहेत; जसे एकात्मिक ग्रामीण विकास योजना (IRDP), राष्ट्रीय ग्रामीण विकास योजना (NREP), जवाहर रोजगार योजना (JRY), ग्रामीण भूमिहीन रोजगार हमी योजना (RLEGS), अवर्षण प्रवण विकास कार्यक्रम (DPAP), ग्रामीण धडक रोजगार योजना, पाणलोट क्षेत्र विकास कार्यक्रम इ. अनेक योजना सरकारने सुरू केल्या. या योजनांमुळे रोजगारात जास्तीत जास्त वाढ झाली नसली तरी उत्पन्नातील विषमता कमी होण्याला मदत झाली.

५) आत्मनिर्भरता निर्माण करणे : भारतीय अर्थव्यवस्थेचे मूलभूत उद्दिष्ट म्हणजे अर्थव्यवस्था आत्मनिर्भर करणे. अन्नधान्य, कच्चामाल इ. उत्पादनांमध्ये वाढ करणे, परदेशी भांडवलात वाढ करणे, परकीय वस्तूंवरील अवलंबित्व कमी करणे, विशेषत: यंत्रसामग्रीची आयात आणि वस्तू व्यापारातील समतोलावस्था निर्माण करण्यासाठी भारतीय अर्थव्यवस्था प्रयत्न करीत आहे.

६) आधुनिकीकरण : भारतीय अर्थव्यवस्थेत सहाव्या पंचवार्षिक योजनेत आधुनिकीकरण ही संकल्पना स्वीकारली. आधुनिकीकरणाचा उद्देश म्हणजे अर्थव्यवस्थेत बदल घडवू आणणे, आर्थिक स्थिरता निर्माण करणे, वेगवेगळ्या क्षेत्रांत उत्पादन करणे, शेती कार्यक्रमातील बदल, आधुनिक तंत्रज्ञानाचा वापर आणि सुधारणा हा होता. अलीकडील काळातील पंचवार्षिक योजनांचे प्रमुख उद्दिष्ट विज्ञान व तंत्रज्ञानाच्या साहाय्याने देशातील सर्वच क्षेत्रांत आधुनिकता आणून उत्पादनात वाढ घडवून आणणे हे आहे.

७) दारिद्र्य निर्मूलन करणे : सुरुवातीस आर्थिक विकासाचा फायदा समाजाला अल्प प्रमाणात होत होता. परंतु, चौथ्या योजनेत दारिद्र्य निर्मूलनाचे कार्यक्रम सुरू केले. भारतात एकूण लोकसंख्येच्या ३३% लोक दारिद्र्यरेषेखाली जीवन जगत आहेत. त्यामुळे निकृष्ट राहणीमान व इतर समस्या देशात निर्माण झालेल्या दिसून येतात; म्हणून दारिद्र्याच्या दुष्ट चक्रास छेद करून दारिद्र्याविरुद्ध जोरदार लढा देणे भारताच्या नियोजनाचे उद्दिष्ट आहे. त्यासाठी दारिद्र्यरेषेखालील लोकांच्या मूलभूत गरजा पूर्ण करण्याचे उद्दिष्ट ठरविण्यात आले आहे. तेव्हापासून दारिद्र्यरेषेखालील लोकांना आवश्यक त्या सुविधा उपलब्ध करून देण्यात येत आहेत.

८) संरक्षणात्मक बाबींची उभारणी : भारत सरकारने आर्थिक नियोजनात आधुनिक आणि लष्करी साहित्य, संरक्षण सामग्री, शस्त्रास्त्रे, दारूगोळा इ. बनविण्याला प्राधान्य दिले आहे. देशातील शांतता आणि देशाचे स्वातंत्र्य अबाधित राखण्यासाठी या बाबी आवश्यक असतात. सध्या शेजारील देशांचा विचार करता भारतीय नियोजनकारांनी या उद्दिष्टाला महत्त्व दिले आहे.

९) लोकसंख्या नियंत्रणाला प्राधान्य : भारताची लोकसंख्या अत्यंत जलद वाढत आहे. त्यामुळे अनेक समस्या निर्माण होत आहेत. त्यामुळे प्रत्येक पंचवार्षिक

योजनेत लोकसंख्या नियंत्रणाला प्राधान्य दिले आहे; त्यानुसार विविध उपाययोजना केल्या आहेत.

१०) आर्थिक स्थैर्य निर्माण करणे : अनेक कारणांमुळे देशाच्या अर्थव्यवस्थेत तेजी-मंदीची चक्रे निर्माण होतात. त्यामुळे आर्थिक स्थैर्य निर्माण होण्यास अडथळे निर्माण होतात; त्यामुळे किंमतपातळी, व्याजाचा दर, उत्पन्न, उत्पादन, रोजगार, नफ्याचा दर देशाच्या अर्थव्यवस्थेवर परिणाम करणाऱ्या घटकांवर नियंत्रण ठेवून देशात आर्थिक स्थैर्य निर्माण करण्याच्या उद्दिष्टाला प्राधान्य देण्यात आले आहे.

११) पर्यावरणाचे संरक्षण करणे : जलद आर्थिक विकासासाठी नैसर्गिक साधनसामग्रीचा अमर्याद वापर केला जातो. त्यातूनच पर्यावरणाचा नैसर्गिक समतोल बिघडत आहे. पर्यावरणाचा ऱ्हास थांबविणे आणि पर्यावरणाचे संवर्धन करणे हे अलीकडील काळातील प्रमुख उद्दिष्ट आहे.

१२) इतर उद्दिष्टे : सामाजिक व सांस्कृतिक मूल्यांची जोपासना करणे, 'जय जवान, जय किसान, जय विज्ञान' हे विधान प्रत्यक्षात आणणे; संरक्षण साहित्याबाबत देशाला सामर्थ्यवान व स्वावलंबी बनविणे, व्यवहारतोलातील तूट दूर करणे.

भारतीय नियोजनात अनेक उद्दिष्टे आहेत. ती साध्य करण्यासाठी अनेक समस्या आहेत. तरीही देशाच्या नियोजनामुळे परिस्थितीत बदल घडून येत आहे. काही उद्दिष्टे आंतरविभागीय अथवा आंतरसंबंधीय आणि औपचारिक असतात. परंतु, त्यात संदिग्धता दिसून येते. उदा. आर्थिक वाढीचा उच्च दर साधण्याचे उद्दिष्ट, पूर्ण रोजगार निर्माण करण्याचे उद्दिष्ट साधणे हे अवघड काम आहे. भारतीय नियोजनात उद्दिष्टांसंबधी व्यवस्थापन करावे लागते.

५.४.१ पंचवार्षिक योजना काळातील नियोजनाची उद्दिष्टे पुढीलप्रमाणे - पहिली पंचवार्षिक योजना (१९५१-५६)

भारताची पहिली पंचवार्षिक योजना १ एप्रिल १९५१ रोजी सुरू झाली. पहिल्या पंचवार्षिक योजनेची उद्दिष्टे पुढीलप्रमाणे निश्चित करण्यात आली होती.

१) दुसरे महायुद्ध आणि देशाच्या फाळणीमुळे निर्माण झालेले प्रश्न सोडविणे.

२) अन्नधान्याच्या उत्पादनात वाढ करणे.

३) आर्थिक व सामाजिक पुनर्रचना करून सर्वांना विकासाची समान संधी उपलब्ध करून देणे.

४) देशाच्या संपत्तीत वाढ घडवून आणणे तसेच आर्थिक विषमता कमी करणे.

५) रोजगार वाढविण्यासाठी देशातील उपलब्ध साधनसामग्रीचा महत्तम वापर करणे.

६) सिंचन प्रकल्प व जलविद्युत प्रकल्प उभारणे. रेल्वेचे नूतनीकरण करणे.

७) भाववाढ नियंत्रित करणे.
८) सामाजिक सोयीत वाढ करणे.
९) ताग आणि कापूस या कच्च्या मालाचे देशात उत्पादन वाढविणे.
१०) राहणीमानाच्या दर्जात सुधारणा करणे.
११) पुढील पंचवार्षिक योजनांसाठी पाया घालणे.

दुसरी पंचवार्षिक योजना (१९५६ ते ६१)

पहिली पंचवार्षिक योजना लहान व प्राथमिक स्वरूपाची होती. त्यामुळे दुसरी योजना मोठी, धाडसी व महत्त्वाकांक्षी बनविली. या योजनेची उद्दिष्टे पुढीलप्रमाणे-

१) राष्ट्रीय उत्पन्नात दरवर्षी ५ टक्क्यांनी वाढ करणे.
२) जास्तीत जास्त रोजगाराच्या संधी निर्माण करणे.
३) अवजड व पायाभूत उद्योगांच्या निर्मितीवर भर देणे.
४) देशात समाजवादी समाजरचना निर्माण करणे.
५) उत्पन्न व संपत्तीतील विषमता कमी करणे.
६) देशातील भांडवल गुंतवणुकीत वाढ करणे.

तिसरी पंचवार्षिक योजना (१९६१-६६)

१९६२ चे भारतावरील चीनचे आक्रमण व १९६५चे भारत-पाक युद्ध तसेच भाववाढ यामुळे संरक्षण खर्चात मोठ्या प्रमाणात वाढ करावी लागली. या योजनेची उद्दिष्टे पुढीलप्रमाणे निश्चित करण्यात आली.

१) प्रत्येक वर्षी ५% प्रमाणे ५ वर्षांत राष्ट्रीय उत्पन्नात २५% वाढ घडवून आणणे.
२) अन्नधान्याच्या बाबतीत स्वयंपूर्णता गाठणे.
३) रोजगाराच्या संधीत वाढ करून बेकारीचा प्रश्न सोडविणे.
४) पायाभूत उद्योगांचा विस्तार करणे.
५) उत्पन्न आणि संपत्तीतील विषमता कमी करून विकासाची समान संधी निर्माण करणे.
६) औद्योगिकीकरणासाठी लागणारी यंत्रसामग्री देशातच उत्पादन करण्यावर भर देणे.
७) भांडवल गुंतवणुकीचा दर राष्ट्रीय उत्पन्नाच्या १४% पर्यंत वाढविणे.
८) आर्थिक विकासाची गती वाढविणे.

तिसरी वार्षिक योजना (१९६६ ते ६९)

१९६२ मध्ये चीनचे भारतावर आक्रमण, १९६५चे भारत-पाक युद्ध यामुळे अन्नधान्याच्या किमती वाढल्या. तसेच तिसऱ्या योजनेची उद्दिष्ट्ये पूर्ण करता आली

नाहीत. १९६६ व १९६९ मध्ये रुपयाचे अवमूल्यन करण्यात आले. त्यामुळे चौथी योजना लांबणीवर टाकण्यात आली व तीन वार्षिक योजना राबविण्यात आल्या. या योजनेची उद्दिष्टे पुढीलप्रमाणे होती.

१) पूर्ण रोजगार निर्माण करणे.

२) परावलंबित्व कमी करण्यासाठी देशात स्वावलंबनाचा पाया घालणे.

३) अन्नधान्य उत्पादनात स्वयंपूर्णता प्राप्त करणे; यासाठी या व्यवसायाच्या विकासाला अग्रक्रम देणे.

४) लोकसंख्यावाढ नियंत्रणासाठी कुटुंब नियोजनावर भर देणे.

५) आयात पर्यायीकरण आणि निर्यातवाढ करणाऱ्या उद्योगांना अग्रक्रम देणे.

६) सामाजिक सोयी, सुविधांत वाढ करणे.

७) सामाजिक, आर्थिक विषमता कमी करणे.

चौथी पंचवार्षिक योजना (१९६९-७४)

या योजनेचा आराखडा नियोजन मंडळाचे उपाध्यक्ष डॉ. डी. आर. गाडगीळ यांनी तयार केला; या योजनेची उद्दिष्टे पुढीलप्रमाणे होती.

१) किंमत स्थैर्य प्रस्थापित करणे.

२) लोकसंख्या नियंत्रित करणे. त्यासाठी कुटुंबनियोजन कार्यक्रमाला प्राधान्य देणे.

३) राष्ट्रीय उत्पन्न वार्षिक ५.७ टक्के दराने वाढविणे.

४) शेतीचे उत्पादन वार्षिक ५.६ टक्के दराने वाढविणे.

५) शेती व औद्योगिक उत्पादनात वाढ करून देशाला आर्थिकदृष्ट्या स्वावलंबी बनविणे.

६) आयात कमी करून निर्यातीत वाढ करणे.

७) गरजेच्या जास्तीत जास्त वस्तू देशातच निर्माण करणे.

८) जमीन सुधारणा कायद्याची प्रभावीपणे अंमलबजावणी करून आर्थिक समानता व सामाजिक न्याय प्रस्थापित करणे.

९) सार्वजनिक क्षेत्राची कार्यक्षमता वाढविणे.

१०) औद्योगिक उत्पादनात दरवर्षी ८% ते १०% वाढ करणे.

११) उपभोग्य वस्तूंच्या उत्पादनात वाढ करणे.

१२) ग्रामीण व शहरी भागात रोजगारात वाढ करणे.

१३) प्रादेशिक विषमता कमी करणे.

१४) निर्यात वार्षिक ७% दराने वाढविणे.

१५) बचतीत वाढ करणे, ग्रामीण, दुर्बल व मागासलेल्या वर्गातील लोकांना साहाय्य करणे.

पाचवी पंचवार्षिक योजना (१९७४-७९)

या योजनेची उद्दिष्टे पुढीलप्रमाणे निश्चित करण्यात आली होती.

१) राष्ट्रीय उत्पन्नात प्रतिवर्षी ५.५% दराने वाढ करणे.

२) दारिद्र्याचे उच्चाटन करण्यासाठी २० कलमी कार्यक्रम प्रभावीपणे राबविणे.

३) शिक्षण, आरोग्य, पिण्याच्या पाण्याच्या सोई यासारख्या सोयी-सुविधा उपलब्ध करून देणे.

४) निर्यातीस चालना व आयात पर्यायीकरण करणे.

५) लोकसंख्या वाढीचा वेग कमी करणे.

६) शेती, पायाभूत उद्योग, उपभोग्य वस्तू इ.च्या उत्पादनात वाढ करणे.

७) स्वयंरोजगाराला प्रोत्साहन देणे.

८) राहणीमान उंचावण्यासाठी गरिबांना जीवनावश्यक वस्तू, आरोग्य इ. सुविधा उपलब्ध करून देणे.

९) प्रादेशिक, सामाजिक व आर्थिक विषमता कमी करणे.

१०) स्वावलंबी अर्थव्यवस्था निर्माण करणे.

सहावी पंचवार्षिक योजना (१९८० - ८५)

देशातील जनता सरकारने आखलेली सहावी पंचवार्षिक योजना अपूर्ण राहिली. १९८० मध्ये मध्यावधी निवडणूक होऊन काँग्रेसपक्षाचे सरकार सत्तेवर आले. त्यामुळे १९८०-८५ या कालावधीसाठी ही योजना २३ जानेवारी १९८१ मध्ये जाहीर करण्यात आली. या योजनेची उद्दिष्टे पुढीलप्रमाणे निश्चित करण्यात आली होती.

१) अर्थव्यवस्थेच्या वृद्धिदरात महत्त्वपूर्ण वाढ करणे.

२) आर्थिक आणि तंत्रविषयक स्वावलंबन साध्य करण्यासाठी आधुनिकीकरणाच्या प्रवृत्तींना मजबूत करणे.

३) गरिबी व बेकारीच्या प्रमाणात घट करणे.

४) देशातील उत्पादन साधनांचा कार्यक्षमतेने उपयोग करणे.

५) आर्थिक व इतर सर्व प्रकारची विषमता कमी करणे.

६) देशाला स्वयंपूर्णता व आत्मनिर्भरता प्राप्त करून देणे.

७) स्वेच्छेने लोकसंख्या वाढ रोखणे.

८) बेकारी नष्ट करणे व अर्ध बेकारी कमी करणे.

९) विकास प्रक्रियेत जनतेचा सहभाग वाढविणे.

१०) ३ कोटी ४० लाख लोकांसाठी रोजगार निर्माण करणे.

११) पिण्याचे पाणी, आरोग्यसुविधा, बेघरांसाठी घरे, ग्रामीण भागात रस्ते, वीज, गलिच्छ वस्ती निर्मूलन, प्राथमिक शिक्षण, प्रौढ शिक्षण इ. कार्यक्रम राबविणे.

सातवी पंचवार्षिक योजना (१९८५-९०)

या योजनेची उद्दिष्टे पुढीलप्रमाणे निश्चित केली होती. –

१) आधुनिकता, आत्मनिर्भरता, सामाजिक न्याय या तत्त्वांना प्राधान्य देणे.

२) दारिद्र्याचे प्रमाण कमी करणे.

३) ग्रामीण व शहरी लोकांच्या राहणीमानाच्या दर्जात सुधारणा घडवून आणणे.

४) उत्पादक रोजगार संधी देशभर निर्माण करणे.

५) औद्योगिक उत्पादनात दरवर्षी ८.३% दराने वाढ करणे.

६) भाववाढीवर नियंत्रण प्रस्थापित करणे.

७) पर्यावरण संतुलन राखणे.

८) कुटुंब नियोजन कार्यक्रमाला प्राधान्य देणे.

९) देशाच्या सर्वांगीण विकासासाठी आधुनिक तंत्रज्ञानाचा अधिकाधिक वापर करणे.

१०) आर्थिक व राजकीय सत्तेचे विकेंद्रीकरण करून नियोजनात लोकांचे सहकार्य वाढविणे.

११) ग्रामीण भागात ग्रामोद्योग, कुटीरोद्योग व शेतमाल प्रक्रिया उद्योग सुरू करणे.

१२) शास्त्रीय व तंत्रशिक्षणावर भर देणे.

आठवी पंचवार्षिक योजना (१९९२-९७)

काँग्रेस सरकारने आठव्या योजनेचा मसुदा १ नोव्हेंबर १९८९ रोजी मंजूर केला होता. परंतु, जनता दलाच्या राजवटीत नियोजन मंडळाची पुनर्रचना करून श्री. आर. के. हेगडे यांना नियोजन मंडळाचे उपाध्यक्ष म्हणून नियुक्त करण्यात आले. त्यांच्या अध्यक्षतेखाली १९९०-९५ या कालावधीसाठी नव्याने आराखडा तयार केला. काँग्रेसने पाठिंबा काढून घेतल्याने हे सरकार कोसळले व जून १९९१ मध्ये काँग्रेस पक्षाचे सरकार सत्तेवर आले. श्री. प्रवण मुखर्जी यांच्या उपाध्यक्षतेखाली नियोजन मंडळाची पुनर्रचना करण्यात आली. या योजनेचा १९९२ ते १९९७ या कालावधीसाठी आराखडा तयार केला गेला. या आराखड्यास राष्ट्रीय विकास परिषदेने २३ मे १९९२ रोजी मंजुरी दिली. या योजनेची उद्दिष्टे पुढीलप्रमाणे निश्चित करण्यात आली होती. –

१) देशात २००० पर्यंत पूर्ण रोजगाराची पातळी निर्माण करण्यासाठी पुरेसा रोजगार निर्माण करणे.

२) लोकांच्या सहकार्याने लोकसंख्या वाढीवर नियंत्रण प्रस्थापित करण्यासाठी परिणामकारक योजना करणे.

३) सर्वांसाठी पिण्याचे पाणी व प्राथमिक आरोग्यविषयक सुविधा उपलब्ध करून देणे.

४) प्राथमिक शिक्षणाचे सार्वत्रिकीकरण करणे. १५ ते ३५ वयोगटातील लोकांमधील निरक्षरतेचे पूर्ण निर्मूलन करणे.

५) भंगी व्यवसायाचे पूर्ण निर्मूलन करणे.

६) अन्नधान्य उत्पादनात स्वयंपूर्णता गाठणे, तसेच निर्यातीसाठी शेतीत उत्पन्नवाढ निर्माण करणे.

७) आर्थिक विकासाचा पाया भक्कम करण्यासाठी ऊर्जा, वाहतूक व दळणवळण क्षेत्रावर लक्ष केंद्रित करणे.

८) खनिज आणि कारखानदारी क्षेत्राचा प्रतिवर्षी ८.१२% ने विकास करणे.

९) राष्ट्रीय उत्पन्नात दरवर्षी ५.६% ने वाढ घडवून आणणे.

नववी पंचवार्षिक योजना (१९९७-२००२)

नवव्या पंचवार्षिक योजनेची कार्यवाही १ एप्रिल १९९७ पासून सुरू झाली. या योजनेची उद्दिष्टे पुढीलप्रमाणे–

१) किंमत पातळी स्थिर ठेवून आर्थिक विकासाच्या दरात वाढ घडवून आणणे.

२) रोजगार निर्मिती व दारिद्र्य निर्मूलन ही उद्दिष्टे साध्य करण्यासाठी शेती आणि ग्रामीण विकासाला प्राधान्य देणे.

३) लोकसंख्या नियंत्रण.

४) देशातील लोकांना स्वावलंबी बनविणे.

५) पंचायत राज्य, सहकारी संस्था, स्वयंसाहाय्यक गटाचा आर्थिक विकासात सहभाग वाढविणे.

६) स्त्रिया, अनुसूचित जाती-जमाती, अल्पसंख्याक आणि इतर मागास वर्ग यांचा आर्थिक विकासातील सहभाग वाढविणारी धोरणे कार्यवाहीत आणणे.

७) पिण्याचे स्वच्छ पाणी, प्राथमिक आरोग्य, प्राथमिक शिक्षण आणि निवारा सर्वांना उपलब्ध करून देणे.

८) विकासास पोषक वातावरण लोकांच्या सहकार्याने तयार करणे.

९) सर्वांना पौष्टिक अन्नधान्य उपलब्ध करून देणे.

दहाव्या आणि अकराव्या पंचवार्षिक योजनेची उद्दिष्टे पुढे दिली आहेत.

५.५ चालू पंचवार्षिक योजना, उद्दिष्टे आणि व्यूहरचना

(Current five years plan - objectives & strategy)

सध्या अकरावी पंचवार्षिक योजना सुरू आहे. या चालू पंचवार्षिक योजनेचा कालावधी २००७ ते १२ असा आहे. सदरील योजनेची विस्तृत माहिती पुढीलप्रमाणे -

अकरावी पंचवार्षिक योजना (१ एप्रिल २००७ ते ३१ मार्च २०१२)

१७ ऑक्टोबर २००६ रोजी पंतप्रधान डॉ. मनमोहनसिंग यांच्या अध्यक्षतेखाली झालेल्या योजना आयोगाच्या बैठकीमध्ये अकराव्या पंचवार्षिक योजनेच्या दृष्टिकोनपत्रास (approach paper) स्वीकृती प्रदान करण्यात आली. नियोजन मंडळाने ९ नोव्हेंबर २००७ रोजी ११ व्या योजनेच्या मसुद्याला मंजुरी दिली; तर कॅबिनेटने तिला ३० नोव्हेंबर २००७ रोजी संमती दिली.

१९ डिसेंबर २००७ रोजी राष्ट्रीय विकास परिषदेने ११ व्या योजनेला अंतिम मंजुरी दिली.

११ व्या योजनेची उद्दिष्टे (Objectives of 11th Five Years Plan) -

अकराव्या पंचवार्षिक योजनेची उद्दिष्टे पुढीलप्रमाणे : –

१) सर्वसामान्य माणसाकरिता सुरक्षित उत्पन्न व रोजगार उपलब्ध करून देणे.

२) पीक हानी होणाऱ्या शेतकऱ्यांना मदत म्हणून राष्ट्रीय विपत्ती निधी (National Calamity Fund) स्थापन करणे.

३) ४ टक्के दराने शेतीला कर्ज देणे.

४) शेतमालाच्या आयातीवर संख्यात्मक निर्बंध घालणे.

५) भौतिक आधार संरचनेच्या (पायाभूत) विकासावर भर देणे.

६) ग्रामीण भागातील पायाभूत सुविधांसाठी 'भारत निर्माण' (Bharat Nirman) ही एक समबद्ध योजना आहे. या योजनेद्वारे सिंचन व्यवस्थेत प्रगती, ग्रामीण जोडणी, ग्रामीण भागात पाण्याची व्यवस्था, ग्रामीण भागात घरबांधणी व ग्रामीण भागात टेलिफोन व्यवस्थेचे जाळे पसरविणे; निश्चित कालखंडात उपलब्ध करून देणे.

७) पायाभूत संरचनेचा विकास करणे. (Infra Structure Development)

८) शहरात पायाभूत सोयी निर्माण करणे.

९) समाजाची सुयोग्य विभागणी करून विकास करणे. त्यामध्ये समृद्ध व गरीब वर्गांमध्ये विभागणी, अनिवार्य सेवांपर्यंत पोहचू शकेल असे विभाजन, ग्रामीण-शहरी विभागणी, क्षेत्रीय विभागणी करणे.

१०) शिक्षण, आरोग्य, पिण्याचे पाणी, स्वच्छता इ. सार्वजनिक सेवा जास्तीत जास्त लोकांपर्यंत पोहोचवण्याचा प्रयत्न करणे.

११) भूसुधारणा करणे.

१२) सहकारी ऋण प्रणालीचे पुनरुज्जीवन करून शेतकऱ्यांना सावकारी पाशातून मुक्त करणे.

१३) कृषी अनुसंधानाला पुनर्जीवित करून विभिन्न कृषी-जलवायू संबंधित क्षेत्रामधील उत्पादकता वाढविणे.

१४) औद्योगिक वृद्धिदर १०% घडवून आणणे.

१५) प्रादेशिक असंतुलन कमी करणे.

१६) विद्युतनिर्मितीला प्रोत्साहन.

१७) सर्वसमावेशक आर्थिक विकास करणे.

११ व्या योजनेसाठी संपूर्ण देशासाठी GDP च्या वाढीचे वार्षिक सरासरी ९% चे लक्ष्य ठेवण्यात आले आहे. त्यामुळे दरडोई G.D.P. प्रतिवर्षी सुमारे ७.६% ने वाढेल व सुमारे १० वर्षांत दुप्पट होईल. मात्र, फक्त उच्च वाढीचा दर साध्य करणे, एवढेच योजनेचे लक्ष्य नसून ही वाढ समावेशी (Inclusive growth) असावी; अशी अपेक्षा करण्यात आली आहे. समावेशी वृद्धी म्हणजे 'सर्वांना सामावून घेणारी वृद्धी' होय. म्हणजे दारिद्र्यरेषेखालील लोकांच्या विशेषतः अनुसूचित जाती-जमाती, इतर मागासवर्गीय व अल्पसंख्याक यांच्या जीवनमानाच्या गुणवत्तेत मोठी सुधारणा होण्याच्या दृष्टीने आर्थिक वाढ त्यांच्यापर्यंत झिरपत जाणे होय.

११ व्या पंचवार्षिक योजनेची लक्ष्ये (Targets) -

अकराव्या पंचवार्षिक योजनेची लक्ष्ये पुढीलप्रमाणे आहेत.

(१) योजनाकाळात देशांतर्गत उत्पन्न (G.D.P.) चा वार्षिक सरासरी वृद्धिदर ९% घडवून आणणे.

(२) कृषी क्षेत्राची वृद्धी दरवर्षी सरासरी ४% ने घडवून आणणे.

(३) औद्योगिक वृद्धी दरवर्षी सरासरी १०.११% ने घडवून आणणे.

(४) सेवा क्षेत्राची वृद्धी दरवर्षी सरासरी ९.११% ने घडवून आणणे.

(५) गुंतवणूक दरात ३६.७% दराने वाढ घडवून आणणे.

(६) एकूण देशांतर्गत उत्पादनाच्या ३४.८% बचत घडवून आणणे.

(७) ११व्या योजनेत निर्यातीतील वार्षिक वाढीच्या दराचे २०%चे लक्ष्य ठेवले आहे.

(८) रोजगाराच्या ५८ दशलक्ष नवीन संधी निर्माण करणे.

(९) शैक्षणिक बेरोजगारीला ५% पेक्षा खाली आणणे.

(१०) अकुशल कामगारांच्या वास्तविक मजुरी दरामध्ये २०% पर्यंतची वाढ घडवून आणणे.

(११) प्राथमिक शिक्षणानंतर शाळा सोडणाऱ्या बालकांचा दर २००३-०४ मधील ४२.२% हून कमी करून २०११-१२ पर्यंत २०% वर आणणे.

(१२) ७ वर्षांहून अधिक वयोगटामध्ये साक्षरतादर वाढवून ८५% करणे.

(१३) साक्षरतेमधील जेंडर गॅप २०११-१२ पर्यंत १०% पर्यंत खाली आणणे.

(१४) सर्व गावे आणि दारिद्र्यरेषेखालील सर्व परिवारांना २००९ पर्यंत वीजपुरवठा निश्चित करणे; तसेच ११ व्या योजनेच्या शेवटापर्यंत शाश्वत वीजपुरवठा उपलब्ध करणे.

(१५) २००९ पर्यंत १००० लोकसंख्येच्या सर्व गावापर्यंत (पर्वतीय व आदिवासी क्षेत्रांसाठी ५०० लोकसंख्या) सर्व ऋतुंमध्ये उपयुक्त असे पक्के रस्ते सुनिश्चित करणे. तसेच २०१५ पर्यंत सर्व महत्त्वपूर्ण वस्त्यांपर्यंत पक्के रस्ते बनविणे.

(१६) ०-६ वयोगटातील लिंग गुणोत्तर २०११-१२ पर्यंत वाढवून ९३५ तर २०१६-१७ पर्यंत ९५० करणे.

(१७) २०११-१२ पर्यंत बालमृत्युदर कमी करून २८ पर्यंत तर मातृत्व मृत्यूदर एकपर्यंत (प्रति १००० जन्मापैकी) कमी करणे.

(१८) २००९ पर्यंत सर्वांना स्वच्छ पेयजल उपलब्ध करणे, तसेच ११ व्या योजनेच्या शेवटापर्यंत यात घट होणार नाही हे सुनिश्चित करणे.

(१९) जंगले आणि झाडांच्या अंतर्गत क्षेत्रफळामध्ये ५% ची वाढ घडवून आणणे.

(२०) ऊर्जा कार्यक्षमता २०% नी वाढविणे.

(२१) २०११-१२ पर्यंत नद्यांचे पाणी स्वच्छ करण्यासाठी सर्व शहरी तरल कचऱ्यावर प्रक्रिया करणे.

अकराव्या पंचवार्षिक योजनेची व्यूहरचना (Strategy of 11th Five Years Plan)

अकराव्या पंचवार्षिक योजनेत संख्यात्मक उद्दिष्टे साध्य करण्यासाठी पुढील व्यूहरचना केली जाणार आहे. –

(१) ११ व्या योजनेत संपूर्ण देशासाठी GDP च्या वाढीचे वार्षिक सरासरी ९०% चे लक्ष्य ठेवले आहे; असे झाल्यास दरडोई जी. डी. पी. दरवर्षी सुमारे ७.६% वाढेल व सुमारे १० वर्षांत दुप्पट होईल.

(२) ११ व्या योजनेत गुंतवणूकदरात ३६.७% वाढ होण्यासाठी देशांतर्गत बचतीचा दर ३४.८% राखणे ज्यामुळे भांडवल उत्पादनप्रमाण ४.१% राहू शकेल.

(३) आर्थिक विकास साध्य करण्यासाठी शिक्षण, आरोग्य, पिण्याचे स्वच्छ पाणी इ. सुविधा ग्रामीण भागाला अधिक परिणामकारकपणे पुरविल्या जाण्यासाठी पंचायतराज आणि बिगर सरकारी संघटन यांचे सहकार्य घेणे.

(४) शेती उत्पादनात दरवर्षी सरासरी ४% ने वाढ होण्यासाठी ग्रामीणभागात पायाभूत सुविधांचा विकास करणे आणि त्यासाठी 'भारत निर्माण' कार्यक्रम अधिक प्रभाविपणे राबविणे.

भारत निर्माण कार्यक्रम ४ वर्षांसाठीचा (२००५-०९) वेळेची मर्यादा असलेला कार्यक्रम आहे.

या कार्यक्रमाची उद्दिष्टे पुढीलप्रमाणे–

(अ) जलसिंचन व्यवस्था - १०० लाख हेक्टर जमिनीसाठी अतिरिक्त सिंचनक्षमता निर्माण करणे.

(ब) ग्रामीण भागात रस्ते - १००० पेक्षा जास्त लोकसंख्या असलेली गावे व पहाडी भागातील ५०० पेक्षा जास्त लोकसंख्या असलेली गावे यांना बाराही महिने उपयोगात येणाऱ्या रस्त्यांशी जोडणे.

(क) ग्रामीण भागात घरकुले - ग्रामीण भागातील गरिबांसाठी ६० लाख घरे तयार करणे.

(ड) पिण्यासाठी शुद्ध पाणी - ग्रामीण भागात ज्या ठिकाणी शुद्ध पाणी उपलब्ध नाही; अशा सर्व ठिकाणी शुद्ध पाण्याची व्यवस्था करणे.

(इ) ग्रामीण भागाचे विद्युतीकरण - अजूनही १,२५,००० गावांमध्ये विजेची सोय नाही. त्या सर्व गावांमध्ये विजेची व्यवस्था करणे व त्याबरोबर दारिद्र्य रेषेखाली असणाऱ्या २३ कोटी कुटुंबांना वीज देणे.

(ई) टेलिफोन व्यवस्था - ग्रामीण भागात उरलेल्या सर्व गावात सार्वजनिक टेलिफोनची व्यवस्था करणे.

शेतीचे उत्पन्न वाढविण्यासाठी ४% दरवर्षी सरासरी उत्पादन वाढण्यासाठी उपाययोजना केल्या जाणार आहेत.

(१) एकाच पिकावर भर देण्यापेक्षा शेतीत बहुविधी पिकांचे उत्पादन घेण्यावर भर दिला जाणार आहे; जेणे करून विविध पिकांपैकी अधिक नफा देणारी पिके घेण्याला अधिक उत्तेजन देता येऊ शकेल.

(२) शेतीत विशेषत: जलसिंचन, ग्रामीण रस्ते, पाणलोट क्षेत्र विकास, ग्रामीण विद्युतीकरण इ. मधील सरकारची गुंतवणूक वाढविण्याचा निर्धार केला आहे.

(३) शेतमालाला योग्य भाव मिळण्यासाठी सरकारचा हस्तक्षेप मान्य करण्यात आला आहे.

(४) अधिक पाणी वापराला उत्तेजन देणाऱ्या मोफत वीज पुरविण्याच्या धोरणाचा पुनर्विचार आणि पुनर्परीक्षण केले जाणार आहे.

(५) कृषी विकास केंद्रात सुधारणा, माती तपासणी, कृषी विस्तार कार्यक्रमात सुधारणा इ. सारख्या उपाययोजना केल्या जाणार आहेत.

(६) वैज्ञानिक प्रगतीचा शेतीक्षेत्रात जास्तीत जास्त वापर व्हावा यासाठी शेती क्षेत्रातील संशोधनावर लक्ष केंद्रित केले जाणार आहे.

(७) सहकारी कृषी वित्त पुरवठ्याचा आणखी विकास आणि सुधारणा करण्यावर भर दिला जाणार आहे.

सध्याच्या रासायनिक खतावर अनुदान देण्याच्या पद्धतीचे पुनर्मूल्यांकन केले जाणार आहे.

थोडक्यात, २००७ ते २०१२ या पंचवार्षिक योजनेत दिशा निर्देशन तयार केले. 'तीव्र आणि अधिक समावेशी विकासाकडे' याला महत्त्व दिले आहे. तसेच फक्त वेगाने विकसित अर्थव्यवस्थेमुळे बहुसंख्य लोकांच्या उत्पन्नात वाढ होऊन त्यांच्या राहणीमानाच्या दर्जात वाढ होऊ शकेल या व्यूहरचनेला महत्त्व दिले. मूलभूत सेवा उपलब्ध करून देऊनसुद्धा तीव्र विकासाची आवश्यकता आहे म्हणून त्या पद्धतीने व्यूहरचना आखली. आर्थिक विकासाचा वृद्धीदर वाढवून ८.५% किंवा ९% करण्यासाठी विविध योजनांचा समन्वय साधण्यावर भर दिला जाणार आहे. आरोग्य, शिक्षण, पिण्याचे पाणी, स्वच्छता इ. सार्वजनिक सेवा जास्तीत जास्त लोकांपर्यंत पोहोचणार आहेत. कृषी वृद्धीदर ४% पर्यंत करणे, त्यासाठी अनेक क्षेत्रांत विशेष प्रयत्न करणे.

विकासासाठी औद्योगिक क्षेत्रातील गुंतवणूक मोठ्या प्रमाणात वाढविणे; तसेच उच्च प्रकारचे तंत्रज्ञान व आधुनिकीकरण ह्यांचा मोठ्या प्रमाणात व मोठ्या कुशलतेने वापर करून जागतिक स्पर्धेत टिकून राहण्यासाठी पायाभूत संरचनेचा विकास करणे यावर भर देणे.

ग्रामीण विकास करणे यासाठी सिंचन, रस्ते, घरकुले, पिण्याचे शुद्ध पाणी, वीज, टेलिफोन इ.ची व्यवस्था करण्यावर भर दिला आहे. तसेच शहरी पायाभूत संचरना यावर भर देणे आणि समाजची सुयोग्य विभागणी झाल्याशिवाय सर्वसमावेशक विकासाच्या व्यूहरचनेला व्यापक समर्थन मिळू शकत नाही; म्हणून ११व्या योजनेत समृद्ध व गरीब वर्गांमध्ये विभागणी अनिवार्य सेवांपर्यंत पोहचू शकेल असे विभाजन ग्रामीण, शहरी विभागणी, क्षेत्रीय विभागणी या चार विभाजनांचा यात समावेश केला.

११ व्या योजनेसाठी वित्तपुरवठा -

११ व्या योजनेचा एकूण प्रस्तावित सार्वजनिक खर्च ३६,४४,७१८ कोटी रुपये इतका निश्चित करण्यात आला. त्यामध्ये केंद्र सरकारचा हिस्सा २१,५६,५७१ कोटी रुपये (५९.२%) इतका असणार असून, राज्य सरकारांचा हिस्सा १४,८८,१४७ कोटी रु. (४०.८%) इतका असणार आहे.

११ व्या योजनेचे प्रमुख वैशिष्ट्य म्हणजे योजनेसाठी कर्ज उभारणीवरील कमी अवलंबित्व होय. एकूण योजना खर्चापैकी (केंद्र + राज्य) ३८.९% कर्ज उभारणीतून भागविला जाईल. (१० व्या योजनेत हे प्रमाण ७३.९% इतके होते.) ३२.६% खर्च सार्व. क्षेत्रातील उद्योगांच्या संसाधनामधून व उर्वरित २८.५% खर्च चालू महसूलातून भागविला जाईल.

तक्ता ५.१

१० व्या आणि ११ व्या योजनांच्या खर्चाचे क्षेत्रीय वितरण

	दहावी योजना (साध्य)		अकरावी योजना (नियोजित)	
क्षेत्र	**रु. कोटी**	**टक्केवारी**	**रु. कोटी**	**टक्केवारी**
१) कृषी व संलग्न कामे	६०,७०२	३.८	१,३६,३८१	३.७
२) ग्रामीण विकास	१,३७,७१०	८.५	३,०१,०६९	८.३
३) विशेष क्षेत्र कार्यक्रम	१६,४२३	१.०	२६,३२९	०.७
४) जलसिंचन व पूरनियंत्रण	१,१२,४१५	६.९	२,१०,३२६	५.८
एकूण कृषि (१ ते ४)	३,२७,२५०	२०.२	६,७४,१०५	१८.५
५) ऊर्जा	३,६३,६३५	२२.४	८,५४,१२३	२३.४
६) उद्योग व खनिजे	६४,६५५	४.०	१,५३,६००	४.२
७) वाहतूक	२,६३,९३४	१६.३	५,७२,४१३	१५.७
८) संचार	८२,९४५	५.१	९५,३८०	२.६
९) विज्ञान, तंत्रज्ञान व पर्यावरण	२८,६७३	१.८	८७,९३३	२.४
१०) साधारण आर्थिक सेवा	३०,३४९	१.९	६२,५२३	१.७
११) सामाजिक सेवा	४,३६,५२९	२७.०	११,०२,३२७	३०.९
१२) साधारण सेवा	२०,४८९	१.३	४२,२८३	१.२
एकूण	**१६,१८,४६०**	**१००.०**	**३६,४४,७१८**	**१००.०**

११ व्या योजनेला केंद्र सरकारची स्थूल, अर्थसंकल्पित मदत १४,२१,७११ कोटी रुपये असेल; यापैकी ७४.६% रक्कम अग्रक्रम क्षेत्रासाठी तर २५.३३% रक्कम बिगर-अग्रक्रम क्षेत्रासाठी वापरली जाईल. या रकमेपैकी १०,९६,८६० कोटी रुपये केंद्र योजनेसाठी खर्च केले जातील तर ३,२४,८५१ कोटी रु. राज्ये व केंद्रशासित प्रदेशांच्या योजनांसाठी मदत म्हणून दिले जातील.

अकराव्या योजनेचा प्रस्ताविक खर्च तक्ता ५.१ मध्ये दिला आहे.

५.६ भारतीय आर्थिक नियोजनाचे मूल्यमापन

(Evaluation of Indian Economic Planning) :-

भारताने आतापर्यंत दहा पंचवार्षिक योजना व तीन वार्षिक योजना पूर्ण केल्या आहेत; अकराव्या पंचवार्षिक योजनेची कार्यवाही चालू आहे. गेल्या साठ वर्षातील नियोजनाचे मूल्यमापन केल्यास भारतीय आर्थिक नियोजनाच्या यश आणि अपयश दोन्हीही बाजू पहाणे आवश्यक आहेत. त्या पुढीलप्रमाणे–

अ) भारताच्या आर्थिक नियोजनास पुढील बाबतीत यश मिळाले पाहिजे. (१९५०-५१ ते २००१-०२)

१) राष्ट्रीय उत्पन्नात वाढ : भारताच्या आर्थिक नियोजनामुळे राष्ट्रीय उत्पन्नात वाढ झाली आहे. १९९३-९४ च्या किमतीनुसार १९५०-५१ मध्ये भारताचे निव्वळ राष्ट्रीय उत्पन्न १३२,३६७ कोटी रुपये होते. ते २००१-०२ मध्ये ११,१५,१५७ कोटी रुपयांपर्यंत वाढले.

२) दरडोई उत्पन्नात वाढ : नियोजन काळात भारताचे राष्ट्रीय उत्पन्न वाढले परंतु दरडोई उत्पन्न, लोकसंख्या वेगाने वाढल्यामुळे वाढ घडून आली नाही. १९९३-९४च्या किमतीनुसार १९५०-५१ मध्ये दरडोई उत्पन्न ३६८७ रुपये होते ते १९९६-९७ मध्ये ९००७ रुपये झाले तर २००१-०२ मध्ये १०,७५४ रुपयांपर्यंत वाढले.

३) शेती उत्पन्नात वाढ : भारत सरकारने एकूण खर्चाच्या १/४ खर्च प्रत्येक योजनेत शेतीच्या विकासासाठी केला आणि सिंचनाशी संबंधित उपक्रमांना सहभागी केले. याशिवाय खासगी क्षेत्रानेसुद्धा फार मोठा खर्च शेती विकासासाठी केला; तसेच लघुसिंचनासाठी केला. परिणामी शेती उत्पादन वाढले त्यात हरित क्रांतीची भूमिका महत्त्वाची आहे; कारण १९६७-६८पासून शेती उत्पादनात नजरेस भरेल अशी उत्पादनात वाढ झाली. अन्नधान्य उत्पादनात देश स्वावलंबी होण्यास मदत झाली. शेती पूरक व्यवसायांचा विकास झाला.

अन्नधान्याचे उत्पादन १९५०-५१ मध्ये ५१ दशलक्ष टन होते ते २००१-०२ पर्यंत २१२ दशलक्ष टनांपर्यंत वाढले; ते चार पटींपेक्षा जास्त वाढले. गव्हाचे

उत्पादन १९५०-५१ मध्ये ७ दशलक्ष टनांवरून १९९६-९७ पर्यंत ७० दशलक्ष टनांपर्यंत वाढले. ते दहापट वाढले. जलसिंचनाखालील क्षेत्र पहिल्या योजनेत २२.६ वरून १९९६-९७ पर्यंत ८०.७ दशलक्ष हेक्टरपर्यंत वाढले तर रासायनिक खतांचा वापर याच कालावधीत (१९९६-९७) १४.३ मेट्रीक टनांपर्यंत वाढला.

४) उद्योगाची प्रगती : नियोजन कालावधीत औद्योगिक प्रगतीला चालना दिली. सरकारने विकासासाठी अवजड उद्योगात गुंतवणूक केली. तसेच संस्थात्मक सुधारणा केल्या; जसे वाहतूक आणि दळणवळण, निर्मिती आणि शक्तीचे विभाजन, संज्ञापन, इ. विकासात्मक उपक्रमांसाठी पंचवार्षिक योजनेत जवळजवळ ५३ ते ५५% एकूण खर्च केला गेला. परिणामी उद्योगात प्रगती झाली. जसे पोलाद (इंजिनिअरिंग वस्तू) अभियांत्रिकी वस्तू, ॲल्यूमिनियम, रासायनिक खते, पेट्रोलियम उत्पादने इत्यादी. मोठ्या उद्योगांमुळे देशाची एकूण औद्योगिक क्षमता वाढली आहे. औद्योगिक वस्तूंचे विदेशावरील परावलंबित्व कमी झाले. उपभोग्य वस्तूंच्या उत्पादनात स्वयंपूर्णता प्राप्त झाली. कापड, साखर, अन्नप्रक्रिया, सिमेंट, यंत्रसामग्री, वाहतूक इ. उद्योगांचा विकास झाला. पहिल्या योजनेत औद्योगिक उत्पादन वाढीचा वार्षिक सरासरी वेग ५.७ टक्के होता. आठव्या योजनेत तो ८.६ टक्के झाला. औद्योगिक उत्पादनात पाच पटींपेक्षा अधिक वाढ झाली. औद्योगिक उत्पादनात भारत देशाचा जगात दहावा क्रमांक लागतो.

५) आर्थिक पायाभूत रचनेचा विकास : औद्योगिकीकरणासाठी आवश्यक अशी पायाभूत रचना भारतात निर्माण झाली. रस्ते, रेल्वे वाहतूक, वाहतुकीच्या सोयींमुळे बाजारपेठा विस्तृत झाल्या. तसेच सिंचन आणि विजेच्या सोयींमुळे शेतीच्या विकासाला चालना मिळाली आणि औद्योगिक क्षेत्रातील उत्पादनांना उत्तेजन मिळाले. पायाभूत संरचनेमुळे अर्धग्रामीण आणि ग्रामीण क्षेत्रांचा विकास झाला. त्याचबरोबर लहान गावांपासून ते शहरापर्यंत आधुनिक स्वरूपाचे कारखाने स्थापन करणे शक्य झाले; भारताचा संपूर्ण जगाशी संबंध निर्माण झाला.

६) निर्यातीत विविधता व आयात पर्याय : औद्योगिकीकरणाच्या धोरणामुळे भारताचे भांडवली वस्तूंच्या बाबतीत परदेशावरील असणारे अवलंबित्व कमी झाले आहे. परदेशातून आयात होणाऱ्या बहुतांश उपभोग्य वस्तूंचे उत्पादन देशातच होऊ लागले.

७) राहणीमानाच्या पातळीत वाढ : आर्थिक विकासाचा वेग वाढल्याने लोकांना रोजगाराच्या संधी उपलब्ध झाल्या. सरकारने रोजगार हमी योजना, दारिद्र्य निर्मूलन योजना इ. योजना राबविल्या. अन्नधान्याचा दरडोई वापर वाढला. सायकली, मोटार सायकल, शिवणयंत्रे, फ्रिज, मोटारींचा वापर वाढला. राहणीमानाच्या पातळीत

वाढ झाल्याने सरासरी आयुर्मान १९५१ मध्ये ३२ वर्षे होते; ते २००० पर्यंत ६५वर्षांपर्यंत वाढले.

८) बचत आणि गुंतवणुकीत वाढ : बचत आणि गुंतवणुकीत वाढ झाल्यामुळे परदेशी भांडवलशाहीवरील भारतीय अर्थव्यवस्थेचे अवलंबित्व कमी झाले. १९५०-५१ मध्ये स्थूल देशान्तर्गत उत्पादनाशी बचतीचे प्रमाण १०.४ टक्के होते ते २००१-०२ मध्ये २४ टक्के झाले तर गुंतवणुकीचे प्रमाण १९५०-५१ मध्ये १०.२ टक्के होते ते २००१-०२ मध्ये २३.७ टक्क्यांपर्यंत वाढले.

९) शैक्षणिक प्रगती : नियोजन काळात शैक्षणिक क्षेत्रांत प्रचंड प्रगती झाली. शिक्षण घेणाऱ्या मुला-मुलींच्या संख्येत वाढ झाली. १९५१ मध्ये देशात साक्षरतेचे प्रमाण १८.३३% होते. ते २००१ मध्ये ६५.३८ टक्क्यांपर्यंत वाढले.

१०) रोजगार निर्मिती : भारताने रोजगार वाढविण्यासाठी औद्योगिकीकरण, लघुउद्योग, स्वयंरोजगार योजना, ग्रामीण रोजगाराच्या योजना इ. अनेक कार्यक्रम राबविले. त्यामुळे रोजगाराच्या वाढत्या संधी निर्माण झाल्या. सन १९७२-७३ या काळात रोजगारात प्रतिवर्षी सरासरी २.२१% ने वाढ झाली.

११) दारिद्र्यामध्ये घट : नियोजन काळात सरकारने दारिद्र्य निर्मूलनाचे अनेक कार्यक्रम राबविले. आर्थिक विकास, रोजगारात वाढ, आर्थिक दृष्ट्या कमकुवत गटांचा विकास यामुळे सुद्धा अप्रत्यक्षपणे दारिद्र्य कमी होण्यास मदत झाली. भारताच्या दारिद्र्य रेषेखालील जनतेच्या प्रमाणात सन १९९९-२००० पर्यंत २५% पर्यंत घट करणे शक्य झाले आहे.

१२) विज्ञान आणि तंत्रज्ञानाचा विकास : भारताने नियोजन काळात विज्ञान आणि तंत्रज्ञानात प्रचंड मोठा विकास केला आहे. तांत्रिक आणि व्यवस्थापकीय कौशल्यामुळे मोठ्या संस्थांचा विकास झाला आहे. पूर्वी भारतास वैज्ञानिक तंत्रज्ञान परदेशातून आयात करावे लागत असे. आता भारत इतर देशांना तंत्रज्ञान निर्यात करत आहे. भारतातील अनेक व्यक्ती परदेशात तंत्रज्ञ म्हणून काम करीत आहेत. भारत आता विकसित देशांना तंत्रज्ञ पुरवित आहे.

१३) मानवी संसाधनांचा विकास : भारताने शिक्षणाच्या बाबतीत लक्षणीय प्रगती केली आहे. जगात तिसऱ्या क्रमांकाचा सर्वात मोठा देश म्हणून भारत उभा आहे. भारतात एकूण महाविद्यालयातील विद्यार्थ्यांची संख्या १९५०-५१ मध्ये ३.६ लाख होती. ती २०००-०१ मध्ये ७०.४ लाखांपर्यंत वाढली. लोकांच्या आरोग्यातसुद्धा सुधारणा झाली. आरोग्य पद्धत विकसित केली. अनेक दवाखाने आणि हॉस्पिटल्स ग्रामीण भागात उपलब्ध करून दिले; त्यामुळे असाध्य किंवा बऱ्या न होणाऱ्या रोगांवर उपचार होऊ लागले. उदा. टी. बी., मलेरिया, कॅन्सर इ. परिणामी लोकांमधील

यातना मोठ्या प्रमाणात कमी झाल्या. त्यामुळे आयुर्मानात वाढ आणि आरोग्यात सुधारणा झाली; तसेच अनेक समाजोपयोगी कार्यक्रम राबविले. उदा. सार्वजनिक आरोग्य, ग्रामीण विद्युतीकरण, पिण्याचे पाणी आणि इतर आवश्यक गरजा समाजातील दुर्बल घटकांना पुरविल्या.

भारतीय अर्थव्यवस्थेमध्ये नियोजन काळात लक्षणीय प्रगती झाल्याने ती अविकसित किंवा विकसनशील अर्थव्यवस्थेपासून विकसित अर्थव्यवस्थेपर्यंत पोहोचली; अशा प्रकारे नियोजनामुळे काही क्षेत्रांत नियोजित उद्दिष्टे गाठली गेली.

ब) पंचवार्षिक योजनांचे अपयश किंवा नियोजनाचे अपयश – (१९५०-५१ ते २००१-०२)

भारतीय नियोजनाचे अपयश पुढील मुद्यांच्या आधारे स्पष्ट करता येते–

१) अवास्तव लक्ष्य अथवा ध्येय : भारतीय नियोजनात अनेकविध उद्दिष्टांचा समावेश केला. उद्दिष्टांचा क्रम निश्चित नव्हता. उद्दिष्टांत सममूल्यांचा समावेश केला होता; तसेच धोरण साध्य करण्यासंदर्भात कामाचे स्वरूप स्पष्ट नव्हते. परिणामी लक्ष्य साध्य झाले नाही.

अनेक योजनांमध्ये लक्ष्यापेक्षा साध्य कमी राहिले. तिसऱ्या योजनेत औद्योगिक क्षेत्रांतील उत्पादन वृद्धिदराचे उद्दिष्ट १४ टक्के होते. प्रत्यक्षात ते ७.६ टक्के राहिले. चौथ्या योजनेचे उद्दिष्ट ८ टक्के होते. प्रत्यक्षात तो दर ५ टक्के राहिला. सहाव्या योजनेचे उद्दिष्ट ७ टक्के होते. प्रत्यक्षात ते ५.५ टक्के साध्य झाले. सातव्या योजनेचे उद्दिष्ट ८.७ टक्के होते. प्रत्यक्षात ८.५ टक्के साध्य झाले. औद्योगिक उत्पादनाचे उद्दिष्ट गाठता आले नाही.

आर्थिक विकासाचा दर गाठता आला नाही. प्रत्येक पंचवार्षिक योजनेत विकासदराचे उद्दिष्ट गाठता आले नाही. दुसऱ्या, तिसऱ्या, चौथ्या, नवव्या, दहाव्या पंचवार्षिक योजनेत निश्चित केलेला विकासाचा दर गाठता आला नाही.

दुसऱ्या योजनेत आर्थिक विकासाच्या दराचे उद्दिष्ट ४.५ टक्के होते. प्रत्यक्षात ते ४.१ टक्के साध्य झाले. तिसऱ्या योजनेचे उद्दिष्ट ५.६ टक्के होते. प्रत्यक्षात २.८ टक्के साध्य झाले. चौथ्या योजेनेचे उद्दिष्ट ५.७ टक्के होते. प्रत्यक्षात ३.३ टक्के साध्य झाले. नवव्या योजनेचे उद्दिष्ट ६.५ टक्के होते. प्रत्यक्षात ५.४ टक्के साध्य झाले. दहाव्या योजनेचे उद्दिष्ट ८% निश्चित केले होते ते ७ टक्के पर्यंत साध्य झाले.

२) दुबळे नियोजन : निरीक्षणावरून असे दिसून येते की, पहिल्या योजनेत बौद्धिक जोडणी कमी झाल्याने त्याचा परिणाम योजनेच्या उभारणीवर झाला. दुसऱ्या योजनेत तांत्रिक अकार्यक्षमतेवर टीका झाली. तिसऱ्या योजनेत विविध उपक्रम हाती घेतल्याने ते अतिशय अल्प प्रमाणात यशस्वी झाले. चौथ्या योजनेमध्ये संस्थात्मक

घटकांची काळजी घेतली नाही, अशी टीका केली जाते. तसेच नैसर्गिक आणि मानवी साधनांच्या अडथळ्यांमुळे नियोजन प्रक्रिया वास्तवतेपासून दूर गेली.

३) दारिद्र्य निर्मूलनात अपयश : दारिद्र्य निर्मूलनासाठी सरकारने अनेक योजना आखल्या. 'गरिबी हटाव' ची घोषणा केली. परंतु, सुरुवातीपासूनच त्यात निष्काळजीपणा दिसून आला. १९७३-७४ मध्ये जवळपास ५५% लोकसंख्या दारिद्र्यरेषेखाली होती. परंतु, दारिद्र्य निर्मूलन कार्यक्रमामुळे त्यात १९९३-९४ पर्यंत ३६ टक्क्यांपर्यंत घट झाली; तर २००२ पर्यंत २६% पर्यंत ही घट झाली. सन २००० मधील मनुष्यबळ विकास अहवालानुसार जगातील १७४ गरीब देशांमध्ये भारताचा १२७ वा क्रमांक आहे.

४) बेकारीत वाढ : भारतीय नियोजनाच्या प्रगतीबरोबरच बेकारांच्या संख्येतही वाढ होत गेली. रिझर्व्ह बँकेच्या अहवालानुसार वर्षातून एक दिवसही काम मिळाले नाही अशी पूर्ण वेळ बेकारांची संख्या १९५१ मध्ये ३३ लाख होती. १९७१ मध्ये १ कोटी ८७ लाख झाली. २००१ मध्ये १०.४ कोटी लोक बेकार होते. याशिवाय अर्धबेकारीची संख्या वेगळीच आहे. १९५१ मध्ये भारतात सुशिक्षित बेकारांची संख्या १.४४ लाख होती. ती १९९४ पर्यंत २३० लाखांवर गेली. सुशिक्षित बेकारीचे प्रमाण सतत वाढत आहे.

५) विषमता दूर करण्यात अपयश : उत्पन्न आणि संपत्तीमधील विषमता दूर करण्यास पंचवार्षिक नियोजनास अपयश आले आहे. उत्पन्न, संपत्ती, भांडवल यांचे विषम वाटप झाले आहे. वर्ल्ड डेव्हलपमेंट रिपोर्ट २०००-०१ नुसार भारतातील २०% उच्च श्रीमंत लोकसंख्येचा राष्ट्रीय उत्पन्नातील वाटा ४२.८ % होता; तर २०% अति गरीब लोकसंख्येचा राष्ट्रीय उत्पन्नातील वाटा फक्त ८.१% एवढाच होता.

६) लोकसंख्या वाढ : भारतीय नियोजनाला लोकसंख्या वाढ रोखण्यात अपयश आले आहे. १९५१ मध्ये भारताची लोकसंख्या ३६ कोटी होती ती २००१ मध्ये १०२ कोटी झाली. लोकसंख्या वाढीचा वेग १.३ टक्क्यांवरून २.२ टक्के एवढा झाला. वाढलेल्या लोकसंख्येचा ताण, दळणवळण, वाहतूक व्यवस्था, पिण्याचे पाणी, वैद्यकीय सुविधा अशा अनेक बाबींवर येत आहे.

७) काळ्या पैशांत वाढ : गेल्या पन्नास वर्षांत काळा पैसा बाहेर काढण्यासाठी योजना आखल्या गेल्या त्या सर्व अपयशी ठरल्या. सेंट्रल व्हिजिलन्स कमिशनच्या मते देशात काळा पैसा राष्ट्रीय उत्पन्नाच्या ४०% आहे. २००३-०४ मध्ये भारताचे सकल घरगुती उत्पन्न २५ लाख कोटी रुपये होते. त्यामध्ये काळ्या पैशांचे प्रमाण ४० टक्के होते. (काळा पैसा म्हणजे करपात्र उत्पन्न असूनसुद्धा असा कर चुकविलेला पैसा होय.)

८) प्रादेशिक असमतोलात वाढ : दुसऱ्या योजनेपासून प्रादेशिक समतोलावर भर दिला. परंतु, प्रादेशिक असमतोल दूर करण्यात अपयश आले. १९९२-९३ मध्ये महाराष्ट्र, तामिळनाडू, गुजरात, प. बंगाल, आंध्रप्रदेश व कर्नाटक या सहा राज्यांत देशातील एकूण कारखान्यांपैकी ६३ टक्के कारखाने ६९ टक्के कामगार , ६० टक्के औद्योगिक उत्पादन होते. औद्योगिकदृष्ट्या मागासलेल्या राज्यांना जास्तीत जास्त मदत मिळणे अपेक्षित होते. परंतु, प्रत्यक्ष नियोजन करताना मात्र अशा राज्यांसाठी कमी तरतूद केली गेली आहे.

९) भाववाढ आटोक्यात आली नाही : भाववाढ रोखता आली नाही हे पंचवार्षिक योजनांचे मोठे अपयश आहे. १९६० नंतर १९७२ पर्यंत किमती दुप्पट वाढल्या व पुढील वीस वर्षांत किमती साडेपाच पटींहून जास्त वाढल्या. खाद्यपदार्थ आणि इंधनाच्या किमतीत वाढ झाल्याने मे २००८च्या पहिल्या आठवड्यात महागाईचा दर ७.८३ टक्क्यांवर गेला. मे २००७ या वर्षी हा दर ५.७४ टक्के होता. म्हणजेच एका वर्षात महागाईचा दर मोठ्या प्रमाणात वाढला आहे. ११ सप्टेंबर २००४ मध्ये हा दर ७.८७ टक्के नोंदला गेला होता. नियोजन आयोगाचे उपाध्यक्ष मोन्टेकसिंग अहलुवालिया यांनी असे म्हटले आहे की, महागाईचा दर असाच वाढला तर देशाच्या विकास प्रक्रियेत बाधा येऊ शकते.

योजना काळात वाढत्या खर्चामुळे भाववाढ झाली. उपभोग्य वस्तूंच्या किमती वाढल्यामुळे त्याचा राहणीमानावर अनिष्ट परिणाम होतो. भाववाढीचा सर्वसामान्यांना त्रास होतो. किंमतवाढ नियंत्रित करण्यात सरकार अयशस्वी झाल्याने सर्वसामान्य जनतेची आर्थिक स्थिती खालावली.

१०) शेतीची उत्पादकता कमी : देशात हरितक्रांती घडून आली असली तरी ठराविक पिकांच्या बाबतीतच व ठराविक राज्यातच यशस्वी झाली. जगातील विकसित देशांचा विचार करता भारतात शेतमालाचे दर हेक्टरी उत्पादन खूपच कमी आहे. उदा. तांदूळ उत्पादनात ५१ वा क्रमांक लागतो. गव्हाच्या दर हेक्टरी उत्पादनात जगात भारताचा १२६वा क्रमांक लागतो.

११) विविध योजना काळात दरडोई उत्पन्नातील नियोजनाचे अपयश आहे; इतर विकसित देशांच्या मानाने भारताचे दरडोई उत्पन्न खूपच कमी आहे.

१२) समांतर अर्थव्यवस्थेचा विकास : चलनवाढ, नियंत्रणे आणि जलद सार्वजनिक क्षेत्राचा विस्तार त्यामुळे भ्रष्टाचाराला खतपाणी मिळाले. करांचा दुटप्पीपणा, बेकायदेशीर सट्टेबाजी, संपत्तीत वाढ झाली. व्यापारी, व्यावसायिक, कारखानदार, सरकारी अधिकारी आणि उत्साही राजकारणी व मोठे जमीनदार यांच्या उत्पन्नात सातत्य राहिले आणि संपत्तीत विषमता निर्माण झाली. सरकारचे उपाययोजनेचे धोरण

अपयशी ठरले. नियंत्रणाअभावी काळ्यापैशांत वाढ झाली. वित्तीय धोरण त्यावर नियंत्रण ठेवू शकले नाही.

१३) सट्टेबाजी, चोरटी आयात, बेकायदेशीर व्यवहार, परवाना पद्धतीतील भ्रष्टाचार या सर्वांचा परिणाम म्हणजे मोठ्या व्यापाऱ्यांच्या हातात पैसा आला. चलनविस्तार, नियंत्रणे, सार्वजनिक क्षेत्रांचा विस्तार यातून भ्रष्टाचार, करबुडवेपणा आणि सट्टेबाजीचा उदय झाला. यामुळे विकासाचा फायदा सर्वसामान्य लोकांना मिळू शकला नाही. बेहिशोबी पैसा बाहेर काढण्याबाबत राजकोषीय धोरण अपयशी ठरले आहे. काळ्यापैशांमुळे आर्थिक विषमता मोठ्या प्रमाणावर वाढून सामाजिक अशांतताही वाढली आहे.

यावरून योजनेची तत्त्वज्ञानाची उद्दिष्टे, व्यूहरचना, धोरणे चांगली होती. परंतु, संपूर्ण अंमलबजावणीची प्रक्रिया अतिशय धीमी किंवा हळूहळू आणि कमी प्रमाणात झाली. योजनेची उद्दिष्टे आणि प्रत्यक्ष साध्य यात बरीच तफावत पडली आहे, हे स्पष्ट होते. योजनेच्या प्रक्रियेमुळे सामाजिक आणि आर्थिक पायाभूत रचना, जड व मूलभूत उद्योगांचा विकास, शिक्षणाची व्यापक संधी याबाबत यशस्वी वाटचाल झाली असली तरी बेकारी कमी करून दारिद्र्य नष्ट करणे, उत्पन्न व संपत्तीतील विषमता कमी करणे ही उद्दिष्टे साध्य करण्याच्या बाबतीत आपला देश आतापर्यंत अपयशी ठरला आहे.

५.६.१ दहावी पंचवार्षिक योजना (२००२-२००७) यशापयश

(Achievement and Failures of Tenth Five Year Plan)

नियोजन मंडळाने दहाव्या पंचवार्षिक योजनेच्या मसुद्याला २७ जून २००१ रोजी मान्यता दिली. १ सप्टेंबर २००१रोजी राष्ट्रीय नियोजन परिषदेने (NDC) या योजनेच्या मसुद्याला मान्यता दिली.

दहाव्या योजनेला सुरुवात होण्यापूर्वीची स्थिती पाहता स्वातंत्र्य मिळाल्यानंतर चार दशकांनंतर लोकसंख्या वाढीचा वार्षिक दर दोन टक्क्यांपर्यंत खाली आला. साक्षरतेचे प्रमाण ६५ टक्क्यांपर्यंत आले. दारिद्र्यरेषेखालील दरात घट झाली. बेकारीत वाढ झाली. बालमृत्यूदर प्रती हजारी सत्तर होता. जंगलाखालील क्षेत्रात घट झाली. भूगर्भातील पाण्याची पातळी खाली गेली. शहरी लोकसंख्येचे प्रमाण वाढले. प्रत्येक राज्यात सुधारणा झाल्याचे दिसून येते. त्यामध्ये काही सॉफ्टवेअर सेवा (Software Services) आणि माहिती तंत्रज्ञान (IT) सेवांची स्थापना नव्याने निर्माण होऊन भारतीय अर्थव्यवस्थेला जागतिक अर्थव्यवस्थेच्या दृष्टीने याबाबीची आवश्यकता निर्माण झाली होती.

उद्दिष्टे

दहाव्या योजनेची उद्दिष्टे पुढीलप्रमाणे निश्चित केली होती.

१) दारिद्र्य रेषेखालील लोकांचे प्रमाण २००७ पर्यंत ५ टक्क्यांनी कमी करणे. व २०१२ पर्यंत दारिद्र्यरेषेखालील लोकांचे प्रमाण १५ टक्क्यांनी कमी करणे.

२) २००७ पर्यंत सर्वांना प्राथमिक शिक्षणाची संधी उपलब्ध करून देणे.

३) किफायतशीर उत्पादक रोजगारात वाढ करणे.

४) लोकसंख्या वाढीचा दर २००१ ते २०११ या दशकात १६.२ टक्क्यांपर्यंत कमी करणे.

५) बाळंतपणातील मातेचा मृत्यूदर २००७ पर्यंत प्रतिहजारी २ पर्यंत कमी करणे व २०१२ पर्यंत तो १ पर्यंत कमी करणे.

६) बालमृत्यूदर २०१२ पर्यंत २५ पर्यंत कमी करणे.

७) ग्रामीण भागातील सर्व गावांना २०१२ पर्यंत पिण्यायोग्य पाणी पुरविणे.

८) २००७ पर्यंत प्रमुख नद्या प्रदूषण मुक्त करणे.

९) भौगोलिक क्षेत्रापैकी वनक्षेत्राचे प्रमाण २००७ पर्यंत २५ टक्क्यांपर्यंत वाढविणे व २०१२ पर्यंत हे प्रमाण ३३ टक्क्यांपर्यंत वाढविणे.

१०) आर्थिक वृद्धीच्या उद्दिष्टांमध्ये या योजनेत एकूण देशांतर्गत उत्पादन किंवा दरडोई उत्पादनाबरोबरच अन्नाचा उपयोग (Consumption of Food) आणि इतर उपभोग्य वस्तू; सामाजिकसेवा; शिक्षण, आरोग्य, पिण्याच्या शुद्ध पाण्याची उपलब्धता, पायाभूत स्वच्छता इ. सुविधांचा समावेश केला आहे. तसेच आर्थिक आणि सामाजिक संधीसाठी व्यक्तींना आणि गटांना तसेच जास्तीत जास्त लोकांचा सहभाग वाढविण्याचा निर्णय घेण्यात आला.

११) लोकसंख्या नियंत्रण.

१२) १६००० कोटी रुपयांची वार्षिक निर्गुंतवणूक.

१३) २०% पर्यंत दारिद्र्य कमी करणे.

१४) स्थूल राष्ट्रीय उत्पादनात वार्षिक ८%नी वाढ करणे.

तक्ता क्र. ५.२

दहाव्या पंचवार्षिक योजनेतील निर्धारित केलेला वार्षिक दर / लक्ष्ये (टक्के)

क्षेत्र	टक्के
- शेती आणि शेतीशी संबंधित उपक्रम	३.९७
- खाणकाम आणि उत्खनन	४.३०
- पक्का माल तयार करणे	९.८२
- वीज, गॅस आणि पाणीपुरवठा	७.९९
- बांधकाम	८.३४
- व्यापार	९.४४
- रेल्वे वाहतूक	५.४०
- इतर वाहतूक	७.५४
- संदेश वहन	१५.००
- वित्तीय सेवा	११.६९
- सार्वजनिक व्यवस्था	६.४३
- इतर सेवा	९.२६
संपूर्ण अर्थव्यवस्थेची सरासरी	**७.९३**

दहाव्या पंचवार्षिक योजनेचे यश-अपयश
(Achivements and Failures of 10th Five Years Plan)

(अ) यश : दहाव्या पंचवार्षिक योजनेचे यश पुढीलप्रमाणे थोडक्यात सांगता येते.

१) १०व्या योजनेतील तरतुदीत मोठी वाढ : नवव्या योजनेत २००१-०२ मधील किमतीच्या आधारावर ९४१०४१ कोटी रु.ची एकूण तरतूद होती. ती १०व्या योजनेत १५२५६६९ कोटी रु.ची आहे. म्हणजे दहाव्या योजनेतील तरतूद ६२%नी जास्त आहे. त्यामुळे अर्थव्यवस्थेच्या विकासाला चालना मिळाली.

२) ऊर्जा क्षेत्राला महत्त्व : सगळ्यात जास्त महत्त्व ऊर्जा क्षेत्र व त्यासाठी असलेल्या तरतुदीला देण्यात आले आहे. नवव्या योजनेत ऊर्जा तरतूद ही २१९२४३ कोटी रु. होती. ती वाढवून १०व्या योजनेत ४०३९२७ कोटी रु. करण्यात आली. ही वाढ ८४.२% एवढी आहे.

३) सेवा क्षेत्राला महत्त्व : सामाजिक सेवा क्षेत्रांत महत्त्वपूर्ण वाढ करण्यात

आली. ९व्या योजनेच्या मानाने १०व्या योजनेत करण्यात आलेली ही वाढ ७९% आहे. १९४५२९ कोटी रु.वरून १०व्या योजनेत ३४७३९१कोटी रु. पर्यंत वाढविली.

४) सॉफ्टवेअर सेवात वाढ : सॉफ्टवेअर सेवा व माहिती तंत्रविज्ञान (Information Technology) यांच्याशी संबंधित क्षेत्रामध्ये प्रगती होत आहे. ह्या आर्थिक प्रगतीकडे पाहता भारत जागतिक अर्थव्यवस्थेच्या स्पर्धेत उतरण्याच्या दृष्टीने सक्षम होत आहे.

५) वाढता विकासाचा दर : विकासदर वाढताना दिसून येतो. २०००-०१ मध्ये ४.४% विकासदर होता. २००१-०३ मध्ये ५.८% होता. २००३-०४ मध्ये ८.५%,२००४-०५ मध्ये ७.५% तर २००५-०६ मध्ये ८.१% होता. योजना काळात विकासाचा दर ७.६% राहिला. उद्योग व सेवा क्षेत्रातील होणारा, विकास यामुळे विकासाचा दर वाढताना दिसून येतो.

६) सेवा क्षेत्रांत महत्त्वपूर्ण विकास : व्यापार, हॉटेल्स, वाहतूक आणि दळणवळण, वित्तीय सेवा, सामाजिक व व्यक्तिगत सेवा इ. सेवांच्या बाबतीत महत्त्वपूर्णरीत्या वाढ होताना दिसून येते. २०००-०१ मध्ये सेवाक्षेत्राचा विकासदर ५.६% होता. २००२-०३ मध्ये ७.३% झाला; तर २००३-०४ मध्ये ८.२%, २००४-०५ मध्ये ९.९% तर २००५-०६ मध्ये ९.८ पर्यंत झाला. अशारीतीने सेवाक्षेत्रात प्रतिवर्षी सरासरी ९.३% दराने वाढ झाली.

७) बचत आणि गुंतवणूक वाढ : २००१-०२ मध्ये स्थूल देशांतर्गत उत्पादनाचा विचार करता बचतीचा दर २३.६% होता तो २००२-०३ मध्ये २६.५% पर्यंत वाढला. २००३-०४ मध्ये २८.९ टक्के तर २००४-०५ मध्ये २९.१ टक्के पर्यंत वाढला.

१० व्या योजनेत बचतीचा दर २९.९% राहिला.

स्थूल देशांतर्गत गुंतवणूक २००१-०२ मध्ये २३% पर्यंत वाढला. २००२-०३ मध्ये २५.३% तर २००३-०४ मध्ये २७.२% पर्यंत वाढून ती २००४-०५ मध्ये ३०.१% पर्यंत वाढली. गुंतवणुकीचा दर ३०.८% राहिला. थोडक्यात, दहाव्या योजनेत बचत आणि गुंतवणुकीत वाढ होताना दिसून येते.

८) अन्नधान्य उत्पादनात वाढ : एकूण अन्नधान्य उत्पादन २००३-०४ मध्ये १७४.८ दशलक्ष टन होते ते २००३-०४ मध्ये २१३.५ दशलक्ष टनांपर्यंत वाढले तर २००४-०५ मध्ये २०४.६ दशलक्ष टन झाले. २००२-०३ची तुलना करता अन्नधान्य उत्पादनामध्ये वाढ झाली आहे.

नगदी पिकांच्या बाबतीत चढ-उतार होताना दिसून येते. भुईमूगाचे उत्पादन २००२-०३ मध्ये ४.१ दशलक्ष टन होते; ते २००३-०४ मध्ये ८.२ दशलक्ष टन झाले. मात्र, २००४-०५ मध्ये ७ दशलक्ष टनांपर्यंत घटले तर २००५-०६

मध्ये ५.९ दशलक्ष टनांपर्यंत ही घट चालूच राहिली; तर एकूण नऊ प्रकारच्या तेलबियांचे उत्पादन २००२-०३ पर्यंत २६.१ दशलक्ष टनांपर्यंत वाढले तर उसाचे उत्पादन २००२-०३ मध्ये २८७.४ दशलक्ष टन होते ते नंतरच्या काळात घटत गेले ते २००४-०५ मध्ये २३२.३ दशलक्ष टनांपर्यंत घटले; तर त्यामध्ये थोडी वाढ होऊन २००५-०६ मध्ये २५७.७ दशलक्ष टनांपर्यंत वाढले.

९) स्थूल देशांतर्गत उत्पादन वाढ : चालू किमतीनुसार (१९९९-२०००) स्थूल देशांतर्गत उत्पादन घटक खर्चानुसार २००२-०३ मध्ये २२५५५७४ कोटी रुपये होते. २००३-०४ मध्ये २५४३३९६ कोटी रुपये पर्यंत वाढले. २००४-०५ मध्ये २८४३८९७ कोटी झाले; तर २००५-०६ मध्ये ३२००६०० कोटी पर्यंत वाढले. ही वाढ अनुक्रमे ७.५%, १२.८%, ११.८% आणि १२.५% अशी आहे.

१०) निर्यातीत वाढ : चालू किमतीनुसार (१९९९-२०००) २००२-०३ मध्ये निर्यात २५५१३७ कोटी रु. होती. २००३-०४ मध्ये २९३३६७ कोटी झाली. २००४-०५ मध्ये ३,६१८७९ कोटी रुपयांपर्यंत वाढली तर २००५-०६ मध्ये (एप्रिल ते जानेवारी २००६ मध्ये) ३३१७७१ कोटींपर्यंत वाढली. ही वाढ अनुक्रमे २२.१%, १५%, २३.४ % आणि १६.५% अशी आहे. निर्यातीत चढ-उतार होताना दिसून येतो.

११) उद्योग क्षेत्राचा विकास : औद्योगिक विकास नवव्या योजनेत ८% दराने झाला. मात्र, दहाव्या योजनेत औद्योगिक विकास दरवर्षी सरासरी ८.९०% ने झाला.

१२) परकीय चलन साठा वाढला : दहाव्या पंचवार्षिक योजनेत परकीय चलनसाठा १८५ दशलक्ष डॉलर्सपर्यंत वाढला; ही अर्थव्यवस्थेच्या विकासाच्या दृष्टीने जमेची बाजू आहे.

१३) चालू खात्याचा तोल धन झाला : नवव्या पंचवार्षिक योजनेत चालू खात्याचा तोल ०.७ (ऋण होता). तो दहाव्या योजनेत ०.७ (धन झाला) झाला त्यामुळे शिल्लक निर्माण झाली.

१४) स्थिर भाववाढ : नवव्या आणि दहाव्या योजनेत भाववाढ जवळजवळ स्थिर राहिली. (४.८% अशी स्थिर)

१५) रोजगार निर्मितीत वाढ : १९९९ ते २००५ या काळात बिगरकृषी क्षेत्रातील रोजगार निर्मितीत ७.४% इतक्या प्रचंड वेगाने वाढ झाली. ही वाढ मुख्यत: असंघटित आणि स्वयंरोजगाराच्या क्षेत्रांत झाली आहे.

पुढील काळात सेवा आणि उत्पादन क्षेत्रांत अतिरिक्त रोजगार निर्मिती होणार आहे अशा रीतीने दहाव्या योजनेत विविध क्षेत्रांत यश प्राप्त झाले.

(ब) अपयश : १०व्या पंचवार्षिक योजनेत वरीलप्रमाणे प्रगती केली असली तरी बऱ्याच बाबतीत अपयश आले आहे. ते पुढीलप्रमाणे -

१) विकासाची लक्ष्ये महत्त्वाकांक्षी : १०व्या योजनेत वार्षिक विकासाचा दर ८टक्के निर्धारित केला होता. पहिल्या तीन वर्षांत सरासरी ६.५ टक्के राहिला. २००४-०५ मध्ये तो ७.५% राहिला. २००५-०६ मध्ये ८.१% अपेक्षित होता, १० व्या योजनेत वृद्धिदर ७.६ राहिला. म्हणजेच सरासरी वार्षिक दर गाठता आला नाही.

२) परकीय व्यापाराची लक्ष्ये अवास्तव : निर्यातीबाबत ११.८% वृद्धीदराचे लक्ष्य अवास्तव आहे. नवव्या योजनेचा हा दर फक्त ५.७% राहिला; असे असूनही १०व्या योजनेत निर्यातीच्या सरासरी वार्षिक वृद्धीचे लक्ष्य १२.४% ठरविण्यात आले; त्याचप्रमाणे आयातीचे १०व्या योजनेत ठरविलेले १६.३ लक्ष सुद्धा अवास्तव आहे.

२००३-०४ मध्ये निर्यातीचा वृद्धीदर २२.१% होता. २००३-०४ मध्ये १५% तर २००४-०५ मध्ये २३.४% राहिला. मात्र, पुढील कालावधीचा विचार करता विकासाचा दर गाठता आला पाहिजे.

आयातीचा सरासरी वार्षिक विकासदर २००२-०३ मध्ये २१.२% होता. २००३-०४ मध्ये २०.८% तर २००४-०५ मध्ये ३६.६% एवढा अधिक होता; आयातीचा दर अधिक असल्याचे दिसून येते.

३) रोजगार वाढीचे अवास्तव दर : एकूण देशांतर्गत उत्पादनवाढीचा ८% दर साध्य करून ३०० लाख रोजगार निर्मिती व तसेच विशेष क्षेत्रांत श्रमप्रधान तंत्राचा वापर करून २०० लाख रोजगार कायम करण्याचे लक्ष्य आहे. परंतु, एकूण देशांतर्गत उत्पादन वाढ ८% साध्य करणे कठीण आहे. हा दर गाठण्याबाबत ज्या प्रमाणात अपयश येईल त्याप्रमाणात रोजगार निर्मिती कमी होईल. तसेच १०व्या योजनेत रोजगार निर्मितीच्या कार्यक्रमाकरिता विशेष अशी व्यवस्था करण्यात आलेली नाही.

४) कृषी व लघुउद्योगांना कमी महत्त्व दिले : नवव्या योजनेत एकूण देशांतर्गत उत्पादनाच्या वृद्धिदरात घट होण्याचे मुख्य कारण म्हणजे कृषी व निर्माण क्षेत्रातील वृद्धीदरात झालेली 'घट' होय. असा दहाव्या योजनेत उल्लेख करण्यात आला; असे असून सुद्धा १०व्या योजनेत ह्या भागाकडे कमी लक्ष देण्यात आले. ९व्या योजनेत ह्या क्षेत्राकरिता एकूण तरतुदींच्या २१.४% तरतूद करण्यात आली होती. परंतु, १०व्या योजनेत ही तरतूद २०% आहे. सिंचनक्षेत्रासाठी नवव्या योजनेत ७.४% तरतूद करण्यात आली होती. ती दहाव्या योजनेत घटवून ६.८% करण्यात आली; तसेच ग्रामविकासासाठी असलेली तरतूद ही ९व्या योजनेतील

तरतुदीच्या मानाने कमी आहे. कृषी (सिंचन व्यवस्थेसह) व लघुउद्योग ही रोजगार निर्मितीची महत्त्वाची क्षेत्रे आहेत; असे मान्य करूनही त्यांना महत्त्व कमी दिले आहे. दहाव्या योजनेत शेतीक्षेत्राचे दरवर्षी सरासरी ४% ने वृद्धीचे उद्दिष्ट ठरवले; प्रत्यक्षात १.७%नेच वाढ झाली.

५) खासगी क्षेत्रावर अवास्तव महत्त्व देण्यात आले आहे : नवव्या योजनेत कृषी व आधारसंरचना क्षेत्रांमध्ये खासगी गुंतवणुकीला प्रोत्साहन देण्यात आले होते. परंतु, रस्ते, वीज निर्मिती यासारख्या भौतिक आधारसंरचनेत खासगी गुंतवणुकदारांनी निराशा केली असा अनुभव असूनही १०व्या योजनेत खासगी गुंतवणुकीवर बराच विश्वास ठेवलेला आहे. पूर्वीच्या अनुभवावरून दिसून येते की, खासगी क्षेत्राच्या सर्वव्यापी स्वरूपावर मोठ्या प्रमाणावर विश्वास ठेवणे ही सुदृढ अशी नीती होत नाही.

६) सार्वजनिक क्षेत्राच्या वित्त व्यवस्थापनाचा ढाचा अव्यवहार्य : ९व्या योजनेतील अनुभवावरून नियोजनकर्त्यांनी कोणताही धडा घेतला नाही अशी टीका करण्यात येते. एकूण योजना खर्चाची व्यवस्था ही ९८% बाजार उधारीच्या साहाय्याने करण्यात आली आहे आणि यातील बराचसा भाग देशी बाजारातून उधार घेतलेला आहे.

नवव्या योजनेत वित्त व्यवस्थापनाबाबत किंवा खर्चाची तरतूद करण्याबाबत अत्यंत निराशाजनक अनुभव येऊनही नियोजनकर्त्यांनी १०व्या योजनेतही एक अत्यंत अव्यवहार्य असा वित्तीय ढाचा तयार केला.

७) शेतीक्षेत्रातील विकासदरात घट : दहाव्या योजनेत शेती क्षेत्रातील उत्पादनवाढीचे वार्षिक उद्दिष्ट ३.९७% होते. दहाव्या योजनेच्या पहिल्या तीन वर्षांत हा दर फक्त १.५% राहिला व संपूर्ण योजनेत हा दर २.१३% राहिला.शेती क्षेत्रातील विकासाचा दर घटल्यामुळे त्याचा इतर क्षेत्रावरही विपरीत परिणाम होत आहे.

८) बेकारीत वाढ : ग्रामीण अर्थव्यवस्थेच्या अनेक क्षेत्रांत रोजगार निर्मितीचा दर कमी झाल आहे. अखिल भारतीय पातळीवर १९९३-९४ आणि १९९९-२००० या काळात कृषी क्षेत्रातील रोजगार निर्मितीत घट झाली आहे. १९९९ ते २००५ या काळात लोकसंख्यावाढीचा वेग २.६% ने वाढला. परंतु, रोजंदारीवर जगणाऱ्यांच्या बेरोजगारीत १९९९ च्या ६% वरून २००४-०५ या सालात ८.३% पर्यंत वाढ झाली. रोजगारांच्या संधीच्या तुलनेत लोकसंख्येत झालेली वाढ आणि महिलांचा या रोजगारात सहभाग ही यामागील कारणे आहेत. या काळात अर्धरोजगाराच्या प्रमाणातही मोठी वाढ झाली. भांडवलप्रधान तंत्राचा वाढता वापर हे रोजगार वाढ कमी होण्याचे कारण आहे.

९) लोकसंख्या आणि बिगर कृषी रोजगाराच्या तुलनेत कृषी क्षेत्रातील रोजगारात केवळ वार्षिक एक टक्का वाढ दिसून येते. एकीकडे या क्षेत्राच्या विकासाचा वेग मंदावलेला असताना कामगारांच्या वेतनात मात्र वाढ झाली. त्याचा विपरीत परिणाम कृषिक्षेत्राच्या एकंदर कामगिरीवर झाला आहे. याशिवाय आपल्या देशातील जमीनदारी पद्धत आणि जातीव्यवस्था यामुळे बदलत्या रोजगाराच्या पद्धतींवर परिणाम झाला आहे.

१०) कृषी क्षेत्रापुढील प्रश्न : सर्व समावेशक विकासाच्या दृष्टीने कृषीक्षेत्राचे मोठे महत्त्व आहे. नियोजन आयोगाला कृषीक्षेत्राचा विकासदर वाढवायचा आहे. जमिनीचे आकारमान कमी होत आहे. विविध कारणांमुळे मध्यम आणि मोठ्या शेतकऱ्यांची उत्पादनक्षमता कमी झाली आहे. याशिवाय मोठ्या शेतकऱ्यांच्या तुलनेत कृषीमालाच्या किमती न ठेवल्याने त्याचा शेतकऱ्यांच्या नफ्यावर परिणाम झाला आहे.

भारतातील कृषीक्षेत्रासमोरच्या प्रत्येक समस्येला हरितक्रांती, तंत्रज्ञान आणि जनतेचा सहभाग आणि पुढाकार महत्त्वाचा ठरला आहे. मात्र, हे तितकेसे पुरेसे नाही. नफ्यात वाढ आणि कृषि उत्पन्नात वाढ याकडे सुद्धा लक्ष देणे गरजेचे आहे; अन्यथा तंत्रज्ञान केवळ प्रायोगिक तत्त्वावर राहील.

११) मृत्यूदर कमी करण्यात अपयश : दहाव्या योजनेत बाल मृत्यूदरात हजारी ४५पर्यंत आणि प्रसूतिकालीन मृत्यूदरात हजारी २ पर्यंत घट करण्याचे उद्दिष्ट होते. प्रत्यक्षात २००५ पर्यंत बालमृत्यू ५८ होता; तर प्रसूतिकालीन मृत्यूप्रमाण ४ एवढे होते. म्हणजेच योजनाकाळातील उद्दिष्ट साध्य करता आले नाही. सार्वजनिक आरोग्य सुविधांच्या विकासात अपयश आले.

१२) कुपोषणाबाबत अयशस्वी कामगिरी : बालकांचे कुपोषण कमी करण्यात सरकारला अपयश आले. १९९८-९९ ते २००५-०६ मध्ये वाढ खुंटलेल्या मुलांचे प्रमाण ४६ वरून ३८ पर्यंत अत्यल्प घटले, तर कमी वजनाच्या मुलांचे प्रमाण स्थिर (४७ वरून ४६ झाले.) राहिले. मात्र, २००५-०६ मध्ये एकूण कुपोषित बालकांचे प्रमाण ४५% एवढे होते.

१३) दारिद्र्य निर्मूलनात अपयश : भारतातील दारिद्र्याचे प्रमाण १९.२% पर्यंत कमी करण्याचे उद्दिष्ट होते. परंतु, २००४-०५ मध्ये दारिद्र्याचे प्रमाण २७.५% होते. सरकारला दारिद्र्य कमी करण्यात अपयश आले.

१४) व्याजदरातील चढ-उतार : १९९७ साली स्थापन झालेल्या तारापोरवाला समितीने या आर्थिक बदलांच्या दृष्टीने पथदर्शी योजना तयार केल्या. यात डॉ. रंगराजन यांनी दुरुस्ती करून व्याजदर खाली आणले आणि त्यानंतर ते पुन्हा वाढविले ही चूक केली. पूर्व आशियात चलनदरात झालेल्या चढ-उतारचा परिणाम आपल्या

अर्थव्यवस्थेवरही झाला आणि व्याजदरात किरकोळ बदल करणेच आपल्याला शक्य झाले. त्याची परिणती विकासदर कमी होण्यात झाली. हा परिणाम नवव्या आणि दहाव्या योजनेच्या पूर्वार्धात कायम राहिला.

प्रश्न

प्र. १. खालील प्रश्नांची प्रत्येकी २० शब्दांत उत्तरे लिहा.

१) आर्थिक नियोजन म्हणजे काय?

२) पंडित नेहरूंची आर्थिक नियोजनाची व्याख्या सांगा.

३) नियोजनाची दोन उद्दिष्टे सांगा.

४) चालू पंचवार्षिक योजनेची दोन उद्दिष्टे सांगा.

५) भारतीय आर्थिक नियोजनाचे अपयशाचे महत्त्वाचे मुद्दे सांगा.

प्र. २. खालील प्रश्नांची प्रत्येकी ५० शब्दांत उत्तरे लिहा.

१) 'आर्थिक नियोजन' म्हणजे काय ते थोडक्यात स्पष्ट करा.

२) भारतात नियोजनाची गरज का आहे, थोडक्यात सांगा.

३) नियोजनाची उद्दिष्टे थोडक्यात सांगा.

४) दहाव्या पंचवार्षिक योजनेची उद्दिष्टे सांगा.

प्र. ३. खालील प्रश्नांची प्रत्येकी १५० शब्दांत उत्तरे लिहा.

१) भारतीय नियोजनाचा अर्थ सांगून भारतीय नियोजनाचे महत्त्व स्पष्ट करा.

२) नियोजन म्हणजे काय? नियोजनाची उद्दिष्टे सांगा.

३) चालू पंचवार्षिक योजनेची उद्दिष्टे सांगून व्यूहरचनेविषयी चर्चा करा.

४) भारतीय नियोजनाचे यश आणि अपयश स्पष्ट करा.

प्र. ४. खालील प्रश्नांची प्रत्येकी ३०० शब्दांत उत्तरे लिहा.

१) नियोजन म्हणजे काय? भारतीय नियोजनाच्या गरजेवर चर्चा करा.

२) चालू पंचवार्षिक योजनेची उद्दिष्टे सांगून व्यूहरचना स्पष्ट करा.

३) भारतीय नियोजनाचे मूल्यमापन करा.

प्रकरण ६
मानवी विकास
(Human Development)

६.१ प्रास्ताविक (Introduction) :

देशाचा आर्थिक विकास देशातील लोकसंख्येच्या आकारावर अवलंबून नसून लोकसंख्येच्या गुणवत्तेवर अवलंबून असतो. चांगल्या गुणवत्तेच्या मनुष्य बळामुळे आर्थिक विकासाचा वेग वाढण्यास मदत होते.

देशाच्या आर्थिक विकास प्रक्रियेत अत्यंत महत्त्वाचा घटक म्हणजे मानवी संसाधनांचा विकास होय. त्यामुळेच 'मानवी संसाधन विकास' या विषयाचे गांभीर्य जागतिक पातळीवर विचारात घेतले जात आहे. ॲडम स्मिथने अठराव्या शतकाच्या अखेरीस मानवी संसाधनाचे महत्त्व लक्षात आणून दिले होते. विल्यम पेट्टी ॲडमस्मिथ, मार्शल, फिशर, बॅगहॉट, लिण्ट, वॉलरस इत्यादींनी आर्थिक विकासात मानवी संसाधनांचे महत्त्व विषद केलेले आहे.

मानवी विकासात मनुष्याच्या क्षमतांचा विकास अभिप्रेत आहे. मानवी विकासात श्रमाची सक्षमता, ज्ञान, कौशल्य, सर्जनशीलता, गुणवत्ता, विश्वास, मूल्ये, अभिवृत्ती, इत्यादींचा समावेश होतो. मानवी क्षमतांच्या विकासाबाबत मानवी संसाधन व मानवी भांडवल विकास दृष्टिकोन आणि मानवी विकास दृष्टिकोन असे दोन दृष्टिकोन आहेत.

मानवी विकास म्हणजे काय?

(१) शिक्षण, आरोग्य आणि उपजीविकेचे साधन या तीन पैलूंसाठी दिलेला लढा आणि त्यांची प्रत्यक्षात झालेली पूर्तता यांचा मिलाफ म्हणजेच मानवी विकास होय.

(२) लोकांना मिळणाऱ्या संधीचा परिघ मोठा करण्याची प्रक्रिया म्हणजे मानवी विकास होय.

सर्वसाधारणपणे देशातील लोकसंख्या ही त्या देशाची संपत्ती मानली जात असली तरी केवळ लोकसंख्या म्हणजे मानवी भांडवल नव्हे. लोकसंख्येचे मानवी भांडवलात रूपांतर करण्यासाठी शिक्षण, आरोग्य, संशोधनावर पुरेसा पैसा खर्च करून श्रमशक्ती उत्पादनास उपयुक्त होईल असे धोरण कार्यान्वित करावे लागते. प्रस्तुत प्रकरणात आर्थिक विकासातील मानवी संसाधनाची भूमिका, मानवी विकास निर्देशांक, मानवी दारिद्र्यांचा निर्देशांक इत्यादींचा सविस्तर अभ्यास करणार आहोत.

६.२ आर्थिक विकासातील मानवी संसाधनाची भूमिका – (Role of Human Resource in Economic Development)

राष्ट्राच्या संपत्तीचा अंतिम आधार मानवी साधनसंपत्ती असते. भूमी, भांडवल या निष्क्रिय घटकांना क्रियाशील बनविण्याचे कार्य श्रमिक करीत असतो. म्हणून आर्थिक विकास प्रक्रियेत मानवी श्रमाला महत्त्वाचे स्थान आहे. आर्थिक विकास प्रक्रियेतील प्रभावी घटक म्हणून आणि विकास सगळ्यांपर्यंत पोहचविण्याचे एक साधन म्हणून विकसित मानवी संसाधनाला महत्त्व आहे.

(१) देशातील सर्व लोकांच्या क्षमता, कौशल्ये आणि ज्ञान यात वाढ करण्याची प्रक्रिया म्हणजे मानवी संसाधनांचा विकास होय.

(२) देशातील लोकसंख्येच्या शिक्षण, प्रशिक्षण, संशोधन, आरोग्य इत्यादीत पुरेशी भांडवल गुंतवणूक करून श्रमशक्ती उत्पादनास उपयुक्त होईल असे धोरण कार्यन्वित करणे म्हणजेच मानवी संसाधन विकास होय.

मानवी संसाधन विकासासाठी शिक्षण, आरोग्य, संशोधन, प्रशिक्षण आवश्यक असते. मानवी संसाधन विकासावरच देशाचा आर्थिक विकास अवलंबून असतो. म्हणजेच मानवी साधनसंपत्तीचा विकास आणि देशाचा आर्थिक विकास यांचा 'धनात्मक' स्वरूपाचा सहसंबंध असतो. आर्थिक विकासातील मानवी संसाधनाची भूमिका पुढील घटकांतून अधिक स्पष्ट होते.

(१) आर्थिक विकास - कोणत्याही देशाच्या आर्थिक विकास प्रक्रियेत मानवी संसाधन महत्त्वाचे असते. कारण देशातील साधनसामग्रीचा वापर हा मानवी

संसाधनावर अवलंबून असतो. ज्या देशात मानवी संसाधनाचा विकास झालेला नाही त्या देशांच्या आर्थिक विकासाचा वेग अल्प आहे. उदा. जपानमध्ये नैसर्गिक प्रतिकूलता असतानाही केवळ मानवी संसाधनामुळे जपानचा आर्थिक विकास झाला आहे. अनेक अल्पविकसित देशात मोठ्या प्रमाणात साधनसंपत्ती उपलब्ध आहे परंतु तेथे मानवी संसाधनाचा पुरेसा विकास झालेला नसल्याने त्यांना आर्थिक विकास करता आला नाही. आर्थिक विकास आणि मानवी संसाधन यांचा निकटचा संबंध असल्याने जल्द अल्पविकसित देशांना आर्थिक विकास घडवून आणण्यासाठी मानवी संसाधन विकास आवश्यक आहे.

(२) आर्थिक वृद्धित वाढ - मानवी संसाधन विकासामुळे आर्थिक वृद्धीचा वेग वाढतो. शिक्षण, आरोग्य, प्रशिक्षण तंत्रज्ञान इत्यादीमुळे मानवी संसाधनाचा विकास होऊन श्रमिकांची कार्यक्षमता वाढून उत्पादकेत वाढ होते परिणामी आर्थिक वृद्धीचा वेग वाढतो. आर्थिक विकास घडून येण्यासाठी आर्थिक वृद्धीत वाढ होणे आवश्यक असते आणि आर्थिक वृद्धीत वाढ होण्यासाठी मानवी संसाधन विकास आवश्यक असतो.

(३) नैसर्गिक साधनसंपत्तीचा उपयोग - नैसर्गिक साधनसंपत्तीचा उपयोग मानवाने स्वत:च्या विकासासाठी करावयाचा असतो. मानवी संसाधन विकासामुळे नैसर्गिक साधनसंपत्तीचा पर्याप्त वापर करणे शक्य होते. भारतात मोठ्या प्रमाणात नैसर्गिक साधनसंपत्ती आहे. उदा. जमीन, खनिजे, पाणी सूर्यप्रकाश, समुद्रकिनारपट्टी, जंगलसंपत्ती इ. परंतु मानवी संसाधनाचा पुरेसा विकास झालेला नसल्याने नैसर्गिक साधनसंपत्तीचा पर्याप्त वापर करणे शक्य होत नाही. म्हणून नैसर्गिक साधनसंपत्तीचा पर्याप्त वापर करण्याच्या दृष्टीने मानवी संसाधन विकास आवश्यक ठरतो.

(४) श्रमाचा पुरवठा - उत्पादनासाठी जे विविध घटक वापरले जातात त्यामध्ये श्रम हा घटक महत्त्वाचा असतो आणि श्रमाचा पुरवठा हा मानवी संसाधनावर अवलंबून असतो. मानवी संसाधनामुळे श्रमिकाच्या ज्ञान, कौशल्य, क्षमता इत्यादीत वाढ होते. अशा दर्जेदार श्रमिकांची अर्थव्यवस्थेत उपलब्धता असेल तर जलद आर्थिक विकास घडवून आणणे शक्य होते.

(५) संशोधकास मदत - कोणत्याही देशाच्या आर्थिक विकास प्रक्रियेत संशोधनाला फार महत्त्वाचे स्थान असते. संशोधनामुळे नवनवीन शोध, नवीन उत्पादन पद्धती, नवीन वस्तू, प्रगत तंत्रज्ञान, कौशल्य निर्माण होते परंतु अशा प्रकारचे संशोधन हे मानवी संसाधनामुळेच होत असते. संशोधनाचा उपयोग विविध क्षेत्रात केल्यामुळे आर्थिक विकास घडून येतो. थोडक्यात, मानवी संसाधनामुळे संशोधन कार्याला चालना मिळते.

(६) ग्रामीण भागाचा विकास - मानवी संसाधनामुळे ग्रामीण भागाच्या विकासाला हातभार लागतो. शिक्षणामुळे ग्रामीण भागातील रूढी, परंपरा, अज्ञान यांवरील लोकांचा विश्वास कमी होऊन ग्रामीण लोकांच्या ज्ञान, कौशल्य, क्षमतेत वाढ होते त्यामुळे त्यांच्या कार्यक्षमतेत वाढ होते; त्यांची उत्पादकता वाढते, त्यांच्यात प्रगत दृष्टिकोन निर्माण होतो. यासर्वांचा परिणाम ग्रामीण भागाचा विकास घडून येतो.

(७) अर्थव्यवस्थेचे सामर्थ्य वाढते - मानवी संसाधनामुळे अर्थव्यवस्थेचे सामर्थ्य वाढते. मानवी संसाधनामुळे वैज्ञानिक व तांत्रिक प्रगती घडून येते त्यामुळे अर्थव्यवस्था गतिमान होते. देशाचे रक्षण करण्यासाठी आवश्यक शस्त्रास्त्रे, लढाऊ विमाने, रणगाडे इत्यादींचे देशातच उत्पादन करता येते. विविध क्षेत्रातून विविध प्रकारचे उत्पादन करता येते. देशात रस्ते, रेल्वेमार्ग, पूल, धरणे, इमारती इ. बांधणे शक्य होते. आंतररचनात्मक सोई निर्माण करता आल्याने स्वदेशाला अन्य देशांच्या मदतीवर अवलंबून राहावे लागत नाही. परिणामी अर्थव्यवस्थेचे सामर्थ्य वाढते.

(८) सामाजिक बदल - मानवी संसाधनामुळे श्रमिकांमध्ये पर्यायाने लोकसंख्येत वक्तशीरपणा, शिस्त, स्वच्छता, सहकार्य वृत्ती, लवचिकता, गतिशीलता इत्यादी गुण रुजतात; त्यामुळे गतिमान समाज निर्माण होतो आर्थिक विकासासाठी अशा गतिमान समाजाची गरज असते.

(९) राष्ट्रीय उत्पन्न व दरडोई उत्पन्नात वाढ - आर्थिक विकास प्रक्रियेत दरवर्षी राष्ट्रीय उत्पन्नात व दरडोई उत्पन्नात वाढ होत जाणे अपेक्षित असते. मानवी संसाधन विकासामुळे उत्पादन प्रक्रियेत श्रमविभागणी आणि विशेषीकरण करता येते त्यामुळे श्रमिकांची कार्यक्षमता व उत्पादकता वाढते परिणामी उत्पादनात व उत्पन्नात अधिक वाढ होऊन देशाचे राष्ट्रीय उत्पन्न व दरडोई उत्पन्नात वाढ होते.

(१०) लोकसंख्या नियंत्रण - मानवी संसाधन विकासामुळे मानवी भांडवलात सुधारणा होऊन लोकांची शैक्षणिक पातळी उंचावली जाते त्यामुळे सुशिक्षित लोकसंख्या आपले कुटुंब मर्यादित ठेवते परिणामी देशातील लोकसंख्या वाढीला आळा बसतो.

(११) लोकसंख्येच्या कार्यक्षमतेत वाढ - मानवी संसाधन विकासामुळे देशातील लोकसंख्येला चांगल्या प्रकारणे शिक्षण, प्रशिक्षण, आरोग्य सेवा, आहार मिळतो त्यामुळे त्यांची शारीरिक व बौद्धिक कार्यक्षमता वाढून उत्पादकता वाढते परिणामी उत्पन्न पातळीत वाढ होते.

६.३ मानवी विकास निर्देशांकाची संकल्पना
(Concept of Human Development Index (HDI))

कोणत्याही देशाचा आर्थिक विकास देशातील लोकसंख्येच्या आकारावर अवलंबून नसतो तर तो लोकसंख्येच्या गुणवत्तेवर अवलंबून असतो. लोकसंख्या दीर्घायुषी,

उच्चशिक्षित, प्रशिक्षित, अनुभवी, कार्यक्षम व कुशल असेल तर लोकसंख्येची गुणवत्ता चांगली आहे असे मानले जाते; उच्चगुणवत्तेच्या मनुष्यबळामुळे आर्थिक विकासाचा वेळ वाढण्यास मदत होते. जपानमध्ये प्रचंड नैसर्गिक प्रतिकूलता असताना केवळ तेथील उच्च गुणवत्तेच्या मनुष्यबळामुळे आर्थिकविकास घडून आणणे शक्य आहे. मानवी साधनसंपत्तीचा विकास आणि देशाचा आर्थिक विकास यांचा धनात्मक स्वरूपाचा सहसंबंध असतो. आल्फेड मार्शल यांनी मानवी संसाधनातील गुंतवणुकीला सर्वाधिक मौल्यवान भांडवल असे म्हटले आहे. १९९८ चे नोबेल पारितोषिक विजेते अमर्त्य सेन यांनी शिक्षण व मानवी भांडवलाचा विकास यांच्यातील 'घनात्मक' सहसंबंधाबाबत भूमिका मांडली. देशाच्या आर्थिक विकासाचे अनेक घटक आहेत, त्यापैकी 'मानवी साधनसंपत्तीचा विकास' हा एक महत्त्वाचा घटक आहे. आर्थिक विकास हे मानवी विकासाचे फलन असल्याने आर्थिक विकासाला चालना देण्यासाठी मानवी भांडवलाचा विकास घडवून आणणे आवश्यक ठरते.

१९५५ पासून संयुक्त राष्ट्रसंघाच्या विकास कार्यक्रमांतर्गत सदस्य राष्ट्रांसाठी दरवर्षी मानव विकास अहवाल प्रसिद्ध केले जातात. प्रत्येक सदस्य देशाचा मानवी विकास निर्देशांक काढून देशांची मानवी विकासानुसार क्रमवारी लागली जाते. मानवी विकास निर्देशांक तयार करताना पुढील तीन निकष / कसोट्या तपासल्या जातात. (१) देशातील लोकसंख्येचे सरासरी आयुर्मान (२) शैक्षणिक पातळी (३) राहणीमान पातळी. या तिन्ही घटकांना समान भारांक देऊन त्यावरून एकत्रित मानवी विकास निर्देशांक काढला जातो. संयुक्त राष्ट्र संघाचे (OND) १८५ सदस्य देश व काही सदस्येतर देशांचे मानवी विकास निर्देशांकानुसार तीन प्रकारात वर्गीकरण केले जाते. ते म्हणजे –

१) उच्च मानवी विकास निर्देशांकाचे देश - ज्या देशांचा मानवी विकास निर्देशांक ०.८०० किंवा अधिक असेल असे देश या गटात येतात. ऑस्ट्रेलिया, कॅनडा, अमेरिका, जपान इ. देश या गटात येतात.

२) मध्यम मानवी विकास निर्देशांकांचे देश - ज्या देशाचा मानवी विकास निर्देशांक ०.५०० ते ०.७९९ दरम्यान असेल असे देश या गटात येतात. रशिया, श्रीलंका, चीन, भारत इ. देशांचा समावेश या गटात होतो.

३) अल्प मानवी विकास निर्देशांकांचे देश - ज्या देशांचा मानवी विकास निर्देशांक ०.५०० पेक्षा कमी आहे असे देश या गटात येतात. पाकिस्तान. बांगला देश, दक्षिण आफ्रिकेतील देशांचा समावेश होतो.

तक्ता क्र. ६.१ मध्ये मानवी विकास निर्देशांकाच्या बाबतीत भारताची विकसित देशांबरोबर तुलना केली आहे.

तक्ता क्र. ६.१ मानवी विकास निर्देशांकाबाबत
भारताची प्रगत देशांबरोबर तुलना (२००५)

देश	मानवी विकास निर्देशांक	क्रमांक
ऑस्ट्रेलिया	०.९६२	३
कॅनडा	०.९६१	४
जपान	०.९५३	८
अमेरिका	०.९५१	१२
इंग्लंड	०.९४६	१६
जर्मनी	०.९३५	२२
भारत	०.६१९	१२८

उपरोक्त तक्त्यावरून असे दिसून येते की, विकसित देशांच्या तुलनेने भारतातील मानवी विकास निर्देशांक बराच कमी आहे. भारत जागतिक महासत्ता बनणार असे अनेकजण म्हणत असले तरी मानवी विकास निर्देशांकावरून भारताला अद्याप प्रचंड आर्थिक विकास घडवून आणण्याची आवश्यकता आहे. मानवी विकास अहवाल २००७-०८ नुसार २००५ मध्ये ऑस्ट्रेलियातील मानवी विकास निर्देशांक ९६२ होता. कॅनडात ०.९६१, जपान ०.९५३, अमेरिका ०.९५१, इंग्लंड ०.९४६ होता. तर भारतात तो फक्त ०.६१९ होता. यावरून प्रगत देशांच्या तुलनेत भारतातील मानवी विकासाचा दर्जा किंवा गुणवत्ता खूप कमी आहे. याचाच अर्थ प्रगत देशांच्या तुलनेने भारतातील शिक्षण, आरोग्य, दरडोई उत्पन्नाची स्थिती चांगली नाही.

मानवी विकास निर्देशांक तयार करायची पद्धत :

मानवी विकास निर्देशांक तयार करताना पुढील तीन प्रमुख निर्देशांक मिळून तयार केला जातो.

१) दीर्घायुष्य - हे सरासरी आयुर्मानाच्या साह्याने मोजले जाते.

२) ज्ञान - हे शैक्षणिक कौशल्य किंवा प्रौढ साक्षरता प्रमाण किंवा प्राथमिक, माध्यमिक, उच्च माध्यमिक शिक्षणाचे प्रमाण यांच्या साहाय्याने मोजले जाते.

३) जीवनमान - हे वास्तव स्थूल राष्ट्रीय उत्पन्नाच्या साहाय्याने किंवा पैशातील खरेदीशक्ती, समता साहाय्याने मोजले जाते.

मानवी विकास निर्देशांकासाठी इंग्रजीत P हे अक्षर वापरतात.

१) सरासरी आयुर्मानाद्वारे मोजले जाणारे दीर्घ व आरोग्यदायी जीवन याचा इंग्रजीत P_1 असा उल्लेख केला जातो.

२) प्रौढ शिक्षण ($\frac{२}{३}$ भार देऊन) व प्राथमिक, माध्यमिक व उच्च शिक्षण (भार देऊन) याद्वारे मोजली जाणारी ज्ञानप्राप्ती, यांचा इंग्रजीत P_2 असा उल्लेख केला जातो.

३) स्थूल देशांतर्गत उत्पादन की ज्याद्वारे देशातील लोकांच्या उच्च राहणीमानाचा दर्जा मोजला जातो. याचा इंग्रजीत P_3 असा उल्लेख केला जातो.

∴ मानवी विकास निर्देशांक (P) = $P_1 + P_2 + P_3$ यांच्या बेरजेची सरासरी

होय, म्हणजेच मानव निर्देशांक (P) =

मानवी विकास निर्देशांक काढण्यासाठी आधी वरील तीन दर्शकांचा निर्देशांक काढतात.

मानवी विकास निर्देशांक तयार करताना प्रत्येक निदर्शकाचे स्थिर, कमाल व किमान मूल्य हे निश्चित केले जाते.

तक्ता क्र. ६.२

अ.नं.	निदर्शक	किमान मूल्य	कमाल मूल्य
१	सरासरी आयुर्मान	२५ वर्षे ते	८५ वर्षे
२	प्रौढ साक्षर प्रमाण	० टक्के ते	१०० टक्के
३	एकत्रित स्थूल नावनोंदणी गुणोत्तर (ज्ञान)	० टक्के ते	१०० टक्के
४	वास्तव स्थूल राष्ट्रीय दरडोई उत्पन्न	१०० डॉलर ते	४०,००० डॉलर

वरील सर्व मानवी विकास निर्देशकांचे घटक खालील सूत्राच्या साहाय्याने गणती करून निर्देशांक तयार करता येते.

निर्देशांक (Index) =

उदा. जर एखाद्या देशातील सरासरी आयुर्मान ६० वर्षे असेल तर सरासरी आयुर्मानाचा निर्देशांक हा ०.५८३ असेल.

$$= \frac{६०-२५}{८५-२५} = \frac{३५}{६०} = ०.५८३$$

१) सरासरी आयुर्मान निर्देशांक - भारताचे सरासरी आयुर्मानाचे प्रत्यक्ष मूल्य ६२.९ असेल तर

P_1 = सरासरी आयुर्मान निर्देशांक = = ०.६३२

२) सरासरी प्रौढ शिक्षण निर्देशांक - भारताचे प्रौढ साक्षरतेचे प्रत्यक्ष मूल्य ५६ असेल तर

P_2 = सरासरी शिक्षण निर्देशांक = = ०.५६०

३) सरासरी स्थूल राष्ट्रीय दरडोई उत्पन्न निर्देशांक - स्थूल राष्ट्रीय दरडोई उत्पन्नाचा निर्देशांक काढताना वरील सूत्र घेऊन त्याचा log काढावयाचा असतो समजा, भारताचे स्थूल राष्ट्रीय दरडोई उत्पन्न १०,२४६ असेल तर.

P_3 = स्थूल राष्ट्रीय दरडोई उत्पन्नाचा निर्देशांक

=

[illegible] log [illegible] (किमान मूल्य)
―――――――――――
[illegible] log (किमान मूल्य)

= ०.७७४

P =

=

= ०.६५५

लिंगाधारित विकास निर्देशांक
(Gender Related Development Index - GDI)

१९९५ चा मानवीविकास निर्देशांक अहवाल विशेष गाजला कारण या अहवालात स्त्री-पुरुष विषमतेवर प्रकाश टाकण्यात आला होता. आज स्त्री-पुरुष समानता हा विचार जागतिक पातळीवर तत्त्वत: मान्य असला तरी अनेक देशात स्त्रिया, विशिष्ट जाती-जमातीचे लोक दारिद्र्यातील लोकसंख्या मानवी विकासापासून

वंचित राहिली आहे. युनोचा १९९५ च्या मानवी विकास अहवालापासून मानव विकासातील लिंगभेदाचे मापन केले जात आहे.

लिंगाधारित विकास निर्देशांक ही मानवी विकास निर्देशांकापेक्षा वेगळी संकल्पना प्रा. अमर्त्य सेन, सुधीर आनंद, मेघनाद देसाई या भारतीय अर्थशास्त्रज्ञांनी विकसित केली आहे. मानवी विकास निर्देशांक हा संपूर्ण समाजाची सरासरी विचारात घेतो, तर लिंगाधारित निर्देशांक हा स्त्रिया आणि पुरुष यांच्यामध्ये विकासाच्या दृष्टीने कितपत समानता किंवा विषमता आहे हे स्पष्ट करतो.

जगातील सर्वच देशात स्त्रियांना पुरुषांच्या तुलनेत विकासाच्या संधी कमी मिळतात. या परस्थितीचा आढावा घेण्यासाठी लिंगाधारित विकास निर्देशांक विकसित केला आहे. या निर्देशांकानुसार उच्च दरडोई उत्पन्न असलेल्या देशातसुद्धा पूर्णत: स्त्री-पुरुष समानता नाही. मात्र, अलीकडे सर्वच देशात स्त्रियांची क्षमता वाढविण्यासाठी प्रयत्न केले जात आहे. शिक्षण, आरोग्य या सेवांची दारे स्त्रियांसाठी खुली झाली आहे.

लिंगाधारित विकास निर्देशांकाचे पुढील तीन घटक आहेत.

(१) स्त्री-पुरुष सापेक्ष सरासरी आयुर्मान.

(२) स्त्री-पुरुष सापेक्ष साक्षरता प्रमाण.

(३) स्त्री-पुरुष सापेक्ष अर्जित उत्पन्न.

या तीन घटकांना समान भारांक देऊन त्यांच्या आधारे एकत्रित लिंगाधारित विकास निर्देशांक काढला जातो.

२००६ च्या मानव विकास अहवालानुसार नॉर्वे या देशात सर्वाधिक लिंगाधारित विकास निर्देशांक ०.९६२ होता.

(१) स्त्री-पुरुष सापेक्ष आयुर्मान विचारात घेता सर्वच देशांत स्त्रियांचे सरासरी आयुर्मान पुरुषांपेक्षा अधिक आहे.

(२) १९७० ते १९९० या काळात विकसनशील देशांतील स्त्री-पुरुषांदरम्यान साक्षरता प्रमाणातील तफावत निम्म्याने कमी झाली. स्त्रियांचे साक्षरता प्रमाण ५४% वरून ७४% पर्यंत वाढले. अलीकडे अरब राष्ट्रातदेखील स्त्री शिक्षणावर भर दिला जात आहे.

(३) अर्जित उत्पन्नातील स्त्री-पुरुषांमधील विषमता मोठी आहे. लिंगाधारित विकास निर्देशांकात जगात पहिल्या क्रमांवर असलेल्या नॉर्वेत स्त्रियांचे उत्पन्नातील स्त्री-पुरुषांमधील विषमता ही एक जागतिक समस्या आहे.

लिंगाधारित विकास निर्देशांकात भारताचा क्रम १९९५ मध्ये ९९ होता तो २००६ मध्ये ९६ पर्यंत घसरला.

लिंगाधारित विकास निर्देशांकाचे मूल्य मानवी विकास निर्देशांकाच्या मूल्यापेक्षा कमी असेल तर त्याचा अर्थ लिंग सापेक्ष विषमता जास्त असा होतो. नॉर्वे, कॅनडा,

अमेरिका, इंग्लंड, जपान, चीन, इंडोनेशिया या देशात स्त्री-पुरुष समानता वरच्या पातळीवरची आहे. याउलट भारत, इराण, ईजिप्त, पाकिस्तान, सौदी अरेबिया, नायजेरिया या देशात अधिक स्त्री-पुरुष विषमता आढळते. मात्र, गेल्या काही वर्षात स्त्री-पुरुष विषमता जाणीवपूर्वक कमी करण्याचे प्रयत्न सर्वत्र केले जात आहेत. त्यासाठी स्त्री शिक्षण, समाजातील स्त्रियांच्या दर्जात वाढ, महिला सबलीकरण, स्त्री आरोग्याकडे लक्ष दिले जात आहे.

६.४ मानवी दारिद्र्याच्या निर्देशांकाची संकल्पना
(Concept of Human Poverty Index)

मानवी दारिद्र्याच्या निर्देशांकात पुढील बाबींचा समावेश केला जातो.

(१) रचनात्मक साक्षरतेची टक्केवारी कमी असते.

(२) दारिद्र्यरेषेखाली जीवन जगणाऱ्यांची संख्या जास्त असते.

(३) दीर्घकाळ बेरोजगारीचा दर आढळतो.

(४) संभाव्य जीवन ६० वर्षांपेक्षा जास्त नसते.

मानवी विकास अहवाल १९९७ मध्ये मानवी दारिद्र्यविषयी महत्त्वाचे घटक स्पष्ट करण्यात आले आहेत.

(१) आयुर्मान : मानवी दारिद्र्याचा मुख्य निर्देशक म्हणजे अल्पजीवन. पूर्व आशियाई देशांमध्ये १०% लोक ४० वर्षे पूर्ण होण्यापूर्वीच मृत्यू पावतात तर उप-सहारा, आफ्रिका खंडात हे प्रमाण ३३% आहे.

बालमृत्यूचे प्रमाण अविकसित देशात दर हजारी ६४ आहे. काही आफ्रिका खंडातील राष्ट्रात बालमृत्यूचे प्रमाण दरहजारी १०० आहे. सरासरी आयुर्मान कमी असणे हे मानवी दारिद्र्याचे प्रमुख कारण आहे.

(२) आरोग्य : मानवी दारिद्र्य जास्त असण्याचे आणखी एक कारण म्हणजे निकृष्ट प्रतीच्या आणि अपुऱ्या आरोग्य सेवा होय. अविकसित देशात आरोग्यविषयक सेवेकडे दुर्लक्ष केले जाते त्यामुळे साथीचे रोग व इतर आजारांचे प्रमाण जास्त आहे. परिणामी मृत्यूचे प्रमाण जास्त राहते.

(३) निवारा : मानवी दारिद्र्य अभ्यासण्यासाठी निवारा हा एक महत्त्वाचा निर्देशक आहे. कमी विकसित देशात बहुसंख्य लोकांना झोपडपट्टीत फूटपाथवर राहावे लागते; तर अनेकांची घरे कच्ची व खूपच लहान आहेत त्यामुळे मानवी दारिद्र्याची व्याप्ती वाढते.

(४) ज्ञान : मानवी दारिद्र्य जास्त असण्याचे निरक्षरता हे एक कारण आहे. कमी विकसित देशात साक्षरतेचे प्रमाण अत्यंत अल्प असल्यामुळे मोठ्या प्रमाणात अज्ञान, रूढिप्रियता दिसून येते. त्यामुळे लोकसंख्येची कार्यक्षमता निकृष्ट दर्जाची

राहून आर्थिक विकासाचा वेग कमी आहे. अनेक कमी विकसित देशात स्त्रीशिक्षण, तांत्रिक शिक्षण, उच्च शिक्षणाबाबत खूपच वाईट अवस्था आहे. त्यामुळे तेथे मानवी विकास पुरेसा झालेला नाही.

(५) वैयक्तिक सुरक्षितता : अनेक कमी विकसित देशात अंतर्गत शांतता व सुव्यवस्था नाही. दंगे, गुन्हेगारी, खून व मारामाऱ्या इत्यादींमुळे वैयक्तिक असुरक्षितता वाढते त्यातून श्रमिकांची कार्यक्षमता घटून आर्थिक विकासाचा वेग कमी राहतो.

(६) पर्यावरण संरक्षण : पर्यावरण संरक्षण हे मानवी विकासाच्या दृष्टीने आवश्यक आहे; परंतु अनेक कमी विकसित देशात पर्यावरण प्रदूषणामुळे किंवा नैसर्गिक वातावरणाच्या हानीमुळे लोकसंख्येची कार्यक्षमता घटते. अनेक प्रकारच्या प्रदूषणांमुळे मानवी विकास खुंटतो त्यामुळे मानवी दारिद्र्यात वाढ होते.

प्रश्न

प्र. १.खालील प्रश्नांची प्रत्येकी २० शब्दांत उत्तरे लिहा.

१) मानवी विकास म्हणजे काय?

२) मानवी दारिद्र्याचा निर्देशांक म्हणजे काय?

३) मानवी विकास निर्देशांक म्हणजे काय?

४) लिंगाधारित विकास निर्देशांक म्हणजे काय?

५) १९९७ च्या मानवी दारिद्र्याविषयीचे घटक सांगा.

प्र. २.खालील प्रश्नांची प्रत्येकी ५० शब्दांत उत्तरे लिहा.

१) मानवी विकास निर्देशांकाचा अर्थ थोडक्यात सांगा.

२) मानवी दारिद्र्य निर्देशांकाची संकल्पना थोडक्यात स्पष्ट करा.

३) मानवी संसाधनाची आर्थिक विकासातील भूमिका स्पष्ट करा.

प्र. ३.खालील प्रश्नांची प्रत्येकी १५० शब्दांत उत्तरे लिहा.

१) मानवी विकास म्हणजे काय? आर्थिक विकासातील मानवी संसाधनाची भूमिका स्पष्ट करा.

२) मानवी विकास निर्देशांक तयार करण्याच्या पद्धती विशद करा.

३) मानवी दारिद्र्याच्या संकल्पना स्पष्ट करा.

प्र. ४.खालील प्रश्नांची प्रत्येकी ३०० शब्दांत उत्तरे लिहा.

१) आर्थिक विकासातील मानवी संसाधनाची भूमिका स्पष्ट करा.

२) मानवी विकास निर्देशांकाच्या विविध संकल्पना स्पष्ट करा.

३) मानवी दारिद्र्याच्या निर्देशांकाच्या संकल्पना स्पष्ट करा.

प्रकरण ७

जागतिक आर्थिक विकास

(Global Economic Development)

७.१ प्रास्ताविक

७.२ उदारीकरण, खासगीकरण आणि जागतिकीकरणाचा अर्थ (Meaning of Liberalization, Privatization and Globalization.(LPG)

७.३ खासगीकरणाच्या बाजूने व विरोधी युक्तिवाद (The Privatization Debate- Arguments For and Against)

७.४ उदारीकरण, खासगीकरण आणि जागतिकीकरणा संदर्भातील आव्हाने. (Challenges of Liberalization, Privatization and Globalization)

७.१ प्रास्ताविक (Introduction)

१९९० च्या दरम्यान भारत आर्थिक अरिष्टांमध्ये सापडला होता. अर्थव्यवस्थेत अनेक प्रश्न निर्माण झालेले होते. उदा. विदेश व्यवहार शेषातील तूट वाढत चालली होती, राजकीय क्षेत्रात अस्थिरता, अनिवासी भारतीयांनी बँकांमधून आपल्या ठेवी काढून घेतल्या, परदेशी गंगाजळीमध्ये घट इत्यादी या आर्थिक अरिष्टांमधून बाहेर पडणे अत्यंत आवश्यक होते. आर्थिक अरिष्टांतून बाहेर पडण्यासाठी आंतरराष्ट्रीय नाणेनिधी व जागतिक बँकेने भारताला काही अटी घालून आर्थिक मदत व सहकार्य केले. त्यानुसार भारताने आंतरराष्ट्रीय नाणेनिधीच्या सूचनेनुसार 'स्थिरीकरण धोरणांची' व जागतिक बँक मार्गदर्शनानुसार 'संरचनात्मक बदल' राबविण्याचे निश्चित केले. जुलै १९९१ मध्ये पंतप्रधान पी. व्ही. नरसिंहराव व अर्थमंत्री डॉ. मनमोहन सिंग यांनी नवीन आर्थिक धोरण जाहीर केले. या नवीन आर्थिक धोरणात उदारीकरण, खासगीकरण, जागतिकीकरणाचा स्वीकार करण्यात आला.

प्रस्तुत प्रकरणात उदारीकरण खासगीकरण, जागतिकीकरणचा अर्थ खासगीकरणाच्या बाजूने व विरोधी युक्तिवाद उदारीकरण, खासगीकरण व जागतिकीकरणा संदर्भातील आव्हाने या संबंधीचा अभ्यास करणार आहोत.

७.२ उदारीकरण खासगीकरण आणि जागतिकीकरणाचा अर्थ
(Meaning of Liberalization, Privatization and Globalization)

(अ) उदारीकरण अर्थ व्याख्या (Meaning and Definition of Liberalisation)

सर्वसाधारणपणे कोणत्याही संकल्पनेचा अर्थ परिस्थितीनुसार बदलत असतो. आर्थिक उदारीकरणाबाबत असेच घडले आहे. सनातनवादी अर्थशास्त्रज्ञ ॲडम स्मिथ, जे. एस. मिल. रिकार्डो यांनी आर्थिक उदारीकरणाची संकल्पना केवळ आंतरराष्ट्रीय व्यापाराच्या संदर्भात वापरली होती. त्यांच्या मते आर्थिक उदारीकरण म्हणजे, "राष्ट्राचा विदेशी व्यापार आणि विनिमयदर या संबंधीचे नियंत्रणाचे धोरण होय."

१९६०-७० च्या दशकात आर्थिक उदारीकरणाचा अर्थ विदेशीव्यापार आणि विदेशी चलनासंबंधीचे नियंत्रणाचे धोरण असा घेतला जात होता. अलीकडे आर्थिक उदारीकरण ही संकल्पना व्यापक अर्थाने वापरली जाते. आर्थिक उदारीकरणाच्या धोरणात सरकारचा हस्तक्षेप नसावा किंवा कमीत कमी असावा.

(१) बाजारयंत्रणा आणि मुक्तस्पर्धा यातील अडथळे दूर करण्याच्या सरकारच्या धोरणास 'आर्थिक उदारीकरण' असे म्हणतात.

(२) आर्थिक उदारीकरण म्हणजे अर्थव्यवस्थेतील गुंतवणूक उत्पादन, आयात-निर्यात, परवाना पद्धती यावरील अनावश्यक निर्बंध-नियंत्रण-नियमन कमीत-कमी करण्याची प्रक्रिया होय.

(३) विलयात जे. बमोल : अर्थव्यवस्थेतील विविध क्षेत्रांत उत्पादन, गुंतवणूक, वितरणात मुक्त प्रवेश आणि मुक्तपणे बाहेर पडण्याचे स्वातंत्र्य म्हणजे 'आर्थिक उदारीकरण' होय.

(४) डॉ. व्ही. एम. अत्री : "निर्यातीस प्रतिबंध करणाऱ्या घटकांची तीव्रता कमी करण्यासाठी बाजाराधिष्ठित किंमत स्वीकारण्याच्या प्रक्रियेस आर्थिक उदारीकरण असे म्हणतात."

उपरोक्त व्याख्यांवरून असे स्पष्ट होते की, आर्थिक उदारीकरणाच्या धोरणात बाजारयंत्रणा व मुक्त स्पर्धेतील अडथळे दूर करणे, अर्थव्यवस्थेतील उत्पादन, गुंतवणूक, आयात-निर्यात, परवानापद्धतीतील निर्बंध कमी करणे, इत्यादी बाबींचा समावेश होतो.

आर्थिक उदारीकरणाचे टप्पे :

(१) किमतीवरील नियंत्रणे किंवा निर्बंध उठविण्याचा प्रयोग हा उदारीकरणाचा पहिला टप्पा आहे.

(२) आर्थिक उदारीकरणाच्या दुसऱ्या टप्प्यात श्रमबाजार व भांडवल बाजारातील नियंत्रणे दूर केली जातात.

(३) तिसऱ्या टप्प्यात वित्तीय बाजारातील नियंत्रणे उठविली जातात.

(४) चौथ्या टप्प्यात विदेश व्यापार, भांडवलप्रवाह, तंत्रज्ञानाची देवाण-घेवाण यासंबंधी आर्थिक उदारीकरणाचे धोरण स्वीकारले जाते.

१) भारतातील आर्थिक उदारीकरण : भारतात आर्थिक उदारीकरणास १९७५ पासून सुरुवात झाली असून भारतातील आर्थिक उदारीकरणाचे पुढील दोन भागात वर्गीकरण करता येते –

(i) सन ऑक्टोबर १९७५ मध्ये २१ उद्योग परवानामुक्त करण्यात आले.

(ii) सन १९७५ ते १९८० या काळात विदेशी भांडवलासंबंधी उदारधोरण स्वीकारण्यात आले.

(iii) सन १९७९ - ८० मध्ये कच्च्या मालाची आयात आणि सुट्ट्या भागांची आयात यावरील निर्बंध शिथिल करण्यात आले.

(iv) कोणत्याही उद्योगास आपली उत्पादनक्षमता २५७ पर्यंत वाढविण्यास परवानगी देण्यात आली.

(v) १९८२ मध्ये मक्तेदारी प्रतिबंध कायद्यांतर्गत कंपन्यांना (MRTPHT Firms) मागास भागात कारखाने सुरू करण्यास परवानगी देण्यात आली.

(vi) विदेशी सहयोगातून व विदेशी भांडवलातून उद्योगांना चालना देण्याचे धोरण स्वीकारण्यात आले.

(vii) मागणीप्रमाणे उत्पादन करण्यासाठी उद्योगांना विविधीकरणाचे स्वातंत्र्य देण्यात आले.

(viii) १९८६-८७ मध्ये २७ उद्योग मक्तेदारी प्रतिबंध कायद्याच्या कक्षेबाहेर आणण्यात आले.

(ix) मक्तेदारी प्रतिबंध कायद्यांतर्गत कंपन्यांची मालमत्ता मर्यादा २० कोटीं वरून १०० कोटी रुपयांपर्यंत करण्यात आली.

(x) इलेक्ट्रॉनिक उद्योगात तंत्रज्ञान आयातीस परवानगी देण्यात आली.

(२) १९९१ नंतरचे आर्थिक उदारीकरण :

(i) राष्ट्रीय संरक्षणाच्या दृष्टीने आणि राष्ट्राच्या डावपेचाचा भाग म्हणून आवश्यक उद्योगांव्यतिरिक्त सर्व उद्योग परवाना मुक्त करण्यात आले.

(ii) मक्तेदारी प्रतिबंधक कायद्यातील गुंतवणुकीसंबंधीची कमाल मर्यादा रद्द करण्यात आली.

(iii) भारतातील मूलभूत-पायाभूत क्षेत्रात विदेशी गुंतवणुकदारांना प्रवेश देण्यात आला.

(iv) भारतातील औद्योगिक आणि व्यावसायिक कंपन्यांच्या सहभागात ५१% ते १००% विदेशी गुंतवणुकीस परवानगी देण्यात आली.

(v) आयात-निर्यातीवरील निर्बंध उठविण्यात आले; जकातदर कमी करण्यात आली.

(vi) विदेशी चलनाचे व्यवहार 'नियंत्रण-मुक्त' करण्यात आले. सुरुवातीला व्यापार खात्यावर आणि नंतर चालू खात्यावर रुपया परिवर्तनीय करण्यात आला.

(vii) परकीय चलन व्यवहार नियंत्रण (FERA) कायद्याऐवजी अधिक उदार, परकीय चलन व्यवस्थापन कायदा (FEMA) लागू करण्यात आला.

(viii) वित्तीय क्षेत्रांत उदारीकणाचा निर्णय घेण्यात आला. उदा. सार्वजनिक क्षेत्रातील बँकांच्या खासगीकरणाचा निर्णय, विदेशी बँकांना प्रवेश, बँकांना निर्णय स्वातंत्र्य इ.

(ix) भारतीय करपद्धती साधी व सोपी करण्यात आली.

(x) भारतीय नाणेबाजार आणि भांडवल बाजारात पारदर्शकता आणण्यासाठी प्रयत्न करण्यात आले. भांडवल बाजारात विदेशी गुंतवणूक आकर्षित करण्यासाठी प्रयत्न करण्यात आले.

(ब) खासगीकरण अर्थ व्याख्या (Meaning and Definition of Privatization)

खासगीकरणाची संकल्पना संकुचित व व्यापक अर्थाने वापरली जाते.

- संकुचित अर्थाने खासगीकरण म्हणजे सार्वजनिक क्षेत्रातील उद्येगांची मालकी खासगी व्यक्ती, संस्था, कंपन्या यांच्याकडे हस्तांतरित करण्याची प्रक्रिया होय.
- व्यापक अर्थाने खासगीकरण म्हणजे सार्वजनिक क्षेत्रातील उद्योगांच्या मालकी हक्कांत बदलत करता केवळ व्यवस्थापन आणि नियंत्रण खासगी व्यक्ती, संस्था, कंपन्या यांच्याकडे देण्याची प्रक्रिया होय.

(१) डी. आर. पॅडसे : यांच्या मते खासगीकरण म्हणजे "राष्ट्रीय आर्थिक व्यवहारातील सरकारचा सहभाग कमी करणे होय."

(२) डेव्हीड हेरॉल्ड : यांच्या मते खासगीकरण म्हणजे, "साधनसामग्रीच्या वाटपासाठी व उपयोगासाठी बाजाराधिष्ठित पद्धतीचा स्वीकार करण्याची प्रक्रिया होय."

(३) बारबाश ली आणि जॉन निलीश : यांच्या मते, खासगीकरण म्हणजे सार्वजनिक क्षेत्रातील उद्योगांच्या मालकी किंवा व्यवस्थापनात खासगी व्यक्ती उद्योजकांना सहभागी करून घेण्याची प्रक्रिया होय.

(४) जागतिक विकास अहवाल १९८७ : "खासगीकरण म्हणजे उत्पादक साधनसामग्रीचे सरकारी मालकीकडून खासगी मालकीकडे हस्तांतर करण्याची प्रक्रिया होय."

उपरोक्त व्याख्यांवरून असे स्पष्ट होते की, खासगीकरणात सरकारी उद्योगांना निर्णय स्वातंत्र्य देणे, सार्वजनिक उद्योगांवरील नियंत्रणे कमी करणे, सार्वजनिक क्षेत्रातील उद्योगांचे भागभांडवल हस्तांतर, विशिष्ट व्यक्ती, उद्योजकांकडे करून त्यांना व्यवस्थापनात सहभागी करून घेणे होय.

खासगीकरणाच्या पद्धती (Methods of Privatization) :

खासगीकरणाच्या मुख्य तीन पद्धती आहे –

(१) मालकी हक्कासंदर्भात खासगीकरण : या प्रकारात सार्वजनिक क्षेत्रातील उद्योगांची मालकी सरकारकडून विशिष्ट व्यक्ती संस्थाकडे हस्तांतरित केली जाते. यापद्धतीचे पुढील चार उपप्रकार आहेत –

(अ) संपूर्ण अराष्ट्रीयीकरण : या प्रकारात सार्वजनिक क्षेत्रातील उद्योगांची मालकी पूर्णत: खासगी क्षेत्राकडे हस्तांतरित केली जाते.

(ब) संयुक्त मालकी : या पद्धतीत सार्वजनिक क्षेत्रातील उद्योगात खासगी क्षेत्राचा अंशत: भांडवलाचा सहभाग घेतला जातो. सार्वजनिक क्षेत्रातील उद्योगात खासगी क्षेत्राचा वाटा किती असावा याबाबतचा निर्णय उद्योगासंबंधी सरकारचे धोरण यावर अवलंबून असतो.

(क) कामगारांची मालकी : या पद्धतीन सार्वजनिक क्षेत्रातील उद्योगांचे भाग भांडवाल खासगी व्यक्ती किंवा कंपनीला न विकता त्याच उद्योगातील कामगारांना विकण्यात येते. त्यामुळे उद्योगाच्या मालकी हक्कासह व्यवस्थापन कामगारांकडे हस्तांतरित होते. या पद्धतीत कामगारांना वेतन आणि लाभांशाचा लाभ मिळतो.

(२) संघटनात्मक उपाययोजनाद्वारा खासगीकरण : या पद्धतीत सरकारी नियंत्रणावर आणि हस्तक्षेपांवर मर्यादा घालण्याचा आणि खासगीकरणाचे लाभ उठविण्याचा प्रयत्न केला जातो. या पद्धतीचे पुढील तीन प्रकार आहेत –

(अ) सूत्रधारी कंपनी रचना : या प्रकारात सरकारचे उद्योगातील दैनंदिन नियंत्रण किंवा हस्तक्षेप कमी असतो त्यामुळे उद्योगाला बाजारातील परिस्थितीनुसार निर्णय घेणे शक्य होते.

(ब) भाडे पद्धती : या प्रकारात सार्वजनिक क्षेत्रातील उद्योग ठराविक कालावधीसाठी भाडे पद्धतीने खासगी क्षेत्राला चालविण्यास दिले जातात. या प्रकारात उद्योगाची मालकी सरकारकडेच असते परंतु विशिष्ट कालावधीचे भाडे खासगी उद्योजकाने सरकारला द्यावयाचे असते.

(क) पुनर्रचना : या पद्धतीत उद्योगाच्या पुनर्रचनेद्वारा बाजाराधिष्ठित प्रवासात आणण्याचा आणि स्पर्धाशक्ती वाढविण्याचा प्रयत्न केला जातो. सार्वजनिक क्षेत्रातील उद्योगाची पुनर्रचना पुढील दोन प्रकारे करता येते –

(i) वित्तीय पुनर्रचना : या प्रकारात सार्वजनिक उद्योगाचा संचित तोटा निलैखित (Write off) केला जातो व कर्ज भांडवल गुणोत्तर योग्य पातळीवर आणले जाते. त्यामुळे उद्योगाचा कारभार सुधारण्यास मदत होते.

(ii) मूलभूत पुनर्रचना : या प्रकारात सार्वजनिक क्षेत्रातील उद्योगाची काही जुनी कार्ये स्थगित करून नवीन कामे समाविष्ट केली जातात किंवा काही पूरक कामे लघुउद्योगाकडून करून घेतली जातात.

(३) कार्यात्मक पद्धती : या पद्धतीत सार्वजनिक उद्योगात व्यावसायिक दृष्टिकोन निर्माण करण्यासाठी उपाययोजना केली जाते; अशा कार्यात्मक उपाययोजना विविध प्रकारच्या असतात. उदा. –

(i) सार्वजनिक क्षेत्रातील अधिकारी व कर्मचारी कामगार यांची कार्यक्षमता किंवा उत्पादकता वाढविण्यासाठी विविध प्रकारचे उत्तेजन देणे.

(ii) सार्वजनिक क्षेत्रातील उद्योगांना बाजारातून खेळते भांडवल उभारण्यास स्वातंत्र्य देणे.

(iii) सार्वजनिक क्षेत्रातील उद्योगांना खुल्या बाजारातून साधनसामग्री खरेदी करण्याचे स्वातंत्र्य देणे.

(iv) सार्वजनिक क्षेत्रातील उद्योगांना निर्णय स्वातंत्र्य देणे. इ.

भारतातील खासगीकरणाचा निर्णय :-

भारतात स्वातंत्र्योत्तर काळात जलद आर्थिक विकास आणि समाजवादी समाजरचना प्रस्थापित करणे या दोन उद्दिष्टांसाठी सार्वजनिक क्षेत्रातील उद्योगांचा विस्तार करण्यात आला. परंतु, कालांतराने सार्वजनिक क्षेत्रांत अनेक दोष निर्माण झाले. उदा. अल्प उत्पादकता, वाढता तोटा, अकार्यक्षम व्यवस्थापन, चुकीची स्थाननिश्चिती, साधनसामग्रीचा अपव्यय, अतिरिक्त गुंतवणूक, उत्पादनक्षमतेचा अपुरा वापर, अनावश्यक कामगार भरती इत्यादी; म्हणून सार्वजनिक क्षेत्रातील उद्योगांची कार्यक्षमता उत्पादकता आणि लाभता वाढविण्यासाठी निश्चित उपाययोजना आवश्यक होती. राजीव गांधी पंतप्रधान झाल्यानंतर यादृष्टीने विचार सुरू झाला कारण त्यावेळी अनेक राष्ट्रांनी सार्वजनिक क्षेत्रातील उद्योगांचे खासगीकरणे केले होते. भारताने खासगीकरण्याच्या दृष्टीने पुढील प्रकारचे निर्णय घेतले आहेत –

(i) १९८८ मध्ये सार्वजनिक क्षेत्रातील उद्योगांना काही प्रमाणात निर्णयस्वातंत्र्य देण्यात आले.

(ii) जुलै १९९१ मध्ये खासगीकरणावर आधारित नवीन औद्योगिक धोरण जाहीर करण्यात आले.

(iii) सार्वजनिक क्षेत्रासाठी राखीव उद्योगांची संख्या १७ वरून फक्त ६ करण्यात आली.

(iv) सार्वजनिक क्षेत्रातील उद्योगांना सरकारकडून देण्यात येणारी विशेष मदत बंद करण्यात आली.

(v) सार्वजनिक क्षेत्रातील आजारी उद्योगांचे पुनरुज्जीवन करण्यासाठी किंवा तो बंद करण्याची जबाबदारी औद्योगिक आणि वित्तीय पुनर्रचना मंडळाकडे सोपविली.

(vi) १९९६ अखेर ३६ आजारी उद्योगांचे पुनरुज्जीवन करण्याचा व ३४ आजारी उद्योग बंद करण्याचा निर्णय घेतला.

(vii) १९९७ सार्वजनिक क्षेत्रात उत्तम कामगिरी असणाऱ्या नऊ उद्योगांना 'नवरत्नाचा दर्जा' देण्यात आला अशा उद्योगांना व्यवस्थापकीय आणि वित्तीय स्वातंत्र्य देण्यात आले. १९९७ अखेर आणखी ९७ उद्योगांना 'मिनी रत्नाचा' दर्जा देण्यात आला.

(viii) भारत सरकारने सार्वजनिक क्षेत्रातील अनेक उद्योगांच्या बाबतीत अपगुंतवणुकीचा निर्णय घेतला.

अपगुंतवणूक (Disinvestment) म्हणजे सार्वजनिक क्षेत्रातील उद्योगांच्या भाग भांडवलाची विक्री खासगी व्यक्ती, कंपन्या व वित्तीय संस्थांना करणे होय. १९९१-९२ ते १९९६-९७ या काळात भारत सरकारने अपगुंतवणुकीद्वारे १०४६२ कोटी रुपये उभे केले तर १९९९ पर्यंत १८,६९८ कोटी रुपये उभे केले.

१९९७-९८ च्या अंदाजपत्रकात अनेक सार्वजनिक क्षेत्रातील उद्योगांतील भागभांडवलाचा वाटा २६% पर्यंत कमी करण्याचा निर्णय घेतला.

(क) जागतिकीकरण - अर्थ / व्याख्या :
(Meaning and Definition of Globalization)

आधुनिक काळात वाहतूक आणि दळणवळण क्षेत्रातील प्रगतीमुळे जगातील कोणतीही वस्तू किंवा सेवा उत्पादन करून विक्री करणे शक्य झाले आहे; त्यातूनच जागतिकीकरणाची संकल्पना विकसित झाली.

जागतिकीकरणास 'वैश्विकीकरण' हा पर्यायी शब्द वापरला जातो. जागतिकीकरण या संकल्पनेच्या व्याख्या पुढीलप्रमाणे आहेत –

(१) जागतिकीकरण म्हणजे देशांतर्गत अर्थव्यवस्थेची जागतिक अर्थव्यवस्थेशी सांगड घालणे होय.

(२) **श्रवणकुमारसिंग -** जागतिकीकरण म्हणजे सर्व राष्ट्रांची एकच बाजारपेठ निर्माण करणे आणि त्या बाजारपेठेत जागातील साधनसामग्रीचे आणि भांडवलाचे सुलभ परिचलन निर्माण करणे होय.

(३) **मालकम एस. ॲडिसेशियाइ -** ''जागतिक अर्थव्यवस्था निर्माण करण्यासाठी

जागतिक दृष्टिकोन निर्माण करणारी प्रक्रिया म्हणजे जागतिकीकरण होय.''

(४) **प्रा. सी. टी. कुरीयन** - विविधता असलेल्या अनेक अर्थव्यवस्थांचा समुच्चय म्हणजे जागतिक अर्थव्यवस्था होय.

(५) जागतिकीकरण म्हणजे बंदिस्त अर्थव्यवस्था मुक्त अर्थव्यवस्थेकडे नेणे होय.

(६) **आंतरराष्ट्रीय नाणेनिधी** - ''जागतिकीकरण म्हणजे वस्तू, सेवा व आंतरराष्ट्रीय भांडवलप्रवाह, अतिजलद व प्रसरण पावणारे तंत्रज्ञान ह्यांचे वाढते प्रमाण तसेच विविधता ह्यांच्या साहाय्याने जगातील देशांचे सतत वाढत जाणारे परस्परावलंबित्व होय.''

जागतिकीकरणाच्या संदर्भातील उपरोक्त व्याख्यांवरून असे स्पष्ट होते की, जागतिकीकरणामुळे देशांतर्गत अर्थव्यवस्था जगातील इतर अर्थव्यवस्थांशी जोडली जाते; जागतिक बाजारपेठ निर्माण होते, मुक्त अर्थव्यवस्था, आंतरराष्ट्रीय सदूपयोगी उद्योगांचा विस्तार, श्रम, भांडवल, वस्तू व सेवा यांचा आंतरराष्ट्रीय पातळीवर मुक्त प्रवाह निर्माण होतो. जागतिकीकरणामुळे राष्ट्रीय बाजारपेठेची जागा जागतिक बाजारपेठ घेते. थोडक्यात, जागतिकीकरणामुळे कोणालाही, कोणतीही वस्तू व सेवा कोठेही उत्पादन करून विक्री करता येते; त्यामुळे जागतिक स्पर्धा निर्माण होते आणि स्पर्धा ही कार्यक्षमतेची कसोटी मानली जाते.

जागतिकीकरणाचे पैलू -

जागतिकीकरणाचे तीन पैलू सांगता येतात –

(१) काल दृष्टिकोन : जागतिकीकरणामुळे प्रगत व नवीन उत्पादन पद्धतीचा व तंत्राचा अवलंब केला जातो; त्यामुळे उत्पादन प्रक्रियेतील अपव्यय कमी करणे आणि उत्पादनाचा दर्जा सुधारता येतो, व्यवस्थापन अधिक कार्यक्षम होते त्यामुळे वस्तूचे उत्पादन व विक्री या क्रिया लवकरात लवकर पूर्ण होतात. यालाच 'काल दृष्टिकोन' म्हणतात.

(२) स्थल दृष्टिकोन : जागतिकीकरणामुळे देशांतर्गत तसेच आंतरराष्ट्रीय दृष्ट्या भौगोलिक अंतर कमी होते. संशोधन, नव्या वस्तूंचे उत्पादन, विक्री या दृष्टीने राष्ट्रांच्या सीमा नाहीशा होतात; त्यामुळे संशोधन व विकास तसेच उत्पादन केंद्र, विक्री यांचे जाळे जगभर निर्माण होते.

(३) उत्पादनाचे परिणाम दृष्टिकोन : जागतिकीकरणामुळे कोणत्याही वस्तूचे उत्पादन परिणाम सतत वाढत जाते. सध्या मोठ्या प्रमाणात उत्पादन अनुकूल मानले जाते.

जागतिकीकरणासंदर्भात भारताने घेतलेले निर्णय :

(i) १९९१ च्या नवीन आर्थिक धोरणात दळणवळण, पर्यटन, व्यापारी संस्था

इत्यादींमध्ये विदेशी गुंतवणूक करण्यास परवानगी देण्यात आली.

(ii) पायाभूत सेवा उद्योगात उदा. वीजनिर्मिती, रस्ते बांधणीमध्ये १००% विदेशी गुंतवणुकीस मान्यता देण्यात आली.

(iii) विदेशी गुंतवणुकदारांना भारतीय भांडवल बाजारात गुंतवणूक करण्यास परवानगी देण्यात आली.

(iv) १९९२ पासून विदेशी गुंतवणुकदारांनी भारतीय कंपन्यांच्या समभागात केलेली गुंतवणूक काढून घेण्याची आणि मिळालेला पैसा परदेशी चलनात स्वदेशात नेण्याची परवानगी देण्यात आली.

(v) विदेशी भांडवलाची भारतात मोठ्या प्रमाणात भांडवल गुंतवणूक व्हावी म्हणून फेराऐवजी फेमा (FEMA) कायदा करण्यात आला.

(vi) सार्वजनिक क्षेत्रातील तोट्यातील उद्योग बंद करणे, खासगी क्षेत्राकडे हस्तांतरित करणे, सार्वजनिक उद्योगांना दिली जाणारी विशेष मदत बंद करणे असे निर्णय घेण्यात आले.

(vii) भारतात भांडवल गुंतवणूक करताना विदेशी कंपन्यांना स्वत:चे नाव व ट्रेडमार्क वापरण्याची परवानी देण्यात आली.

(viii) डॉ. राजा चेल्लय्या कर सुधारणा समितीच्या शिफारशीनुसार प्रत्यक्ष व अप्रत्यक्ष करांचे दर कमी करण्यात आले.

(ix) ड्युटी फ्री रिप्लेनिशमेंट सर्टिफिकेट स्किम सुरू करण्यात आली; त्यामुळे पक्का माल तयार करण्याकरिता आवश्यक असणारा कच्चा माल परदेशातून आयात करता येतो. त्यावर मूलभूत सीमाशुल्क व विशेष शुल्क आकारले जात नाही.

(x) २०००-०१ च्या आयात-निर्यात धोरणानुसार ७१४ वस्तुंवरील संख्यात्मक नियंत्रणे २००१-०२ च्या आयात-निर्यात धोरणानुसार ७१५ वस्तूंवरील संख्यात्मक नियंत्रणे उठविली.

(xi) भारत सरकारने आयात शुल्क २००% वरून ३५% केले. भांडवली वस्तूंवरील आयात शुल्क ३५% वरून २५% केले.

(xii) ११ जुलै १९९६ मध्ये भारत ब्रँड समता कोष ट्रस्ट स्थापून हा ट्रस्ट भारतातील उत्तम दर्जाच्या वस्तूंना विदेशी बाजारामध्ये यशस्वीपणे उतरविण्याचे कार्य करतो.

(xiii) भारतातील निर्यात वृद्धिसाठी विशेष आर्थिक विभाग (SEZs) सुरू करण्यात आले.

(xiv) भारतातील निर्यात वृद्धिसाठी भारतीय व्यापार उन्नती संघटना ही भारतीय व्यापार व उद्योग संस्थांना मोठ्या प्रमाणात सोयी व सवलती उपलब्ध करून देते.

७. ३ खासगीकरणाच्या बाजूने व विरोधी युक्तिवाद
(The Privatization Debate - Arguments For and Against)

(अ) खासगीकरणाच्या बाजूने युक्तिवाद / खासगीकरणाचे समर्थन / खासगीकरणाचे फायदे / खासगीकरणाचे अनुकूल परिणाम :-

(१) राजकीय हस्तक्षेपाचा अभाव : सार्वजनिक क्षेत्रातील उपक्रमांची कार्यक्षमता कमी असण्याचे एक महत्त्वाचे कारण म्हणजे राजकीय हस्तक्षेप होय. परंतु, खासगीकरणामुळे राजकीय हस्तक्षेप होणार नाही त्यामुळे विविध प्रकारच्या खासगी उत्पादन संस्थांची कार्यक्षमता अधिक असलेली दिसते.

(२) त्वरित निर्णय : सार्वजनिक क्षेत्रातील उपक्रमात सरकारच्या हस्तक्षेपामुळे त्वरित निर्णय घेता येत नाही परंतु खासगी करणामुळे उत्पादन संस्थांना त्वरित निर्णय घेणे शक्य होते त्यामुळे साधनसामग्री वेळ, पैशांचा अपव्यय होत नाही.

(३) उत्पादन खर्चात घट : खासगी क्षेत्रात उद्योगसंस्थांमध्ये आपआपासात मोठी स्पर्धा असते त्यामुळे ते साधनसामग्रीचा काटकसरीने वापर करतात, त्वरित निर्णय घेतात कार्यक्षमतेने उत्पादन करतात. कार्यक्षम व्यवस्थापन, प्रगत तंत्रज्ञान इ. अवलंब करतात. परिणामी उत्पादन खर्च कमी होतो त्यामुळे ग्राहकांना कमी किमतीत दर्जेदार वस्तू मिळतात.

(४) व्यावसायिक नैपुण्य : खासगी क्षेत्रात उद्योजक स्वत: व्यवस्थापक म्हणून किंवा अनुभवी, तज्ज्ञ, कार्यक्षम उच्चशिक्षित व्यक्तीची व्यवस्थापक म्हणून नियुक्ती करतो; अशा व्यवस्थापकांमध्ये निर्णय क्षमता, दूरदृष्टी, नैपुण्य असते; त्यामुळे खासगी क्षेत्रातील उत्पादन संस्था कार्यक्षमतेने चालतात.

(५) व्यावसायिक कामगिरीचा भांडवल उभारण्याशी संबंध : खासगी क्षेत्रातील व्यवसाय संस्थांना भांडवल बाजारातून भांडवल उभारावे लागते. भांडवल बाजारातून भाग व कर्जरोखे विकून भांडवल उभारता यावे म्हणून या संस्था आपली कार्यक्षमता वाढवून अधिक नफा मिळवण्याचा प्रयत्न करत असतात. त्यामुळे सार्वजनिक क्षेत्रातील उद्योगांच्या तुलनेने खासगी क्षेत्रातील उद्योगांची व्यावसायिक कामगिरी चांगली असते.

(६) कार्यक्षमता व कामगिरीत सुधारणा : उत्पादन कार्यक्षमरीतीने केले जाण्यासाठी अपव्यय टाळणे, उत्पादन खर्च किमान पातळीवर ठेवणे आवश्यक असते. सार्वजनिक क्षेत्रातील उद्योगांची कार्यक्षमता अपेक्षेपेक्षा खूपच कमी आढळते. खासगी क्षेत्रातील उत्पादनसंस्थेचे कार्य बाजारातील मागणी - पुरवठ्यावर चालते. खुल्या स्पर्धेत टिकून राहण्यासाठी त्यांना आपली कार्यक्षमता वाढवित राहणे भाग पडते. खासगी क्षेत्रातील उत्पादन संस्था आपली कार्यक्षमता आणि कामगिरी सुधारण्यासाठी

प्रगत तंत्रज्ञान, नवीन उत्पादन पद्धती, नव्या वस्तूचे उत्पादन, प्रगत व्यवस्थापन कौशल्य, आधुनिक विक्रेय कलेचा वापर करतात. त्यामुळे सार्वजनिक क्षेत्रातील उत्पादन संस्थांच्या खासगीकरणाचे समर्थन केले जाते.

(७) सार्वजनिक कर्जाचे ओझे कमी : खासगीकरण करताना सार्वजनिक क्षेत्रातील उत्पादनसंस्थांच्या विक्रीचा मार्ग स्वीकारल्यास त्या विक्रीपासून मिळणारे उत्पन्न अर्थसंकल्पीय तूट कमी करण्यासाठी आणि परिणामतः सार्वजनिक कर्ज कमी करण्याकरिता वापरता येते. शिवाय उत्पादनसंस्था सार्वजनिक क्षेत्रांत असताना जे अर्थसाहाय्य द्यावे लागत होते ते आता द्यावे लागणार नाही; त्यामुळे सरकारच्या तिजोरीवरील ताण काही अंशी कमी होईल.

(८) उत्पादनसमतेत वाढ : दुर्लक्ष आणि अकार्यक्षम व्यवस्थापन सरकारी हस्तक्षेप इत्यादींमुळे सार्वजनिक क्षेत्रातील उत्पादनसंस्थांच्या क्षमतेचा पुरेपूर वापर केला जात नाही. परंतु, खासगीकरणामुळे उत्पादनसंस्थांच्या क्षमतेचा पूर्ण वापर केला जाईल. त्यामुळे भारताने खासगीकरणाचा स्वीकार केल्यानंतर उद्योगांच्या उत्पादनक्षमतेत वरील वाढ झाली आहे.

(९) प्रगत तंत्रज्ञानाचा वापर : आधुनिक काळात वैज्ञानिक व तांत्रिक प्रगती अतिशय वेगाने होत आहे. कमी खर्चात, कमी कष्टात जास्त उत्पादन देणारी उत्पादन तंत्रे शोधून काढली जातात; परंतु, असे प्रगत तंत्रज्ञान भांडवलप्रधान असते. सार्वजनिक क्षेत्रात वेळच्या वेळी प्रगत तंत्रज्ञान वापरणे शक्य होत नाही; परंतु, खासगी क्षेत्रात स्पर्धेत टिकून राहाण्यासाठी प्रगत तंत्रज्ञान वापरणे आवश्यक असते. भारतात नवीन आर्थिक धोरणात सरकारने खासगीकरणाला उत्तेजन दिल्याने खासगी क्षेत्रात प्रगत तंत्रज्ञानाचा वापर वाढला आहे.

(१०) सेवाक्षेत्राचा विकास : भारताने खासगीकरणाचा स्वीकार केल्याने सेवाक्षेत्रातील गुंतवणूक वाढली; परिणामी सेवाक्षेत्राचा राष्ट्रीय उत्पन्नातील वाटा वाढला. वाहतूक दळणवळण, बँक व्यवसाय, विमा, टेलिफोन, माहितीतंत्रज्ञान इत्यादी सेवा क्षेत्रातील भांडवल गुंतवणूक वाढली; त्यामुळे ग्राहकांना कमी किमतीत दर्जेदार सेवा मिळू लागल्या आहेत.

(११) राजकीय हस्तक्षेपाच्या अभाव : सार्वजनिक क्षेत्रातील उत्पादन संस्थांमध्ये वारंवार राजकीय हस्तक्षेप होऊन त्यांची कार्यक्षमता कमी झाली, परंतु खासगीकरणामुळे राजकीय हस्तक्षेप होण्याचा प्रश्न येत नसल्याने उत्पादनसंस्थांची कार्यक्षमता वाढते.

(१२) मूलभूत सुविधात वाढ, सुधारणा : भारतात १९९१ पूर्वी मूलभूत किंवा पायाभूत क्षेत्र सार्वजनिक क्षेत्रासाठी राखून ठेवण्यात आले होते. परंतु, १९९१ पासून सरकारने मूलभूत, पायाभूतक्षेत्र खासगी क्षेत्रासाठी खुले केल्याने पायाभूत

क्षेत्रातील खासगी भांडवल गुंतवणूक वाढून नियोजित वेळेत प्रकल्प पूर्ण होऊन दर्जेदार पायाभूत सुविधा निर्माण झाल्या. उदा. रस्ते, दूरसंचार, विमानतळ, बंदर बांधणी, वीजनिर्मिती इत्यादी.

(ब) खासगीकरणाच्या विरुद्ध बाजूने युक्तिवाद / खासगीकरणाचे तोटे - खासगीकरणाचे प्रतिकूल परिणाम -

खासगीकरणाची एक बाजू अनुकूल परिणामांची असली तरी दुसरी बाजू प्रतिकूल परिणामांची आहे. खासगीकरणाच्या विरुद्ध युक्तिवाद पुढीलप्रमाणे आहे.

(१) रोजगारात घट म्हणजेच बेकारीत वाढ : वाढती बेकारी हे भारतीय अर्थव्यवस्थेचे महत्त्वाचे वैशिष्ट्य आहे. खासगीकरणामुळे बेकारीत घट न होता वाढ होत आहे. खासगीक्षेत्रातील उत्पादनसंस्था उत्पादन खर्च कमी करण्यासाठी कामगार कपातीचे धोरण स्वीकारतात शिवाय या संस्था प्रगत भांडवलप्रधान तंत्र वापरत असल्याने मोठ्या प्रमाणात रोजगारनिर्मिती होत नाही. खासगीकरणाने आर्थिक विकास होत असला तरी रोजगारात फारशी वाढ होत नाही; त्यामुळे बेकारीत वाढ होते.

(२) जीवनावश्यक वस्तुंऐवजी चैनीच्या वस्तू उत्पादनात वाढ : खासगीक्षेत्रात नफा प्राप्तीसाठी उत्पादन केले जाते त्यामुळे खासगी उद्योजक जीवनावश्यक वस्तू उत्पादनापेक्षा चैनीच्या वस्तू उत्पादनात भांडवल गुंतवणूक करणे पसंत करतात. मोटारगाड्या, टि. व्ही., उंची कापड, मादक पदार्थ इत्यादी प्रकारच्या चैनीच्या वस्तूंना ग्राहक अधिक किंमत देण्यास तयार असतो; त्यामुळे उत्पादकही मागणी-पुरवठा नियमानुसार अधिक नफा प्राप्तीसाठी अशा वस्तूंचे उत्पादन करतात त्यामुळे अर्थव्यवस्थेत जीवनावश्यक वस्तूंची टंचाई तर चैनीच्या वस्तूंची उपलब्धता असते.

(३) लघु - कुटीर उद्योगांवर प्रतिकूल परिणाम : लघु - कुटीर उद्योगांनी प्राचीन भारताला 'सुवर्णभूमी' असा नावलैकिक मिळवून दिला होता. ब्रिटीश राजवटीत या उद्योगांचा ऱ्हास झाला; म्हणून स्वातंत्र्य प्राप्तीनंतर सरकारने या उद्योगांच्या विकासासाठी प्रत्येक औद्योगिक धोरणात काही वस्तूंचे उत्पादन राखून ठेवले होते; परंतु १९९१ मध्ये सरकारने 'परवाना मुक्त' धोरण स्वीकारल्याने कोणताही उद्योग खासगी क्षेत्रात सुरू करता येऊ लागला; मध्यम व मोठ्या उद्योगांबरोबर लघु - कुटीर उद्योगांना स्पर्धा करणे अशक्य होत असल्याने अनेक परंपरागत लघु व कुटीर उद्योग बंद होत आहे.

(४) औद्योगिक मक्तेदारी : १९९१ मध्ये मक्तेदारी प्रतिबंध कायदा रद्द केल्यामुळे खासगी क्षेत्रातील उद्योगांच्या भांडवल गुंतवणुकीवरील मर्यादा नष्ट झाली; त्यामुळे ठराविक मूठभर औद्योगिकगृहांना उद्योगक्षेत्रात मोठी भांडवल गुंतवणूक करणे शक्य झाले. आज भारतात २० प्रमुख औद्योगिक गृहांचा एकूण औद्योगिक उत्पादनातील

वाटा ८०% आहे अशा प्रकाराने खासगीकरणामुळे उत्पन्न व संपत्तीचे विषम वाटप होते.

(५) प्रादेशिक असमतोलात वाढ : भारतात १९४८, १९५६, १९७७ च्या औद्योगिक धोरणात प्रादेशिक असमतोल साध्य करण्यावर भर देण्यात आला होता. परंतु, खासगीकरणाच्या धोरणामुळे उद्योजक जेथे सर्व मूलभूत - पायाभूत सुविधा उपलब्ध आहेत तेथेच नवीन उद्योग सुरू करतात. त्यामुळे विकसित प्रदेशात नवीन उद्योग सुरू होत असल्याने आर्थिक विकासातील प्रादेशिक असमतोल वाढत आहे.

(६) नफ्याच्या उद्दिष्टाला महत्त्व : स्वतंत्र भारताने सुरुवातीपासूनच आर्थिक व सामाजिक विषमता कमी करणे, समाजहित, समाजवादी समाजरचना या सारख्या उद्दिष्टांना महत्त्व दिले. परंतु, खासगीकरणामुळे ही सर्व उद्दिष्ट्ये दुर्लक्षिली जाऊन केवळ नफा प्राप्तीसाठी उत्पादन केले जात आहे.

(७) सामाजिक न्याय / कल्याणाकडे दुर्लक्ष : कल्याणकारी राज्य संकल्पनेत शासनास समाजाचे आरोग्य, साक्षरता, शिक्षण, अपंग व वृद्धसेवा, आर्थिक व सामाजिक सेवा इत्यादी बाबतीत लक्ष द्यावे लागते. परंतु, खासगीकरणाच्या प्रक्रियेत या दुर्लक्षित राहतात. आर्थिक सुधारणांनंतर सरकारी खर्चाचे प्रमाण सामाजिक कल्याण योजनांसाठी अल्प राहिले.

(८) औद्योगिक तंटे : सार्वजनिक क्षेत्राच्या तुलनेत खासगी क्षेत्रातील उपक्रमांमध्ये औद्योगिक कलह अधिक प्रमाणात होतात. मालक आणि मजुरांमध्ये वेतन, बोनस, नोकरकपात इत्यादी बाबत कलह होतात. औद्योगिक तंटे मिटविण्यासाठी यंत्रणा निर्माण करण्यात आली असली तरी मालकांचे वाटाघाटीमध्ये अधिक वर्चस्व असते. औद्यागिक कलहाचा परिणाम संप, टाळेबंदी, घेराव इ. प्रकारे होतो. लोकांचे मौल्यवान दिवस वाया जातात.

७.४ उदारीकरण, खासगीकरण व जागतिकीकरणासंदर्भातील आव्हाने
(Challenges of Liberalization, Privatization and Globalization)

२० व्या शतकाच्या अखेरीस माहिती आणि तंत्रज्ञान क्षेत्रातील क्रांतीमुळे जगातील अनेक देशांनी आर्थिक सुधारणा घडवून आणल्या. १९९१ मधील नवीन आर्थिक धोरण हे भारतीय अर्थव्यवस्थेतील महत्त्वाचा टप्पा आहे. भारत सरकारने भारतीय अर्थव्यवस्थेचे शिथिलीकरण, खासगीकरण व जागतिकीकरण करण्याकरिता आर्थिक सुधारणांची एक शृंखलाच सुरू केली. या आर्थिक सुधारणांचा कल बाजार अर्थव्यवस्था निर्माण करणे, भारतीय अर्थव्यवस्थेचे जागतिक अर्थव्यवस्थेशी एकात्मिकरण व्हावे; या उद्देशाने आर्थिक सुधारणांची ही नीती अवलंबिण्यात आली. नवीन आर्थिक

सुधारणा करणे किंवा त्या स्वीकारणे हे भारतापुढील मोठे आव्हान नसून, या सुधारणा दीर्घकाळपर्यंत यशस्वीपणे राबवून भारतीय नियोजनाची जी मूलभूत उद्दिष्ट्ये आहेत ती साध्य करायची आहेत. उदारीकरण, खासगीकरण आणि जागतिकीकरणासंदर्भाने, भारतासारख्या अल्पविकसित देशांपुढे अनेक आव्हाने आहेत.

(१) सर्वत्र समान तांत्रिक प्रगती : आधुनिक काळात उत्पादन पद्धतीत तांत्रिक ज्ञानाला सर्वोच्च स्थान प्राप्त झाले. तांत्रिकज्ञान आणि नवीन कार्यपद्धतीमुळे कोणताही देश स्वत:ची स्पर्धात्मकता वाढवू शकतो. नवीन कल्पना, नवीन उत्पादन, नवीन प्रक्रिया इत्यादींचा उपलब्ध होण्याचा वेग इतका जास्त आहे की, आज उत्पादित झालेली प्रगत तंत्रज्ञानाची वस्तू वापरून बाद करण्यापूर्वीच ती कालबाह्य होते; म्हणून भारतासारख्या अल्पविकसित देशातील उद्योजकांना हे आव्हान आहे की, आपण उत्पादन संस्थेत केलेली भांडवलगुंतवणूक कमीत कमी वेळेत कशी वसूल होईल; माहिती आणि तंत्रज्ञान क्षेत्र खर्च कमी करण्यास मदत करते. परंतु, माहिती आणि तंत्रज्ञानाची उपलब्धता सर्व देशात समान नसल्याने जागतिक असमानता वाढत आहे; म्हणून माहिती तंत्रज्ञानाची प्रगती समाजातील गरिबापर्यंत पोहचली पाहिजे आणि हे सरकारपुढील व समाजापुढील एक आव्हान आहे.

(२) वस्तू व सेवांचा मुक्त व्यापार : माहिती व तंत्रज्ञान क्षेत्रांमुळे जगाच्या कानाकोपऱ्यात संपर्क साधणे शक्य होते. आर्थिक विकासाच्या दृष्टीने वस्तू व सेवांचा मुक्त व्यापार वाढविणे आवश्यक आहे. परंतु, असा मुक्तव्यापार वाढविणे हेच एक मोठे आव्हान आहे; कारण अशा व्यापारात स्थानिक उत्पादक आणि श्रमिक यांच्यावर शिस्तीचे बंधन येते, त्यांना आपली उत्पादकता व कार्यक्षमता वाढविणे अवघड जाते.

(३) गुणात्मक आणि स्पर्धात्मक शिक्षण : उदारीकरण, खासगीकरण आणि जागतिकीकरणाच्या प्रक्रियेत प्राथमिक व माध्यमिक शिक्षणाचा दर्जा उंचावून महाविद्यालये, विद्यापीठे यांनी सरकारवरील आर्थिक अवलंबित्व कमी करून उत्पन्नाचे स्वत:चे स्रोत निर्माण करणे ही काळाची गरज आहे. शिक्षणसंस्थांनी अनेक व्यवसायिक संस्थांशी करार करून संशोधनाचा समाजासाठी व पर्यायाने देशाच्या आर्थिक प्रगतीसाठी वापर केला पाहिजे. त्यासाठी महाविद्यालये, विद्यापीठे, संशोधन संस्थांनी उच्च प्रतीच्या तांत्रिक व बौद्धिक मानवी साधनसामग्रीची निर्मिती केली पाहिजे.

बदलत्या जागतिकीकरणाच्या स्पर्धेत समाजघटकांना स्वत:चे स्थान निर्माण करण्यासाठी व बदलत्या जागतिकीकरणाच्या स्पर्धेत टिकून राहण्यासाठी पारंपरिक शिक्षणाचा पाया बदलून नव्या गुणात्मक व स्पर्धात्मक पायावर उभी राहणारी शिक्षण व्यवस्था किंवा शिक्षणपद्धती निर्माण करणे हे एक मोठे आव्हान आहे.

(४) रोजगार संधी निर्माण करणे : आर्थिक सुधारणांचा अवलंब करून दोन दशकांचा कालावधी होत आहे; तरी भारतातील बेकारी कमी न होता वाढत आहे. प्रचलित आर्थिक सुधारणांमुळे भारतीय अर्थव्यवस्थेत एका अर्थाने गतिमानता आली असली तरी देशांतर्गत लोकसंख्येला मोठ्या प्रमाणात रोजगारसंधी उपलब्ध झाल्या नाहीत. आर्थिक विकासाबरोबर रोजगार निर्माण व्हायला हवा. रोजगाराच्या नव्या संधी अधिकाअधिक उपलब्ध होण्यासाठी श्रमप्रधान उत्पादन तंत्रे विकसित करणे, शेती विकास योजना, रस्ते, पाणीपुरवठा योजना, ग्रामीण विकासाची अन्य विविध कामे सुरू केली पाहिजे. सुशिक्षितांमधील व अर्धकुशल लोकांमधील बेकारी कमी करण्यासाठी श्रमप्रधान तंत्राचा अवलंब करणारे लघुउद्योग वाढीस लावणे उचित ठरते. विकास कार्यक्रमात स्थानिक भागातील उपक्रमशीलतेला व उद्योजकतेला विशेष वाव देणे आवश्यक ठरते. उदारीकरण, खासगीकरण व जागतिकीकरणाच्या प्रक्रियेत फक्त उच्चशिक्षित, दर्जेदार श्रमिकांना मोठ्या प्रमाणात रोजगार उपलब्ध झाला. परंतु, इतर श्रमिकांना मोठ्या प्रमाणात रोजगार संधी उपलब्ध करून देणे हे सरकारपुढील एक आव्हान आहे.

(५) कामगार संघटना व कामगार-कायद्यांचे पुनर्संघटन : नव्या आर्थिक धोरणांचा प्रभाव वाढला असून, आर्थिक दृष्टिकोनाला अधिक महत्त्व दिले जात आहे. या दृष्टीने कामगार संघटनांचे पुनर्संघटन करून ज्या कामगार-कायद्यांची उपयुक्तता कमी झालेली आहे असे कायदे तातडीने बदलणे अगत्याचे ठरते. 'काम केले नाही तर वेतन द्यावयाचे नाही.' या तत्त्वाला सर्वोच्च न्यायालयाने मान्यता दिली असल्याने या दृष्टीने कामगार संघटनांच्या भूमिकेत बदल झाला पाहिजे. कामगार कायद्यात दुरुस्ती करताना आर्थिक वृद्धी घडवून आणण्यासाठी 'कामगार' व 'व्यवस्थापन' यांच्यातील सहकार्याला, सहभागाला महत्त्व देणारी पद्धती स्वीकारली पाहिजे.

(६) दारिद्र्याचा प्रश्न : आर्थिक सुधारणांमुळे अर्थव्यवस्थेचे काहीसे परिवर्तन घडून येत आहे, स्थूल देशान्तर्गत उत्पादन वाढीच्या वार्षिक दरात वाढ झाली; तथापि, दारिद्र्यात फारशी घट झाली नाही, असे अनेक पाहणी अहवालांवरून समजते. भारतातील दारिद्र्य रेषेखालील लोकसंख्येचे प्रमाण १९९९ मध्ये ३५.९% होते. भारत अद्याप किती मागे आहे, हे मानवी दारिद्र्य निर्देशांकावरून दिसून येते. दीर्घ आणि निरोगी आयुष्य, शैक्षणिक पातळी, राहणीमान या सर्वच बाबतीत भारत बराच पिछाडीवर आहे.

दारिद्र्यनिर्मूलनाचे उद्दिष्ट प्राप्त करण्याच्या बाबतीत जगातील अनेक अल्पविकसित अर्थव्यवस्था सुस्तावलेल्या दिसतात. दारिद्र्यातील लोकांना आपल्या पायाभूतक्षमता विकसित करण्याची संधी मिळालेली नाही; याचे कारण त्यांचे उत्पन्न नगण्य आहे. इतकेच नव्हे तर, साक्षरता, मूल्योद्योग शिक्षण, अंक-ओळख, आरोग्य, रोजगार

संधी यासारख्या अत्यावश्यक बाबींपासून ते वंचित राहिले आहेत.

दारिद्र्याचा प्रश्न हा देशापुढील सर्वाधिक चिंतेचा विषय असून या समस्येची सोडवणूक करण्यासाठी आर्थिक धोरणात आणि राष्ट्रीय आर्थिक रचनेत आमूलाग्र फेरबदलाची गरज आहे.

(७) लोकसंख्येचा प्रश्न : भारताने नवीन आर्थिक धोरणाचा अवलंब केला. परंतु उदारीकरण, खासगीकरण, व जागतिकीकरणाने वाढत्या व प्रचंड लोकसंख्येचा प्रश्न सुटला नाही. अफाट लोकसंख्येला केवळ निर्वाह पातळीवर जगविण्यासाठी नैसर्गिक व अन्य साधनसामग्रीवर अतिरिक्त ताण पडत आहे. अन्न, वस्त्र, निवारा यांची उपलब्धता घटत असून सार्वजनिक आरोग्य, शैक्षणिक सोयी, रोजगार इत्यादी स्थिती दिवसेंदिवस अधिकच गंभीर होत आहे.

भारताच्या लोकसंख्येच्या प्रश्नांच्या बाबतीत नव्या दृष्टिकोनाची आणि आर्थिक विकासाच्या नव्या पटनीतीची गरज आहे.

(८) आर्थिक केंद्रीकरण टाळून मोठ्या प्रमाणावर उत्पादन करणे : सर्व प्रगत देशात विविध क्षेत्रांत मोठ्या प्रमाणावर उत्पादन केले जाते. मोठ्या प्रमाणावरील उत्पादनांमुळे होणारी बचत, जागतिक बाजारपेठ, संशोधन व विकासावर प्रचंड खर्च करण्याची क्षमता निर्माण होण्यासाठी कंपन्यांचे विलीनीकरण केले जाते. अर्थात् त्यामुळे आर्थिक केंद्रीकरण होते. आर्थिक केंद्रीकरणामुळे उत्पन्न व संपत्तीत विषमता निर्माण होते. आर्थिक विकास घडवून आणताना विषमतेत घट व्हावी लागते; म्हणून आर्थिक केंद्रीकरण टाळून मोठ्या प्रमाणावर कसे उत्पादन करावयाचे? त्यासाठी कोणत्या कायदेशीर व इतर मार्गांचा अवलंब करावयाचा? असे या आव्हानाचे स्वरूप आहे.

(९) शेती क्षेत्रात उच्च वाढीचा दर : नवीन आर्थिक सुधारणांचा अवलंब केल्यानंतर भारतात शेतीक्षेत्राकडे दुर्लक्ष झाले. जलसिंचन, कृषिसंशोधन व विकास पायाभूत सुविधा इत्यादींत सरकारने कमी गुंतवणूक केली. त्यामुळे अल्प उत्पादकता व उच्च उत्पादन खर्चामुळे शेतकरी कर्जबाजारी होऊन तो आत्महत्या करू लागला. उदारीकरण, खासगीकरण व जागतिकीकरणाने शेतीचा अपेक्षित विकास झाला नाही. भारतीय अर्थव्यवस्था कृषिप्रधान असल्याने शेतीविकासाकडे विशेष लक्ष देण्याची गरज आहे. निरक्षर, सनातनी, परंपरागत तंत्राचा अवलंब करणाऱ्या शेतकऱ्यांच्या शेती उत्पन्नात पर्यायाने त्याच्या जीवनमानात वाढ करण्यासाठी शेती उत्पादन वाढीचा उच्च दर गाठला पाहिजे. परंतु, हेच एक मोठे आव्हान आहे.

(१०) सार्वजनिक वितरण व्यवस्थेत सुधारणा : समाजातील दुर्बल घटकांची वास्तव खरेदी शक्ती घटू न देणे, किंबहुना ती वाढविण्याचा प्रयत्न करून त्या लोकांच्या हितसंबंधांची जपवणूक करणे हे सार्वजनिक वितरण व्यवस्थेचे एक

महत्त्वाचे उद्दिष्ट आहे. आर्थिक पुनर्रचना कार्यक्रमांमुळे दुर्बल घटकांकडे दुर्लक्ष होऊ नये म्हणून सध्याच्या व्यवस्थेत रचनांतर्गत व अन्य बदल घडून आणणे आवश्यक आहे. आर्थिक सुधारणांना पाठिंबा मिळविण्यासाठी सामाजिक खर्च, किमान पातळीवर राहील; अशा प्रकारच्या धोरणांचा अवलंब केला पाहिजे. वितरण व्यवस्था अधिक समन्यायी ठरण्यासाठी गरीब आणि मागास भागातील जनतेला या यंत्रणेद्वारे परिणामकारक सुरक्षितता मिळवून देणे गरजेचे आहे.

प्रश्न

प्र. १.खालील प्रश्नांची प्रत्येकी २० शब्दांत उत्तरे लिहा.

१) उदारीकरण म्हणजे काय?

२) खासगीकरण म्हणजे काय?

३) जागतिकीकरण म्हणजे काय?

४) खासगीकरणाच्या बाजूचे युक्तिवाद थोडक्यात सांगा.

प्र. २.खालील प्रश्नांची प्रत्येकी ५० शब्दांत उत्तरे लिहा.

१) उदारीकरण ही संकल्पना थोडक्यात स्पष्ट करा.

२) जागतिकीकरण ही संकल्पना थोडक्यात स्पष्ट करा.

३) खाजगीकरण संकल्पना थोडक्यात स्पष्ट करा.

४) जागतिकीकरणाची आव्हाने थोडक्यात सांगा.

प्र. ३.खालील प्रश्नांची प्रत्येकी १५० शब्दांत उत्तरे लिहा.

१) खासगीकरणाच्या बाजूचे व विरोधी युक्तिवाद स्पष्ट करा.

२) जागतिकीकरणाची आव्हाने स्पष्ट करा.

३) उदारीकरणाची आव्हाने स्पष्ट करा.

४) भारतीय अर्थव्यवस्थेसमोरील उदारीकरण, जागतिकीकरण व खासगीकरणाची आव्हाने स्पष्ट करा.

प्र. ४.खालील प्रश्नांची प्रत्येकी ३०० शब्दांत उत्तरे लिहा.

१) जागतिकीकरण, खासगीकरण व उदारीकरण या संकल्पना स्पष्ट करा.

२) खासगीकरणाच्या बाजूचे व विरोधी युक्तिवाद स्पष्ट करा.

३) जागतिकीकरण, उदारीकरण व खासगीकरणाची आव्हानांवर चर्चा करा.

◆ ◆ ◆

प्रकरण ८
परकीय भांडवल आणि परकीय व्यापार
(Foreign Capital and Foreign Trade)

८.१ प्रास्ताविक (Introduction)

विकसनशील देशांचे वैशिष्ट्य म्हणजे दरडोई उत्पन्नाची पातळी कमी असते. परिणामी बचत व गुंतवणुकीची पातळीसुद्धा कमी असते. जलद आर्थिक विकास करण्यासाठी विकसनशील देश यंत्रे, कच्चामाल, सुटे भाग, तांत्रिक ज्ञान इ. ची आयात करतात. निर्यात वाढीसाठी आयात वस्तूंचा अधिक खर्च होतो. साम्यवादी देशात उपभोग कमी केला जातो. तसेच उपभोग्य वस्तूंची आयात कमी केली जाते.

हा प्रवाह साधारणपणे साम्यवादी देश जसे चीन, रशियामध्ये दिसून येतो. मात्र लोकशाही देश या पद्धतीचा अवलंब करीत नाहीत. त्यामुळे त्यांना परकीय भांडवलावर, मोठ्या प्रमाणात अवलंबून राहावे लागते. अवलंबित्व विविध प्रकारे वाढते. जसे अंतर्गत साधनांची गतिमानता, आर्थिक-तांत्रिक प्रगती आणि सरकारची प्रवृती इ. म्हणून आर्थिक विकासात परकीय भांडवलांची भूमिका महत्त्वाची असते. सध्या साम्यवादी चीनसुद्धा आर्थिक विकासाचा उच्च दर साध्य करण्यासाठी परकीय भांडवलाचा मोठ्या प्रमाणात उपयोग करीत आहे.

भारताने जलद आर्थिक विकासासाठी नैसर्गिक साधनसंपत्तीचा वापर करण्याच्या

दृष्टीने नियोजनाचा अवलंब केला. दहा पंचवार्षिक योजना पूर्त केल्या. अकरावी योजना चालू आहे. देशाच्या आर्थिक विकासासाठी भांडवलाची गरज असते. भारताने औद्योगिक क्षेत्राद्वारे आर्थिक विकास करण्याचे योजले. देशातील स्त्रोत वापरल्यानंतरही विकासविषयक उपक्रम पूर्ण करण्यासाठी पुरेसे भांडवल उपलब्ध होत नाही. अशा वेळी वेगवेगळ्या देशांकडून आणि आंतरराष्ट्रीय वित्तीय संस्थांकडून मदत घेतली जाते. परकीय भांडवलाच्या मदतीने नैसर्गिक साधन संपत्तीचा पुरेपूर उपयोग करून घेऊन आर्थिक विकास साधता येतो. अमेरिका व जपान या प्रगत देशांनीसुद्धा सुरुवातीला परकीय भांडवलाची मोठ्या प्रमाणात मदत घेतली होती.

८.२ परकीय भांडवलाची गरज / आवश्यकता

(Need for Foreign Capital)

परकीय भांडवलाची आवश्यकता अथवा गरज पुढील कारणांनी निर्माण होते म्हणजे परकीय भांडवलाची आवश्यकता पुढीलप्रमाणे सांगता येते.

(१) देशातंर्गत भांडवलाची कमतरता - विकसनशील देशात भांडवलाची कमतरता असते. लोकांचे दरडोई उत्पन्न कमी असते. त्यामुळे बचतीचे प्रमाण कमी असते. परिणामी भांडवल उभारणीचा वेग अत्यंत कमी असतो. विकसनशील देशांना पायाभूत सुविधांच्या विकासासाठी भांडवली गुतंवणूक मोठ्या प्रमाणात करण्याची गरज असते. जसे रेल्वे, वाहतूक व दळणवळण, सिंचन प्रकल्प, ऊर्जा इ. साठी तसेच भांडवली वस्तूंच्या उद्योगासाठी मोठ्या प्रमाणात गुतंवणुकीची आवश्यकता असते. म्हणून परकीय भांडवलाची विकासात्मक प्रकल्पात गुंतवणुकीसाठी आवश्यकता असते.

(२) तांत्रिक मागासलेपणा - विकसनशील देशात तंत्रज्ञानाची पातळी अत्यंत निकृष्ठ असते. ते पारंपारिक कालबाह्य तंत्राचा वापर करतात. त्यामुळे उत्पादकतेची पातळी कमी असते. ते स्वत: तांत्रिक प्रगती करू शकत नाहीत. कारण भांडवली साधनांचा तुटवडा असतो. विकसित देशाकडून परकीय भांडवलाबरोबर आधुनिक तंत्र, व्यावसायिक अनुभव व व्यवस्थापणाचे तंत्र येते. त्यामुळे जलद आर्थिक विकास साध्य करण्यास मदत होते.

(३) नैसर्गिक साधनसंपत्तीचा जास्तीत जास्त वापर - विकसनशील देशात नैसर्गिक साधनसंपत्ती मोठ्या प्रमाणात उपलब्ध असते. परंतु भांडवला अभावी साधनसंपत्तीचा पर्याप्त उपयोग करू शकत नाहीत. म्हणून विकसनशील देशांना नैसर्गिकसाधन संपत्तीविकासासाठी तसेच आर्थिक विकासाचा उच्च दर गाठण्यासाठी परकीय भांडवलाची गरज असते.

(४) प्रारंभीची जोखीम - विकसनशील देशात सुरुवातीला अनेक जोखमी अथवा धोके असतात. विकासात्मक प्रकल्पासाठी व औद्योगिकीकरणाच्या प्रक्रियेत अडथळे येतात. अशावेळी परकीय भांडवलाची गरज असते. त्यामुळे खाजगी क्षेत्रास प्रेरणा मिळते. व औद्योगिकरणाला गती येते.

परदेशी भांडवल उपलब्धतेसाठी देशांतर्गत भांडवल चांगल्या दिशेने ओळखून गुतंवणुकीला उत्तेजन देणे आवश्यक असेत. त्यासाठी जोखीम पत्करावी लागते.

(५) आर्थिक विकासाचा वेग वाढविणे - सुरुवातीला आर्थिक विकासाचा वेग अतिशय कमी असतो. लोकसंख्यावाढ, द्रारिद्र्य, दरडोई उत्पन्न कमी, बचत कमी यामुळे आर्थिक विकासाच्या वेग कमी राहतो. अशा वेळी गुतंवणूक वाढविणे आवश्यक असते. त्यासाठी परकीय भांडवलाची गरज असते.

(६) पायाभूत सुविधांची उभारणी - विकसनशील देशात पायाभूत सुविधा कमी असतात. त्या निर्यात करण्यासाठी लागणारे भांडवल अल्प असते. आर्थिक विकासासाठी उदा. रेल्वे, रस्ते, कालवे, ऊर्जा प्रकल्प इ.ची आवश्यकता असते.

त्यासाठी मोठ्या भांडवलाची गरज असते. पायाभूत प्रकल्प व देशाचा जलद आर्थिक विकास करण्यासाठी परकीय भांडवलाची आवश्यकता असते.

(७) व्यवहारतोलातील प्रतिकूलता कमी करणे - सर्वसाधारणपणे विकासनशील देशांना व्यापारतोलाच्या समस्यांना तोंड द्यावे लागते. सुरुवातीला प्राथमिक वस्तूंची निर्यात करण्यासाठी वित्तपुरवठा नसतो. मात्र आयात मोठ्या प्रमाणात केली जाते. निर्यातीच्या मानाने आयातीचे मूल्य अधिक असते. त्यामुळे प्रतिकूल व्यापार स्त्रोत निर्माण होतो. यासाठी तात्पुरता उपाय म्हणून परकीय भांडवलाची आवश्यकता असते.

(८) उत्पादकता उत्पन्न आणि रोजगार वाढविण्यासाठी - परकीय गुतंवणुकीमुळे आधुनिक तंत्रज्ञानाचा वापर करता येतो. त्यामुळे श्रमिकांची उत्पादकता वाढते. वास्तव वेतनात अधिक वाढ होते. कमी किमतीत उच्चदर्जाच्या वस्तू उपलब्ध होतात. परकीय भांडवलाची गुतंवणूक नवीन उद्योगात करण्याकडे कल असल्याने रोजगाराच्या संधी निर्माण होऊन लोकांच्या उत्पन्नात वाढ होते.

(९) गुतंवणुकीची पातळी वाढविण्यासाठी - अल्पावधित जलद औद्योगिकरण साध्य करणे हे विकसनशील देशांचे ध्येय असते. त्यासाठी मोठ्या प्रमाणात गुतंवणूक करण्याची आवश्यकता असते. त्यासाठी मोठ्या प्रमाणात बचतीची गरज असते. परंतु विकसनशील देशात विशिष्ट पद्धतीने गुतंवणूक वाढत नाही. बचत आणि गुतंवणूक यामधील दरी भरून काढण्यासाठी तसेच आर्थिक विकासासाठी परदेशी भांडवलाची गरज भासते.

(१०) अविकसित भांडवल बाजार - विकसनशील देशात भांडवल बाजाराचा विकास झालेला नसतो. विकास प्रकल्पासाठी तात्पुरता स्वरूपात परदेशी भांडवलाची आवश्यकता असते.

(११) दारिद्र्याचे दुष्ट चक्र खंडित करणे - विकसनशील देशात दारिद्र्याचे दुष्ट चक्र असते. तसेच भांडवल उभारणीची पातळीसुद्धा कमी असते. प्रा. नवर्स यांच्या मते, भांडवल उभारणीचा कमी दर आणि दारिद्र्याच्या दुष्ट चक्रास परकीय भांडवल उपयोगी ठरते. परकीय भांडवलाने फक्त उत्पादकता वाढत नाही तर अर्थव्यवस्थेतील उत्पादक उपक्रमांच्या विस्ताराला चालना मिळते.

(१२) भांडवल उभारणीच्या दरात वाढ करता येण्यासाठी - विकसनशील देशात भांडवल, उभारणीचा दर अतिशय कमी असतो. तो राष्ट्रीय उत्पन्नाच्या ५% पेक्षा कमी असतो. तेथे आर्थिक विकासासाठी भांडवल उभारणीचा दर राष्ट्रीय उत्पन्नाचा २५% एवढा उच्च पाहिजे. ही पोकळी भरून काढण्यासाठी परकीय भांडवलाची आवश्यकता असते. परकीय भांडवलाचा उपयोग अवजड भांडवल प्रधान उद्योग जसे, अवजड अभियांत्रिकी (इंजिनिअरिंग) लोखंड आणि पोलाद, रसायने, रासायनिक खते इ. साठी होतो.

(१३) उत्पादन पातळीत वाढ होण्यासाठी - विकसनशील देश दुर्मिळ, कच्चा माल आयात करतात. तसेच अर्ध उत्पादित वस्तू, आधुनिक यंत्रे, हत्यारे आणि साधने इ. मुळे उत्पादनाची पातळी वाढते. तसेच उच्च पातळी टिकविण्यासाठी परकीय भांडवलाची आवश्यकता असते.

यावरून असे स्पष्ट होते की, परकीय भांडवल आधुनिक संस्थेला मदत करत नाही तर खाजगी आणि सार्वजनिक क्षेत्राला बळकट करते. विकसनशील देशांचा आर्थिक विकासाचा दर जलदरीत्या साधण्यासाठी परकीय भांडवलाची आवश्यकता असते.

८.३ परकीय भांडवलाचे स्वरूप (Forms of Foreign Capital) -

परकीय गुंतवणूक वेगवेगळ्या स्वरूपाची असते. त्याचे प्रकार पुढीलप्रमाणे- आंतरराष्ट्रीय आर्थिक गुंतवणूक अथवा मदत सर्वसाधारणपणे खाजगी व सार्वजनिक स्वरूपाची असते. परकीय भांडवल परकीय गुंतवणुकीच्या स्वरूपात मिळविता येते. परकीय गुंतवणुकीला बऱ्याच वेळेस परकीय मदत असेही म्हटले जाते. मात्र ही मदत अनुदान अथवा मदत म्हणून दिलेली नसते. परकीय भांडवलाचा येथे विचार करावयाचा आहे. परकीय भांडवलाचे दोन प्रकार आहेत. १) खाजगी परकीय भांडवल २) सार्वजनिक परकीय भांडवल

अ) खाजगी परकीय भांडवल - (Private Foreign Capital) -

हे भांडवल प्रत्यक्ष, गुतंवणूक आणि अप्रत्यक्ष गुतंवणुकीच्या स्वरूपात येते.

१) परकीय प्रत्यक्ष गुतंवणूक (Foreign Direct Investment - F.D.E) - ही गुतंवणूक भारतात प्रकल्प व मशिनरी निर्माण करण्यासाठी वापरण्यात येते. अशा मालमत्तेवर परकीय गुतंवणूकदारांचे जवळ जवळ पूर्ण कायदेशीर नियंत्रण / मालकी असते.

परकीय प्रत्यक्ष गुतंवणूक विविध स्वरूपात गुंतविली जाऊ शकते. अ) परकीय कंपनीची शाखा अथवा संलग्न संस्था स्थापन करून ब) परकीय कंपनीचे भारतीय कंपनीबरोबर कोलॅबोरेशन (सहयोग) इ.

१९४५ नंतर परकीय प्रत्यक्ष गुतंवणूक वेगाने वाढली. ब्राझील व लॅटीन अमेरिका इ. देशात परकीय खाजगी गुतंवणुकीतून उभारलेल्या उद्योगांची निर्मितीमध्ये मोठी कामगिरी केलेली आहे. परकीय प्रत्यक्ष गुतंवणुकीमुळे तंत्रज्ञान व उत्पादन प्रक्रियेचे हस्तांतरण होते. एवढेच नव्हे तर व्यवस्थापन आणि विपणन कौशल्य हस्तांतरित होते. त्यामुळे अल्पविकसित देशांना आपला विकासाचा वेग वाढविता येतो.

प्रत्यक्ष परकीय गुतंवणुकीचा उपयोग प्रत्यक्ष उत्पादन क्षमतेत वाढ होण्यासाठी होतो. प्रत्यक्ष परकीय गुतंवणुकीचे परिणाम हे ह्या देशात गुंतवणूक कशी केली जात आहे. तसेच त्या देशाच्या धोरणावर अवलंबून आहे. धोरण जर योग्य असेल तर गुतंवणुकीचा अनुकूल परिणाम होतो.

परकीय प्रत्यक्ष गुंतवणुकीचा बहुराष्ट्रीय कंपन्याचा अथवा बहुउद्देशिय संस्थाचा विचार करता या कंपन्या परदेशातील कंपन्यांमध्ये समभागात भांडवल गुतंवणूक करतात. सर्वसाधारणपणे १०% पेक्षा जास्त शेअर्स खरेदी करतात. त्यामुळे त्यांना लाभ प्राप्ती व नवीन सुविधेची निर्मिती करता येते.

बहुराष्ट्रीय कंपन्या लाभाशांच्या मिळालेल्या उत्पादनातून पुन्हा विभागणी करीत नाही तर त्याचा उपयोग पुनःगुतंवणूक करून नफा मिळविण्यासाठी केला जातो.

प्रा. मेयर (Prof-Meier) यांच्या मते, ज्या देशात परकीय प्रत्यक्ष गुतंवणूक केली जाते, ते देश फक्त परकीय भांडवलाची मदत घेत नाहीत. व्यवस्थापन, तांत्रिक ज्ञान, तांत्रिक कामगार प्रशासकीय व्यवस्थापन, उत्पादनात सहभाग आणि उत्पादन तंत्रांची सुद्धा मदत घेतात. त्यात खाजगी परकीय भांडवल सामावून घेतले जाते. विकसनशील देशांना संख्यात्मकते बरोबर गुणात्मक फायदे सुद्धा विकसित देशांकडून मिळतात.

(२) परकीय अप्रत्यक्ष गुतंवणूक (Foreign Indirect Investment) : या गुतंवणुकीला पोर्ट फोलिओ गुतंवणूक, रोखरूपी गुंतवणूक (Portfolio investment) तसेच रेंटिअर गुंतवणूक (rentier investment) असेही म्हणतात.

परकीय गुतंवणूकदारांनी भारतीय कंपन्यांच्या रोख्यांमध्ये (शेअर्स, डिबेंचर्स इ.त) गुतंवणूक केल्यास तिला परकीय अप्रत्यक्ष गुतंवणूक असे म्हणतात. अशा रोख्यांना भारत सरकारने हमी दिलेली असते. शेअर्स विकत घेणाऱ्या गुतंवणूकदारांचे मात्र भारतीय उद्योगांवर कोणत्याही प्रकारचे नियंत्रण / मालकी निर्माण होत नाही. त्यांना फक्त लाभांश मिळविण्याचा अधिकार असतो.

अप्रत्यक्ष गुतंवणुकीत पुढील बाबींचा समावेश होतो-

FIIs, ADRs, GDRs इत्यादी

FIIs (Foreign Institutional Investments) परकीय संस्थात्मक गुतंवणूकदार असतात.

ADRs (American Depository Receipts) व GDRs (Global Depository Receipts) यांच्या सहाय्याने भारतीय कंपन्यांना परदेशी भांडवल बाजारातून भांडवल उभारणी करता येते.

थोडक्यात अनिवासी नागरिकांनी कंपन्याच्या शेअर्समध्ये केलेली गुतंवणूक तसेच खाजगी मार्गाने कंपन्यात केलेली गुतंवणूक; कार्यालयीन मार्गाने कंपन्यात केलेली गुतंवणूक होय.

अप्रत्यक्ष गुंतवणुकीमुळे गुतंवणूकक्षम निधी निर्माण होण्यास मदत होते. त्यामुळे अल्पविकसित देशातील संस्था विकसित देशातील संस्थांकडून कर्ज घेतात. अलीकडे जागतिक बँक व तिच्या संलग्न संस्था अल्पविकसित देशांना वित्त पुरवठा करण्यासाठी रोखे काढतात, परकीय गुंतवणूकदार या रोख्यांची खरेदी करतात. त्यामधून जमा होणाऱ्या निधीची गुतंवणूक केली जाते.

(ब) सार्वजनिक परकीय भांडवल (Public Foreign Capital) :

हे भांडवल कर्ज आणि अनुदानाच्या कर्ज आणि अनुदानाच्या स्वरूपात असते. त्याची पुढील स्वरूपे असू शकतात.

(१) Bilateral Hard कर्जे - उदा. अमेरिकेच्या किंवा इंग्लडच्या सरकारने भारत सरकारला ठरलेल्या दराने व ठरलेल्या कालावधीसाठी दिलेली कर्जे

(२) Bilateral Soft कर्जे - उदा. अमेरिकेने भारताला PL 480 Aid कायद्यांतर्गत दिलेली कर्जे

(३) Multilateral कर्जे - यात बहुराष्ट्रीय संस्थांनी भारताला दिलेल्या कर्जाचा समावेश होतो. उदा. Aid India Club. तसेच जागतिक बँक, आंतरराष्ट्रीय वित्त महामंडळ (IFC) राष्ट्रसंघ विकासकार्यक्रम (UNDP) आशियाई विकास बँक (ADB) हे संस्थानी भारताला दिलेल्या कर्जाचा समावेश ही या प्रकारात होतो.

सार्वजनिक परकीय गुतंवणूक महत्त्वाची भूमिका बजावते. विकसनशील देशात

गुतंवणुकीची गरज असते. सरकार विकासाच्या कार्यक्रमासाठी परदेशी खाजगी भांडवल मर्यादित स्वरूपातच होते. मुख्यत: सार्वजनिक परकीय गुतंवणुकीवरच सरकारचा भर असतो. दुसऱ्या शब्दात विकसनशील देशात परदेशी खाजगी गुतंवणूक ही आर्थिक समस्या सोडवण्याचा एक अल्पसा प्रयत्न असतो.

सार्वजनिक परकीय भांडवलाची स्वरूपे पुढीलप्रमाणे -

(१) सरकार अंतर्गत कर्ज (Inter - Governmental Lending) - विविध देशातील सरकारे विशेषत: विकसित देशातील सरकार अत्यविकसित देशातील सरकारला त्या देशाच्या आर्थिक समस्या सोडविण्यासाठी जी कर्जे देतात त्याला सरकारतंर्गत कर्जे म्हणतात. दुसऱ्या शब्दात एका देशातील सरकारने दुसऱ्या देशातील सरकारला दिलेले अनुदान होय. हे अनुदान विशिष्ट कारणासाठी दिले जाते. त्यासाठीच त्याचा वापर कारावयाचा असतो. असे अनुदान घेणाऱ्या देशाला काही अटीची पूर्तता करावी लागते.

(२) द्विपक्षी कर्जे (Bilateral Hard Lending) - अल्पविकसित देश आणि विकसित देश यांच्यामध्ये द्विपक्षी परकीय भांडवलासाठी कर्जे दिली जातात. विशिष्ट प्रकल्प पूर्ण करण्यासाठी अल्प विकसित देश विकसनशील देशाशी करार करतात. अल्पविकसित देशांना या करारानुसार कर्ज मिळते. त्यास द्विपक्षीय कर्ज म्हणतात. असे भारत, इंग्लड अथवा अमेरिकेबरोबर द्विपक्षीय करार करू शकतो. या करारानुसार इंग्लड व अमेरिकेकडून पौंड आणि डॉलर या रूपात कर्ज मिळू शकते. अशी कर्जे विशिष्ट अथवा ठराविक मुदतीसाठी दिली जातात. व त्यावर विशिष्ट व्याजदर आकारला जातो. करारातील उद्दिष्टाप्रमाणेच कर्जाचा वापर करावा लागतो.

(३) द्विपक्षीय मृत्युकर्ज (Bilateral Soft Lending) : विकसित देश अल्पविकसित देशांच्या समस्या लक्षात घेऊन त्या दूर करण्यासाठी अल्पविकसित देशांना द्विपक्षीय करारांतर्गत मृत्यू कर्ज देतात. अशी कर्जे विशिष्ट उद्देशानेच दिली जातात. त्यांची परतफेड कर्ज घेणाऱ्या देशाच्या चलनात करावयाची असते. उदा. अमेरिकेने भारताला PL 480 Aid कायद्यातंर्गत दिलेली कर्जे. या कर्जावरील व्याजदर कमी असून त्याची परतफेड भारतीय रुपयात करावयाची होती.

(४) बहुपक्षीय कर्ज (Multilateral Lending) : यात बहुराष्ट्रीय संस्थानी दिलेल्या कर्जाचा समावेश होतो. अशी कर्जाला कोणत्याही प्रकारची मर्यादा येत नाही. जो अल्प विकसित देश कर्ज घेतो, तो देश कोणत्या कामासाठी व कशा पद्धतीने त्याचा उपयोग करावयाचा याचा निर्णय घेत असतो. या संस्था विकसनशील देशांना कर्जे देण्याच्या उद्देशाने स्थापन झालेल्या असतात. उदा. भारताला दिलेली कर्जे ही Aid India Club तसेच जागतिक बँक, आंतरराष्ट्रीय वित्त महामंडळ (IFC), राष्ट्रसंघ विकास कार्यक्रम (UNDP) आशियाई विकास बँक (ADB) इ. संस्थानी

भारताला कर्ज दिले आहे.

या संस्था आपल्या सभासद देशांना त्यांच्या विकासासाठी कर्जपुरवठा करतात. मुख्यत: रेल्वे, रस्ते, उद्योग इ. विकासासाठी ही कर्जे दिली जातात.

(क) आंतरराष्ट्रीय संस्थाकडून कर्ज (Loans from International Institutions)

आंतरराष्ट्रीय पातळीवरील संस्था राजकीय घटकांच्या संमतीविना विकसनशील देशांना गरज आणि व्याप्तीच्या तत्त्वावर कर्ज उपलब्ध करून देते. त्या संस्था म्हणजे

(१) भारताला १९४६ पासून जागतिक बँकेने कर्ज पुरवठा केला आहे. म्हणजेच जागतिक बँक

(२) आंतरराष्ट्रीय नाणेनिधी (IMF)

(३) आंतरराष्ट्रीय विकास सहाय्य (IDA)

(४) आंतरराष्ट्रीय संस्था (IFC)

(५) आशियाई विकास बँक (ADB)

(६) संयुक्त राष्ट्र विकास कार्यक्रम

(७) (Aid India Consortium)

या संस्थाद्वारे विकसनशील देशांना भांडवलाचे स्त्रोत निर्माण होत आहे. राजकीय हस्तक्षेपविना आर्थिक परिस्थिती अनुकूल नसतानाही कर्जे देतात.

(ड)परकीय सहयोग (Foreign Collaboration)

परकीय भांडवल उपलब्ध घेण्याचा हा एक नवीन मार्ग किंवा स्त्रोत आहे त्यात परकीय आणि देशांतर्गत सहभागी दायित्व असते. ते विविध प्रकारे दिसून येते. जसे

(१) खाजगी व्यक्तींची (पार्टीत) ची सहभागीदारी

(२) परकीय संस्था आणि देशातील सरकार

(३) परकीय सरकार आणि देशातील सरकार यांच्यामध्ये सहयोग / भागीदारी असते याद्वारे कर्ज उपलब्ध होते.

(ई) बाह्य व्यावसायिक कर्ज (External Commercial Borrowing) :

विकसित देश पतपुरवठा करून त्यापासून फायदे मिळवतात. जसे अमेरिकन एक्झिम बँक (US Exim Bank) जापानिज एक्झिम बँक, इंग्लंडची इसीजीसी बँक इ. व्यावसायिक कर्जे भांडवल बाजारातून उपलब्ध करून देतात.

८.४ परकीय भांडवलाचे परिणाम (Impact of Foerign Capital) :

परकीय भांडवलाचे काही अनुकूल परिणाम दिसून येतात तर काही प्रतिकूल परिणाम दिसून येतात.

(अ) अनुकूल परिणाम -

(१) औद्योगिक विकास : औद्योगिक विकासात परकीय भांडवलाचे मोठे योगदान आहे, जसे भारत स्वतंत्र झाला त्यावेळी भारताचा औद्योगिक ढाचा कापड व साखर उद्योगापुरताच मर्यादित होता. पोलादाचे फक्त दोन कारखाने होते. रेल्वे कार्यशाळा व संयोजन; कारखान्यात इंजिनिअरिंगचा मर्यादित विकास झाला होता. परकीय साहाय्यामुळे भारतातील औद्योगिक ढाच्याचे व्यापक स्वरूपात विविधीकरण झालेले आहे. भारताच्या इंजिनिअरिंग उत्पादनाचा भाग वाढत आहे. औद्योगिकीकरणात वाढ झाली त्या बरोबरच औद्योगिकीय तसेच व्यवस्थापन कुशलतेत वाढ झाली आहे.

(२) बचतीची कमतरता भरून काढली : देशांतर्गत बचत आणि विकासासाठी आवश्यक असलेले भांडवल ह्यातील अंतर भरून काढण्यासाठी परकीय भांडवलाची मदत होते. जसे भारताला २री, ३री, पंचवार्षिक योजना दरम्यान परकीय भांडवलाचे भक्कम योगदान मिळाले.

(३) विदेश विनिमय अडचणी दूर केल्या : परकीय भांडवलामुळे विदेश विनिमय अडचण दूर होण्यास मदत झाली. तसे आर्थिक विकासासाठी भारतात ज्या परकीय विनिमयाची अत्यंत आवश्यकता होती ते विनिमय मिळवून देण्याचे कार्य परकीय सहाय्यामुळे झाले. पुरेशा परकीय विनिमयाच्या अभावी आर्थिक प्रगतीसाठी आवश्यक असलेली आयात करता आली नसती.

(४) आयात वस्तूंना पर्यायी वस्तू निर्माण करण्यासाठी परकीय भांडवल हे एक महत्त्वाचे साधन आहे त्यामुळे आयात कमी होऊन निर्यात वाढते. जसे परकीय भांडवलाच्या साहाय्याने भारतात उपभोग्य वस्तूंचे विविधीकरण झाले व त्यामुळे आयातीत घट झाली. परकीय भांडवलामुळे भारतीयांच्या कौशल्यात वाढ झाली. परिणामत: भारताची आयात कमी होऊन निर्यात वाढली.

(५) भारताला मोठ्या प्रमाणात इंजिनिअरिंग संबंधी सेवा आणि संस्थांर्गत सुधारणा या दोन प्रकारच्या सेवांमध्ये परकीय तंत्रज्ञानाची मदत झाली त्यामुळे भारतीय निपुणता आंतरराष्ट्रीय क्षेत्रात दिसून आली.

(६) मूलभूत ढाचा तयार झाला : जागतिक बँक, आंतरराष्ट्रीय नाणे निधी आंतरराष्ट्रीय वित्तीयसाहाय्य (IDA) या सारख्या आंतरराष्ट्रीय संस्थांकडून जी मदत मिळाली, त्यामुळे आर्थिक विकासाला आवश्यक ती पूर्व परिस्थिती व ढाचा भारत तयार करू शकला.

(७) आरोग्य व कुटुंब कल्याण : परकीय मदतीमुळे भारत सरकार संपूर्ण देशात आरोग्य व कुटुंब कल्याण कार्यक्रमाचा विकास करू शकला.

(८) उपभोग्य वस्तूत आत्मनिर्भरता : उपभोग्य वस्तूंसाठी परकीय मदत महत्त्वाची ठरते जसे भारतात दुष्काळ पडला तेव्हा भारत अन्नधान्य, तेल व कच्चा

माल यांची सवलतीच्या दरात आयात करू शकला. कृषी संशोधन क्षेत्रात आंतरराष्ट्रीय संघटना कडून साहाय्य मिळाल्यामुळे अवजारे, उपकरणे, बी - बियाणे सिंचन व्यवस्था, निरनिराळ्या प्रकारची पिके इ. क्षेत्रात नवीन कृषी तंत्राचा विकास झाला. या नवीन तंत्रामुळे अन्नधान्य उत्पादनात कित्येक पट वाढ झाली. तसेच भारत हरितक्रांतीद्वारे भरभराट करू शकला.

(ब) प्रतिकूल परिणाम -

परकीय भांडवलाचे जसे अनुकूल परिणाम हातात तसे प्रतिकूल परिणामही दिसून येतात.

(१) विकसनशील देश कर्जाच्या चक्रात अडकतात : विकसित देश अल्पविकसित देशांना कर्ज देतात; हे कर्ज परकीय विनिमयात देण्याचा अट्टाहास करतात तसेच अल्पविकसित देशांना घेतलेले कर्ज परत करताना अवघड जाते त्यामुळे अल्पविकसित देश कर्जाच्या चक्रात अडकतात.

(२) व्यापारतोलावर परिणाम : परकीय कर्जामुळे विकसनशील देशांच्या व्यवहारतोलात असमतोल निर्माण होतो, तसेच कर्जाची परत फेड करावी लागते. परकीय भांडवलाचे फार जुने ओझे असल्याने व्यापारतोलात अडचणी निर्माण होतात व वर्तमान काळावर त्याचा परिणाम होतो.

(३) परकीय अवलंबित्व वाढते : परकीय भांडवलाच्या सवयीमुळे देशाचा कल परकीय अवलंबित्वाकडे झुकतो. ते देशाच्या दृष्टीने घातक ठरते आर्थिक आणि राजकीय स्वातंत्र्यास हानी पोहोचते. परकीय कर्ज देणारे देश विकसनशील देशांच्या अर्थव्यवस्थेवर स्वत:ची धोरणे लादतात.

(४) देशांतर्गत गुंतवणूक कमी : परकीय भांडवल उपलब्ध होत असल्याने ती गुंतवणूक फायदेशीर आहे का? त्यामुळे रोजगाराच्या किती संधी उपलब्ध होतील. याचा विचार केला जातो. त्यामुळे देशांतील भांडवल गुंतवणुकीची व्याप्ती कमी राहणे व परकीय गुंतवणुकीला महत्त्व दिले जाते.

(५) आर्थिक व राजकीय हस्तक्षेप : विकसित देश पायाभूत व अवजड उद्योगांच्या विकासाच्या नावाखाली भांडवल देतात. नंतर ते देश आर्थिक व राजकीय धोरणात हस्तक्षेप करतात व त्या देशाला खाली ओढण्याचा प्रयत्न करतात.

(६) नैसर्गिक साधनांचा स्वार्थासाठी वापर : वसाहवादाच्या इतिहासानुसार स्वत:च्या फायद्यासाठी नैसर्गिक साधनांचा वापर केला जातो. परकीय गुंतवणूक ही नैसर्गिक साधनांचा फायदा घेण्यासाठी केली जाते. पूर्वी निर्यातक्षम उद्योगासाठीच परकीय भांडवल दिले जात असे परिणामी विकसनशील देशांना इतर उद्योगांना भांडवल उपलब्ध झाले नाही.

(७) नफ्याचे नि:सारण : औद्योगिक व व्यापारी फायद्यासाठी परकीय भांडवल दिले जाते त्यामुळे विकसनशील देशांची पिळवणूक होऊन ते देश अधिकच गरीब होतात.

(८) विदेशी मदतीमध्ये अनेक अडचणी व गुंतागूंत असल्यामुळे त्यामध्ये अनिश्चितता असते त्यामुळे या मदतीचा परिणाम योग्य व प्रभावशाली राहील या बाबत साशंकता असते. एखाद्या पंचवार्षिक योजनेतील विशिष्ट प्रकल्प पूर्ण करण्यासाठी परकीय भांडवलाची गरज असते ती वेळेत मिळाली नाही तर प्रकल्प पूर्ण होत नाही. परिणामी नियोजन अपशस्वी होते. त्यामुळे देश संकटात सापडण्याची शक्यता असते.

(९) परकीय भांडवलामुळे उपलब्ध होणारे तंत्रज्ञान व कौशल्य विकसनशील देशांना अनुकूल ठरेलच असे नाही. त्याचा परिणामसुद्धा देशांच्या विकासावर होतो.

(१०) परकीय भांडवलाचा मर्यादित वापर केला जात नाही कारण मिळणारी मदत वेळेवर मिळत नाही परिणामी विकासाचा वेग मंदावतो म्हणजेच भांडवलाचा पर्यायी वापर होत नाही.

(११) परकीय भांडवलामुळे स्वयंकतृत्वाचा विनाश होतो व आत्मसंतुष्ट्य निर्माण होते, अशी टीका केली जाते. परकीय भांडवलामुळे व विदेशी तंत्राचा वापर केल्यामुळे त्याला पर्यायी देशांतर्गत तंत्रज्ञान शोधले जात नाही. परिणामी देश आपल्या स्वयंपूर्णतेकडे दुर्लक्ष करतो.

८.५ आर्थिक विकासात परकीय व्यापाराचे महत्त्व

(Importance of Foreign Trade in Economic Development) :

परकीय व्यापाराची आर्थिक विकासात महत्त्वाची भूमिका असते.सनातनवादी आणि नवसनातनवादी अर्थशास्त्रज्ञांनी व्यापाराला देशाच्या आर्थिक विकासात महत्त्वाचे स्थान दिले होते. त्यांनी त्याला विकासाचे इंजिन मानले याउलट ऐतिहासिक दाखल्या आधारे आंतरराष्ट्रीय असमतोल परराष्ट्रीय व्यापारामुळे झाल्याचे दिसते. विकसित देश परकीय व्यापारामुळे अधिक श्रीमंत झाली. गरीब देश गरीब राहिले. म्हणून विकसनशील देशांना आंतरराष्ट्रीय विशेषीकरणापासून मिळणाऱ्या फायद्यापासून वंचित राहावे लागले तरी आयात पर्यायी वस्तूंच्या उत्पादनावर भर दिल्यामुळे त्यांचा आर्थिक विकास झाल्याचे दिसून येते. आधुनिक काळात परकीय व्यापार हा आधुनिक अर्थव्यवस्थेचा एक अविभाज्य घटक बनला आहे आधुनिक वाहतुकीच्या साधनांमुळे विविध देश एकमेकांच्या जवळ येऊन संपूर्ण जग ही एक बाजारपेठ बनली आहे.

आर्थिक विकासात परकीय व्यापाराचे महत्त्व :

परकीय व्यापार विकसनशील देशांना आर्थिक विकासासाठी उपयोगी आहे. हँबर्लर यांच्या मते, आंतरराष्ट्रीय व्यापाराने १९ व्या आणि २० व्या शतकात विकसनशील देशांच्या विकासात मोठी भर घातली आहे.

(१) प्रत्यक्ष फायदे : जेव्हा देश विशिष्ट वस्तूंच्या उत्पादनासाठी विशेषीकरण करतात तसेच श्रमविभागणीचे फायदे मिळविण्यासाठी प्रयत्न करतात. तेव्हा त्यांना कमी खर्चात वस्तू निर्माण करता येतात. तसेच कमी खर्चात उत्पादित झालेल्या वस्तू आयात करता येतात हा आंतरराष्ट्रीय व्यापाराचा फायदा आहे. त्यामुळे देशाचे राष्ट्रीय उत्पन्न, देशातील उत्पादन, आणि आर्थिक विकास यामध्ये वाढ होते.

जेव्हा विकसनशील देशात अपुऱ्या बाजार व्यवस्थेमुळे अडचणी येतात तेव्हा परकीय व्यापारामुळे परकीय उपभोक्त्यांचा ओघ वाढतो त्यामुळे त्यांच्या आर्थिक विकासात मदत होते.

विकसनशील देशात श्रम आणि भूमी बऱ्याचदा पूर्णपणे वापरली जात नाही. मात्र परकीय व्यापारामुळे निर्यातीसाठी प्राथमिक वस्तूंचे उत्पादन करावे लागते. त्यातूनच क्रम व भूमीचा या उत्पादन घटाकांचा वापर केला जातो.

(२) श्रमविभागणी : प्रत्येक देशाला नागरिकांच्या गरजा भागविण्यासाठी आवश्यक असणाऱ्या सर्व वस्तू व सेवांचे उत्पादन उपलब्ध नैसर्गिका साधनसामुग्रीच्या साहाय्याने शक्य नसते. उपलब्ध नैसर्गिक संपत्तीची उपयुक्तता लक्षात घेवून काही विशिष्ट प्रकारच्या वस्तूंच्या उत्पादनात विशेषीकरण साधणे व त्या वस्तूंचे आर्थिक उत्पादन करून त्यांच्या मोबदल्यात इतर वस्तू परदेशातून आयात करणे हितकारक ठरते. यालाच आंतरराष्ट्रीय श्रम विभागणी म्हणतात.

(३) बाजारपेठांच्या आकाराचा विस्तार : अल्पविकसित देशात बाजारपेठ छोटी असते त्यामुळे उत्पादनाची पर्याप्त विक्री होत नाही. मालाला फारसा उठाव नसल्याने गुंतवणुकीची प्रेरणा घटते, परकीय व्यापारामुळे बाजारपेठांचा विस्तार होतो व गुंतवणूक व बचतीला प्रोत्साहन मिळते.

(४) संसाधनांचा कार्यक्षमतेने वापर : परकीय व्यापारामुळे उपलब्ध संसाधनांचा उत्पादकता वाढविण्यासाठी वापर करण्यात येतो व संसाधनांची विविध उपयोगातील वाटणी / विभागणी काळजीपूर्वक व व्यवस्थितपणे केली जाते.

(५) उत्पादन खर्चात घट : मोठ्या प्रमाणावर उत्पादन व बाजारपेठांचा विस्तार त्यामुळे मोठ्या प्रमाणातील उत्पादनाचे आंतरिक आणि बाह्य फायदे प्राप्त होतात. परिणामत: उत्पादन खर्च घटतो.

(६) उत्पादनाच्या तंत्रात सुधारणा : अल्पविकसित देशात तांत्रिक ज्ञान बरेच कमी असते त्यामुळे अल्पविकसित अर्थव्यवस्थेत उत्पादनाची तंत्रेही मागासलेली

असतात. परकीय स्पर्धेमुळे तांत्रिक प्रगतीला प्राधान्य देण्यात येते. त्यामुळे परंपरागत वस्तूंच्या बाबतीत विशेषीकरण करता येते. परिणामतः आंतरराष्ट्रीय व्यापारात परंपरागत वस्तूंचे योगदान वाढून देशाचा फायदा होतो.

(७) तंतू पदार्थ (Staple Commodities) : वॅटकिन्स यांच्या मते, बरेचसे अल्पविकसित देश हे एक किंवा दोन तंतुवाल्या वस्तूंच्या उत्पादनाचे विशेषीकरण करतात. ह्या वस्तूंची निर्यात केली तर अल्पविकसित देशांच्या उत्पादनात, रोजगारीत व उत्पन्नात वाढ होते व निर्यात क्षेत्राची वाढ होऊन उत्पादन घटकांनासुद्धा काम मिळते.

(८) विकसनशील देशात मुळातच यंत्रसामग्री व तंत्रज्ञानाचा अभाव असतो. एकंदर उत्पादन क्षमताच कमी असते परकीय व्यापारामुळे भांडवली यंत्रसामग्री तसेच तंत्रज्ञानाची आयात करणे सुलभ होते. अशा आयातीचे दोन प्रकार आहेत.

(अ) विकसनशील आयात : ज्या आयातीमुळे नवीन उत्पादन क्षमता निर्माण होते किंवा उपलब्ध असलेल्या क्षमतेत वाढ होते. त्या आयातीला विकसनशील आयात म्हणतात. उदा. पोलाद कारखाने, जलविद्युत केंद्रे, रेल्वे इंजिनांचे कारखाने इ. उभारण्यासाठी करावी लागणारी आयात.

(ब) निर्वाह आयात : देशात कच्च्या मालाचा पुरवठा अपुरा असल्यास नवीन निर्माण झालेल्या किंवा उपलब्ध असलेल्या उत्पादनक्षमतेचा पूर्णपणे उपयोग करून घेण्याच्या दृष्टीने कच्च्या तसेच मध्यम टप्प्यातील वस्तूंची जी आयात केली जाते. तिला निर्वाह आयात म्हणतात.

(९) अप्रत्यक्ष लाभ किंवा फायदे : मिलच्या मते; परकीय व्यापाराचा अप्रत्यक्ष फायदा म्हणजे बाजारपेठांच्या कक्षा रुंदावतात. विशेषीकरणावर भर दिला जातो, यंत्रसामग्रीवर भर दिला जातो, यंत्रसामग्रीवर आधारित उत्पादन पद्धती अवलंबली जाते, नवीन शोध लावले जातात हे अप्रत्यक्ष फायदे आहेत. या शिवाय आंतरराष्ट्रीय जग एक बाजारपेठ बनते, नवीन वस्तू, नवीन माणसे, नवीन भूप्रदेश संपर्कात येतात. तांत्रिक ज्ञानाची देवाण घेवाण होते.

(अ) भांडवली वस्तूंची आयात करता येते. शेतीजन्य मालाची निर्यात करता येते : परकीय व्यापारामुळे देशांतर्गत वस्तू परकीय वस्तूच्या बदल्यात निर्यात करता येते देशी अन्नधान्य किंवा शेतीजन्य मालाच्या बदल्यात यंत्रसामग्री निर्यात करता येते.

(ब) शैक्षणिक विकास : परकीय व्यापारामुळे शैक्षणिक विकास होतो विकसनशील देशात कुशल श्रमिक नसतात. आर्थिक विकासासाठी भांडवल टंचाई असणे मात्र परकीय व्यापारामुळे या अडचणी दूर होतात, हॅबर्लरच्या मते, तांत्रिक ज्ञानाच्या प्रसारासाठी नवीन शोध निर्मितीसाठी, कौशल्यासाठी परकीय व्यापार हे

एक उत्तम साधन आहे, विकसनशील देशांना त्यांच्या आर्थिक उन्नतीसाठी त्याचा उपयोग होतो. अमेरिका, जपान, रशिया यांचा आर्थिक विकास अल्प विकसनशील देशांसाठी मार्गदर्शक ठरला आहे.

(क) मक्तेदारीवर नियंत्रण : परकीय व्यापारामुळे अकार्यक्षम मक्तेदारीस जागतिक स्तरावर सामोरे जावे लागते त्यातून अकार्यक्षम अशा मक्तेदारी संस्था डबघाईला येतात, ज्या कार्यक्षम संस्था असतात त्याच स्पर्धेत टिकतात.

थोडक्यात विदेशी व्यापारामुळे नैसर्गिक साधनसामग्रीचा पुरेपूर वापर करता येतो. उत्पादन वाढविणे, आधुनिक उत्पादन तंत्र आणि ज्ञान संपादित करण्याचे लाभ मिळविता येतात.

(१०) परकीय व्यापारामुळे वस्तूंच्या किमती अल्पवधीत कमी - जास्त होण्याची प्रवृत्ती टाळता येते.

(११) विविध देशात सांस्कृतिक देवाण-घेवाण होऊन एकमेकांशी आर्थिक संबंध व स्नेहसंबंध निर्माण होतात.

८.६ भारताच्या परकीय व्यापाराची संरचना / रचना आणि दिशा
(Composition and Direction of India's Foreign Trade) :

आयातीची आणि निर्यातीची संरचना म्हणजे भारत कोणकोणत्या वस्तूंची आयात - निर्यात करतो व त्या वस्तूंचे आयातीचे प्रमाण एकूण आयातीपैकी व निर्यातीपैकी किती आहे याचा अभ्यास होय. सध्या भारत सुमारे ६००० वेगवेगळ्या वस्तूंची आयात करतो तर सुमारे ७,५०० वेगवेगळ्या वस्तूंची निर्यात करतो.

(अ) भारतातील आयातीची संरचना :

देशाच्या नियोजनात अवजड उद्योग आणि पायाभूत विकासावर जोर देण्यासाठी भांडवली साधनांची मोठ्या संख्येने आयात केली. भारताच्या १९६०-६१ पासून आयातीच्या रचनेत बदल दर्शविले आहे. विशेषत: १९९०-९१ पासूनचे बदल महत्त्वाचे आहेत.

आयातीमध्ये पेट्रोलियम पदार्थांचा वाटा वाढत आहे. तसेच भांडवली वस्तूंचा आयात वाटा वाढत आहे. तसेच विद्युतयंत्र याचा वाटा वाढत आहे.

वरील तक्ता ८.१ मध्ये एकूण आयातीचे तीन प्रकारात वर्गीकरण केले आहे.
(१) अन्नधान्य वस्तू, विशेषत: खाद्यतेल
(२) मध्यम दर्जाच्या वस्तू आणि कच्चा माल
(३) भांडवली वस्तू
(४) इतर वस्तू

तक्ता ८.१ : मुख्य आयात

(कोटी रुपये)

आयात वस्तू	१९६०-६१	१९७०-७१	१९८०-८१	१९९०-९१	२०००-०१	२००३-०४	२००७-०८
अन्नधान्य बाबी (खाद्यतेल) इ.	२१४ (१९.०७)	२४२ (१४.८१)	३८० (३.०३)	१८२ (०.४२)	९० (०.०५)	८८ (०.०५)	१८२० (०.०१८)
मध्यस्थ वस्तू किंवा अर्धसिद्ध माल आणि कच्चा माल	५२७ (४६.९७)	८८९ (५४.४१)	९७६० (७७.७७)	३२५५० (७५.३५)	२०५५०२ (८९.००)	३११२७९ (८६.६६)	N.A.
भांडवली वस्तू	३५६ (३१.७३)	४०४ (२४.७२)	१९१० (१५.२२)	१०४६६ (२४.२३)	२५२८१ (१०.९५)	४७७४१ (१३.२९)	२८५२०९ (२८.२)
इतर / वस्तू	२५ (२.२३)	९९ (६.०६)	४९९ (३.९८)	-	-	-	N.A.
एकूण	११२२ (१००.००)	१६३४ (१००.००)	१२५४९ (१००.००)	४३१९८ (१००.००)	२३०८७३ (१००.००)	३५९१०८ (१००.००)	१०,१२३१२ (१००.००)
निर्देशांक (१९६०-६१=१००)	(१००.०)	(१४५.६३)	(१८७.४५)	(३८५०.१)	(२०५७६.९)	(३२००६.१)	-

(Soruce : Economic survey 2004-2005 and Datt Sundharam 2010 Edition 61st)

(१) अन्नधान्य बाबी : १९६०-६१ च्या एकूण आयातीत अन्नधान्य व इतर खाद्य उपभोग्य वस्तूंचा वाटा १९.०७% होता. १९९०-९१ मध्ये ०.४२% पर्यंत कमी झाला तर २००१-०२ मध्ये मोठ्या प्रमाणात घटला आहे. मात्र नंतर पुन्हा अन्नधान्य व उपभोग्य वस्तूंची आयात वाढली आहे –

(२) मध्य वस्तू अथवा अर्धसिद्ध उत्पादनाची आयात : या वस्तूंच्या गटात कच्चे रबर, धागा, पेट्रोलियम व वंगण तेल, खाद्य तेल, रासायनिक खते व रसायने, मोती व बहुमूल्य रत्न, लोह, पोलाद इ. चा समावेश होतो.

१९६०-६१ मध्ये खते आणि रासायनिक उत्पादनांची आयात ८८ कोटी रुपयांवरून २००३-०४ मध्ये २५,९४८ कोटी रुपयांपर्यंत वाढली. भारतीय शेतीत नवीन व्यूहरचनेचा अवलंब केल्याने खतांची मागणी वाढली. त्याचप्रमाणे रसायनांची मागणी जलद वाढली. मोती, इतर उत्कृष्ट मौल्यवान वस्तूंची आयात महत्त्वपूर्णरीत्या वाढली. ती १९७८-७९ मध्ये २२३ कोटी रुपयांची होती. त्यामध्ये वाढ होऊन २००३-०४ मध्ये ३२७५७ कोटी रुपये एवढी झाली. लोखंड आणि पोलादाची वाढ झाली. १९६०-६१ मध्ये १२३ कोटी रुपयांची आयात २००३-०४ मध्ये ६९२१ कोटी रुपयांपर्यंत वाढली. वंगण तेल व पेट्रोलियमची आयात सर्वोच्च पातळीला पोहोचली. १९६०-६१ मध्ये ६९ कोटी रुपयांची आयात २००३-०४ मध्ये ९४५२० कोटी रुपयांपर्यंत वाढली.

(३) भांडवली वस्तूंची आयात : दुसऱ्या पंचवार्षिक योजनेपासून भारतीय अर्थव्यवस्थेच्या ध्येयानुसार जलद औद्योगिकीकरण साध्य करण्यासाठी यंत्रे किंवा मशिनरी आणि साधनसामग्रीची आयात मोठ्या प्रमाणात वाढली. तसेच इलेक्ट्रिकल यंत्रे व बिगर इलेक्ट्रिक वस्तू, वाहतूक साधने, विशेषत: आगगाडीचे इंजिन (Locomotives) इत्यादींची आयात झाली.

भांडवली वस्तूंची एकूण आयात १९६०-६१ मध्ये ३५६ कोटी रुपयांची होती, ती २००३-०४ मध्ये ४७७४१ कोटी रुपयांपर्यंत वाढली; ही वाढ एकूण आयातीच्या ३२% आहे एकूण आयात १३.२९% एवढी झाली.

कच्चा माल आणि मध्यम वस्तू (Intermediate Goods) ची आयात जलद वाढली. चालू वर्षात त्या हिश्श्यात घट झाली. मशिनरीची आयात ही औद्योगिकीकरणाचे निर्देशक आहे. एका बाजूस स्वतःच्या तंत्रज्ञानाच्या विकासात अपयश आणि दुसऱ्या बाजूस भेदभाव करणारे उदारीकरण हेसुद्धा आयात धोरणाला जबाबदार आहे अशा प्रकारचे घटक वाढीस जबाबदार आहेत.

भारताच्या आयातीच्या रचनेतील बदल सारांश रूपाने पुढीलप्रमाणे-

१) उपभोग्य वस्तूंचे आणि अन्नधान्यांची आयात महत्त्वपूर्णरीत्या घटली आणि देश अन्नधान्य आणि उपभोग्य वस्तूंच्या बाबतीत आत्मनिर्भर बनला. त्याचबरोबर

कृषी क्षेत्राची आणि उद्योग क्षेत्राची वाढ होत आहे.

२) औद्योगिकीकरणाची जलद वाढ म्हणजेच कच्चा माल आणि भांडवली वस्तूंची आयात वाढणे.

३) उदारीकरण आणि निर्यात उभारणीसाठी बदलीच्या आयातीच्या धोरणामुळे विशेषत: कच्चा माल अर्धसिद्ध वस्तूची आयात जलद वाढली.

अशा रीतीने भारताचा आयातीच्या उत्पादनाची अर्धी रूपरेषा भारतीय अर्थव्यवस्थेच्या आधुनिकीकरणाच्या जोरदार धक्क्याच्या परिणामी तयार झाली.

ब) भारताच्या निर्यातीची रचना (Composition of Export of India) :

भारताच्या निर्यातीचे वर्गीकरण पुढीलप्रमाणे करता येते –

१) कृषी आणि संबंधित उत्पादने : ह्यामध्ये कॉफी, चहा, खाद्यतेले, तंबाखू, साखर, सूत, सुती वस्तू, तांदूळ, मत्स्य व मत्स्य उत्पादने, फळे, भाजीपाला इत्यादी.

२) अशुद्ध धातू आणि खनिजे : ह्यामध्ये अभ्रक, कच्चे लोखंड इत्यादींचा समावेश होतो.

३) कारखानदारी वस्तू : ह्यामध्ये तयार कपडे, चामडे आणि चामड्याच्या वस्तू, हस्तवस्तू, मौल्यवान रत्ने, रसायने, वाहतूक आणि धातूची उत्पादने, लोखंड आणि पोलाद इत्यादी.

४) वंगण (Minaral Fuels)

५) इतर

१९६५-६६ पासून भारताच्या निर्यात वस्तूंची रचना पूर्णतः बदललेली आहे. तसेच भारताची निर्याती रचना पूर्णत: बदललेली आहे. भारताच्या निर्यातीचा जलद विस्तार होत आहे. भारतीय अर्थव्यवस्थेच्या औद्योगिकीकरण आणि वाढीच्या परिणामी निर्यात बळकट झाली. भारताने स्वावलंबनाचे ध्येय गाठण्यासाठी प्रगती केली.

निर्यात टोपली (Export Basket)

नवीन उत्पादनांची मोठ्या संख्येने वाढ झाली. निर्यातीपासूनच्या उत्पन्नाची भूमिका महत्त्वपूर्ण मानली जाते. काही वस्तू, अभियांत्रिकी वस्तू, चामड्याच्या वस्तू, सूत, कापडासंबंधी वस्तू, मौल्यवान रत्ने, रसायने, लोखंड आणि पोलाद इत्यादी. एकूण निर्यातीत तीन चतुर्थांश वस्तू अपारंपरिक आहेत. परंतु, महत्त्वपूर्ण बाबींच्या ३२% पर्यंत आयात वाढली आहे. परिणामी त्यामुळे त्याचा परिणाम निर्यातीपासूनचे परकीय विनिमयाचे उत्पन्न अत्यंत कमी आहे.

एकूण आयातीत कारखानदारी क्षेत्राचा हिस्सा वाढत आहे. देशाला जलद

तक्ता ८.२ : मुख्य निर्यात (Principal Exports)

(कोटी रुपये)

निर्यात वस्तू	१९६०-६१	१९७०-७१	१९८०-८१	१९९०-९१	२०००-०१	२००३-०४	२००७-०८
शेती आणि संबंधित उत्पादने	२८४ (४४.२५)	४८७ (३१.७३)	२०५७ (३०.६)	६३१९ (१९.४१)	२८५८२ (१४.०४)	३६२४७ (१२.३६)	७४०९४ (११.३)
कच्चा माल किंवा अशुद्ध धातू आणि खनिजे	५२ (८.१०)	१६४ (१०.६)	४१३ (६.२)	१४९७ (४.६०)	४१३९ (२.०३)	८८७६ (३.०२)	३६७१७ (५.६)
कारखानदारी किंवा उत्पादित उत्पादने	२९१ (४५.३३)	७७१ (५०.२)	३७४७ (५५.८)	२३७३६ (७२.९२)	१६०७२३ (७८.९५)	२२८२४६ (७७.८०)	४१४४५८ (६३.२)
खनिज, पेट्रोलियम उत्पादने (mineral fuels)	७ (१.०८)	१३ (०.८)	२८ (०.४)	९४८ (२.९१)	८८२२ (४.३३)	१७१५९ (५.८६)	११४१९२ (१७.४)
इतर	८ (१.२४)	९९ (६.५)	४६५ (६.९)	५५ (०.१६)	१३०५ (०.६५)	२८३९ (०.९६)	१६४०३ (२.५)
एकूण	६४२ (१००.००)	१५३५ (१००.००)	६७११ (१००.००)	३२५५३ (१००.००)	२०३५७१ (१००.००)	२९३३६७ (१००.००)	६५५८६४ (१००.००)
निर्देशक (१९६०-६१=१००)	(१००.०)	(२३९.१)	(१०४५.३)	(५०७०.६)	(३१७०८.९)	(४५६९५.८)	-

औद्योगिकीकरण साध्य करावयाचे आहे. त्यासाठी कारखानदारी निर्यातीचे बदल गरजेचे व आवश्यक आहेत.

तक्ता ८.२ नुसार काही थोड्या कारखानदारी वस्तूंची निर्यात काळजीपूर्वक झाली आहे. उदा. सूत आणि सुती वस्तू, चामडे आणि चामड्याच्या वस्तू, उत्पादने, ज्वेलरी, रसायने आणि मशिनरी ह्यांचा चालू वर्षात एकूण निर्यातीत मोठा हिस्सा आहे. ह्याकडे लक्ष दिल्यास अनुकूल आणि प्रतिकूल घटक दिसून येतात. अनुकूल बाजूचा विचार करता भारताला नैसर्गिक स्पर्धात्मक फायदा श्रमप्रधान उत्पादनात कमी वेतनाचा फायदा झाल्याने निर्यातीच्या उभारणीत साहाय्य झाले. प्रतिकूल बाबींचा विचार करता भारतीय निर्यात स्पर्धाहीन असल्याने परिणामी ती ओळवता आली नाही किंवा वाढवता आली नाही. दुसरे म्हणजे जागतिक पातळीवर मध्यम आणि उच्च तंत्रज्ञानाची उत्पादने उच्च दराने निर्माण केली. भारताच्या निर्यातीत कमी (low) तंत्रज्ञानाच्या उत्पादनात जलद वाढ झाली. जागतिक पातळीवर भारत उत्पादन आणि निर्यात उच्च तंत्रज्ञानाची उत्पादने, अभियांत्रिकी उद्योग यांना चांगला स्कोप आहे. सध्या भारतीय बाजारपेठेत निर्यात उत्पादन विकसित केले आहे. परंतु, कारखानदारी (manufacturer) उत्पादनांची आवश्यकता आहे.

नागरीकरण आणि उदारीकरण धोरणे व जागतिक व्यापार संघटनेचा भारतीय निर्यातीवर परिणाम होत आहे. विशेषत: कापडाची निर्यात, पोलाद, शेती उत्पादने, फळबाग उत्पादने यांना युरोपीय युनियन आणि अमेरिकेने देशांतर्गत पातळीवर निर्यातीसाठी मोठ्या प्रमाणात अनुदाने दिली आहेत.

भारताच्या आंतरराष्ट्रीय व्यापाराची दिशा
(Direction of India's Foreign Trade)

भारताच्या परकीय व्यापाराची दिशा व्यापाराच्या प्रादेशिक निर्देशक दिशेने विश्लेषण केले आहे.

अ) आयातीची दिशा

भारताच्या आयातीत महत्त्वपूर्ण बदल १९६०-६१ ते २००३-२००४ पर्यंतचे तक्ता ८.३ मध्ये दिले आहेत. व्यापाराला दिशा देण्याच्या हेतूने भारताच्या व्यापारातील भागीदार पाच गटांत विभागले आहेत.

१) आर्थिक विकास आणि सहकार्य संघटना (OECD) ह्यामध्ये जसे- जर्मनी, फ्रान्स, इंग्लंड, अमेरिका, कॅनडा, ऑस्ट्रेलिया, जपान इत्यादी देशांचा समावेश होतो.

२) पेट्रोल निर्यात देशांची संघटना (OPEC) ह्यामध्ये सहभागी देश जसे इराण, इराक, कुवेत आणि सौदी अरेबिया.

तक्ता ८. ३ : भारताच्या व्यापाराची दिशा (आयात) (Direction of India's Trade)

देश/प्रदेश	१९६०-६१	१९७०-७१	१९८०-८१	१९९०-९१	२०००-०१	२००३-०४	२००७-०८
१) आर्थिक विकास आणि सहकार्य संघटना (OECD)	८७५ (७८.०)	१०४२ (६३.८)	५७४० (४५.७)	२३३१० (५४.०)	९२०९२ (३९.९)	१३५८८९ (३७.८)	७५८३५.५ (३१.६)
इंग्लंड	२१७	१२७	७३१	२८९४	१४४७२	१४८६२	४९५७
अमेरिका	३२८	४५३	१६१९	५२४५	१३७७४	२३१३६	१३२०१.३
जपान	६१	८३	७४९	३२४५	८४१६	१२२५८	६३२३.७
२) पेट्रोल निर्यात देशाची संघटना (OPEC)	५२ (४.८)	१२६ (७.७)	३४८८ (२७.८)	७०४१ (१६.३)	१२३८५ (५.४)	२५९०६ (७.२)	७६१४६.६ (३२.७)
३) पश्चिम युरोप	३८ (३.४)	२३८ (१३.५)	१२९६ (१०.३)	३३७७ (७.८)	२९६८ (१.३)	३३९० (१.६)	५२७.२ (२.२)
४) विकसनशील देशांपैकी	१३२ (११.८)	२३९ (१४.६)	१९६६ (१५.७)	७९६५ (१८.४)	४०३४७ (१७.५)	७२०३७ (२०.१)	८०६२४.६ (३३.६)
आफ्रिका	६३	१६९	२०५	९५९	३८३८	४७०३	१०३५४.४
आशिया	६४	५४	१४३१	६०३३	३३१४९	६१८३०	६४१२५.६
५) इतर देश	२५	७	५९	१५०५	८३०८०	११९६०४	१७६५.६
एकूण	११२२ (१००.०)	१६३४ (१००.०)	१२५४९ (१००.०)	४३१९८ (१००.०)	२३०८७३ (१००.०)	३५९१०८ (१००.०)	२३९६५०.५ (१००.०)

(Soruce : Datt & Sundharam 2010 Edition 61st & Economic survey 2004-2005)

३) पश्चिम युरोप- ह्यामध्ये सहभागी देश जसे- रोमानिया, रशिया इत्यादी.

४) विकसनशील देशांपैकी- ह्यामध्ये जसे आफ्रिका, आशिया, लॅटिन, अमेरिका आणि कॅरेबियन.

५) इतर देश

तक्ता ८.३ नुसार भारताच्या एकूण आयातीत OECD चा हिस्सा १९६०-६१ मध्ये ७८% होता, तो २००३-०४ मध्ये ३७.८% पर्यंत कमी झाला. विकासाच्या सुरुवातीच्या काळात विकास प्रक्रियेसाठी संकटकाळात परकीय मदत मिळत होती. त्यामुळे मोठ्या प्रमाणात आयात करणाऱ्या देशांना मदत मिळत होती. अमेरिकेचा आयातीचा हिस्सा १९६०-६१ मध्ये २९.२% होता, तो १९७०-७१ मध्ये २७.१% पर्यंत घटला आणि पुढे सतत घटत गेला. २००३-०४ मध्ये ६.४% पर्यंत घट झाली. अमेरिका अनेक बाबींचा पुरवठा मोठ्या प्रमाणात सतत करत होती हे एक महत्त्वाचे कारण आहे; त्याचप्रमाणे इंग्लंडचा आयातीचा हिस्सा १९६०-६१ मध्ये १९.४% होता; तो २००३-०४ मध्ये अतिशय शार्पली ४.१% पर्यंत घटला.

तेलाची निर्यात (OPEC) वाढती दाखवली आहे. १९६०-६१ मध्ये एकूण आयातीच्या ४.८% होती, ती वाढून २७.८% झाली.तेलाच्या किमतीत OPEC देश सारखी कालबद्ध वाढ करीत आहेत. १९७३ मध्ये प्रति बॅरल पेट्रोलची किंमत २ डॉलर होती. १९७९-८० मध्ये २७ डॉलर प्रति बॅरल झाली. १९९०-९१ पासून घटीला सुरुवात झाली. २००३-०४ मध्ये आयात ७.२% पर्यंत घटली.

आयातीतील पश्चिम युरोपातील हिस्सा १९६०-६१ मध्ये ३.४% होता, तो १९७०-७१ मध्ये १३.५% झाला आणि २००३-०४ मध्ये १.६% पर्यंत घटला.

विकसनशील देशांचा हिस्सा १९६०-६१ मध्ये ११.८% होता. तो १९९०-९१ मध्ये १८.४% झाला. २००३-०४ मध्ये २०.१% पर्यंत महत्त्वपूर्णरीत्या वाढला. आशियन देशात आयातीत जलद वाढ झाली.

ब) निर्यातीची दिशा

देशाच्या आर्थिक नियोजनाच्या पाच दशकादरम्यान भारताच्या निर्यातीच्या दिशेने विलक्षण बदल झाल्याची नोंद घ्यावी लागते. भारताच्या निर्यातीची दिशा तक्ता ८.४ मध्ये दर्शविली आहे.

१९६०-६१ मध्ये OECD देशांचा एकूण निर्यातीतील हिस्सा ६६.१% होता. ही निर्यात सर्वात जास्त होती. ती २००३-०४ मध्ये ४६.४% पर्यंत घटली. तर इंग्लंडची निर्यात १९६०-६१ मध्ये २६.९% होती. ती घटून ४.७% पर्यंत कमी झाली. याउलट अमेरिकेत निर्यातीचा हिस्सा १९६०-६१ मध्ये ११.१% होता. तो २००३-०४ मध्ये वाढून १८.००% टक्के इतका झाला.

तक्ता ८. ४ : भारताच्या व्यापाराची दिशा (निर्यात) (Direction of India's Trade)

(कोटी रुपये)

देश/प्रदेश	१९६०-६१	१९७०-७१	१९८०-८१	१९९०-९१	२०००-०१	२००३-०४	२००७-०८ अंदाजपत्रकीय
१) आर्थिक विकास आणि सहकार्य संघटना (OECD) पैकी	४२५	७६९	३१२६	१७४२८	१०७२३८	१३६१५१	६१६६९
	(६६.१)	(५०.१)	(४६.५)	(५३.५)	(५२.७)	(४६.४)	(३८.८)
इंग्लंड	१७३	१७०	३९५	२१२८	१०५०२	१३८९२	६५७९.५
अमेरिका	१०३	२०७	७४३	४७९७	४२५१०	५२७९६	२०७००.४
जपान	३५	२०४	२१८	३०३९	८१९६	७८५४	३५७२.४
२) पेट्रोल निर्यात देशांची संघटना (OPEC)	२६	९९	७४५	१८३१	२२२२३	४३९७१	२६१७४.४
	(४.१)	(६.४)	(११.१)	(५.६)	(१०.९)	(१५.०)	(१६.५)
३) पश्चिम युरोप	४५	३२३	१४८६	५८१९	४९६४	५१३६	३३८०.७
	(७.०)	(२१.०)	(२२.१)	(१७.९)	(२.४)	(१.८)	(२.१)
४) विकसनशील देशांपैकी	९५	३०५	१२८६	५४६५	५४२८२	९५६७४	६७१९९.९
	(१४.८)	(१९.८)	(१३.४)	(१४.३)	(२१.४)	(२७.६)	(४२.३)
आफ्रिका	४०	१२९	३५०	६६८	६४८९	९६६५	१२०४३.९
आशिया	४५	१६६	९००	४६६५	४३५६६	८१०१०	५००८०.०
५) इतर देश	५१	३९	६८	२०१०	१४८६४	१२४३५	५८२.७
	६४२	१५३५	६७११	३२५५३	२०३५७१	२९३३६७	१५९००६.७
	(१००.०)	(१००.०)	(१००.०)	(१००.०)	(१००.०)	(१००.०)	(१००.०)

भारताच्या निर्यातीत जपानची निर्यात घटताना दिसून येते. १९६०-६१ मध्ये ११.१% होती, ती २००३-०४ मध्ये २.७% पर्यंत घटली; त्याचप्रमाणे युरोपीयन युनियनचा हिस्सा घटला आहे. १९६० मध्ये ३६.२% होता; तो २००३-०४ मध्ये २१.१% झाला.

OPEC मध्ये भारताचा निर्यातीचा हिस्सा सुरुवातीस १९६०-६१ मध्ये ४.१% होता, तो वाढून २००३-०४ मध्ये १५% झाला व २००७ -०८ मध्ये १६.५% पर्यंत वाढला.

भारताची पश्चिम युरोपातील सुरुवातीची निर्यात १९६०-६१ मध्ये ७.००% होती. ती १९८०-८१ मध्ये २२.१% पर्यंत वाढली, परंतु; त्याला कारणीभूत साम्यवादाची विभाजनाची स्थिती आहे. १९९०-९१ पासून हा हिस्सा घटत जाऊन २००३-२००४ मध्ये १.८% पर्यंत घटला व २००७-०८ मध्ये २.१ पर्यंत वाढला.

भारताची निर्यात लॅटिन अमेरिका, आफ्रिका, आशिया या विकसनशील देशात वाढीचा कल आहे. १९६०-६१ मध्ये १४.८% होती. वाढून २००३-०४ मध्ये २७.६% झाली. आफ्रिकेतील १९६०-६१ मध्ये निर्यातीचा हिस्सा ६.३% होता. तो २००३-०४ मध्ये ३.३% पर्यंत कमी झाला. त्यातील आशियाचा एकत्रित हिस्सा १९६०-६१ मध्ये ६.९% होता; तो २००३-०४ मध्ये २७.६% झाला.

असा निष्कर्ष निघतो की, २००३-०४ च्या शेवटी OECD मध्ये भारताची सुरुवातीची निर्यात ४६% होती. तर विकसनशील देशात ३२.६% होती. OPEC चा हिस्सा १५% होता आणि पश्चिम युरोपाचा १.८% होता. भारत OECD वरती अधिक अवलंबून होता. ती निर्यात घटली. २००७-०८ मध्ये OECD मध्ये भारताची निर्यात ३८.८% होती. तर विकसनशील देशात ४२.३% पर्यंत वाढ झाली. ओपेकचा हिस्सा १६.५% पर्यंत वाढला व पश्चिम युरोपचा २.१% पर्यंत वाढला. भारताची निर्यात इतर विकसनशील देशात, विशेषतः आफ्रिका व आशियात वाढली आणि विकासासाठी आवश्यक ती दिशा मिळाली.

८.७ चालू आयात-निर्यात धोरण

(Current Export - Import Policy (Exim - Policy)

भारताचे स्वातंत्र्योत्तर परकीय व्यापार धोरण पुढीलप्रमाणे सांगता येते.

स्वातंत्र्योत्तर काळात भारताच्या व्यापार धोरणात परिवर्तन झाले. सुरुवातीच्या काळात व्यापारी धोरणाचे उद्देश; योजनाबाह्य विकास, जलद औद्योगिकीकरण तसेच आर्थिक विकासास प्रोत्साहन देणे असे ठरविण्यात आले. तसेच भारताच्या परकीय व्यापाराची प्रक्रिया सुरू झाली. सरकारने देशी उद्योगांना संरक्षण देण्याच्या उद्देशाने

आयात धोरण जाहीर केले. त्यामध्ये आयातीवर नियंत्रण, आयात पर्यायीकरण, सरकारी खरेदीमध्ये स्वदेशी मालाला प्राथमिकता देणे. इ. चा समावेश होता. सरकारने अनेकदेशांबरोबर द्विपक्षीय करार केले. १९५६ नंतर परकीय चलन संकटामुळे आयातीवरील नियंत्रण वाढवावे लागले. परकीय चलन नियंत्रण लागू करण्यात आले.

तिसऱ्या पंचवार्षिक योजनेपर्यंत भारताचे परकीय धोरण आयात पर्यायीकरणावर केंद्रित होते. भारताकडे परकीय चलनसाठा मर्यादितअसल्याने आयातीचे प्रमाण मर्यादित ठेवणे गरजेचेच होते. अशा स्थितीत १९६२ मध्ये मुदलीयार समितीने भारताच्या परकीय व्यापार धोरणाचे व्यापक परीक्षण केले. मात्र १९६६ या अवमूल्यनानंतर थोड्या प्रमाणात आयात उदारीकरण घडवून आणण्यात आले.

तिसऱ्या योजनेच्या कालावधी आढाव्यामध्ये निर्यात वृद्धिचे धोरण अनुसरण्याचा निर्णय घेण्यात आला. कारण वाढती परकीय व्यापार तूट व व्यवहारतोलाचे संकट हे होते. अशा रीतीने १९५२ ते ६६ दरम्यान भारताचे निर्यात धोरण अक्रियाशील होते. त्यामुळे परकीय चलन उत्पन्न मर्यादित राहिले व भारताच्या जागतिक व्यापारातील हिस्सा कमी होत गेला.

१९७० मध्ये मुदलीयार चार समिती (१९६२) च्या शिफाराशीनुसार प्रथमच निर्यात धोरणाची घोषणा करण्यात आली. त्यापूर्वी फक्त आयात धोरण जाहीर केले जात असे.

१९७० पासून नियमित आयात तसेच निर्यात धोरण स्वतंत्ररीत्या घोषित करण्यात येऊ लागले. १९८४ मध्ये भारतीय परकीय व्यापार संतुलित करणे व परकीय व्यापारतोलाचे संकट कायम स्वरूपी दूर करण्यासाठी योजना आयोगाचे सदस्य आबिद हुसेन यांच्या अध्यक्षतेखाली एक समिती स्थापन करण्यात आली. समितीच्या शिफारशीनुसार १२ एप्रिल १९८५ रोजी प्रथमच त्रिवर्षीय आयात-निर्यात धोरण जाहीर करण्यात आले. व्यवहारतोलाचे प्रश्न सोडविण्यासाठी आयात पर्यायीकरण फारसे उपयुक्त नसल्याचे सरकारच्या लक्षात आले. त्यामुळे निर्यात-वृद्धीला प्रथम प्राधान्य देण्यात आले. व त्यासाठी अनेक धोरणात्मक निर्णय घेण्यात आले. या धोरणात प्रथमच पासबुक प्रथा सुरू करण्यात आली. ज्या अंतर्गत आयात - निर्यातप्रक्रिया सुरू करण्यात आली.

जुलै १९९१ मध्ये आर्थिक सुधारणा लागू करण्यात आल्यानंतर पंचवार्षिक व्यापारधोरण घोषित करण्याचा निर्णय घेण्यात आला. भारताचे पहिले पंचवार्षिक आयात-निर्यात धोरण एप्रिल १९९२ ते ९७ या कालावधीसाठी घोषित करण्यात आले. या धोरणाचा मुख्य उद्देश उदारीकरण व स्वावलंबन असा होता. आयात तसेच निर्यातीसाठी नकारात्मक सूची घोषित करण्यात आली. निर्यातवृद्धीसाठी 'फोकस

लॅटिन अमेरिका' धोरण स्वीकारण्यात आले. ३१ मार्च १९९७ रोजी तत्कालिन केंद्रीय वाणिज्य मंत्री व्ही. व्ही रमैय्या यांनी भारताचे दुसरे पंचवार्षिक आयात-निर्यात धोरण १९९७-२००२ जाहीर केले. ज्यामध्ये १९९८ मध्ये नवीन एन. डी. ए. सरकारने काही बदल केले. या धोरणामध्ये लायसेन्स प्रक्रियेचे विक्रेद्रींकरण, उत्पादकता तसेच विनियोग वाढविणे अन्य आयात-निर्यात योजनांमध्ये लवचिकता प्रदान करणे. याबद्दल निर्णय घेण्यात आले. तसेच मूल्य आधारित अग्रिम परवाना व्यवस्था समाप्त करून अधिकार शुल्क पासबुक योजना (DEPB) सुरू करण्यात आली. या धोरणांतर्गत २००० मध्ये विशेष आर्थिक क्षेत्र योजना सुरू करण्यात आली. या योजनेत सी. आय. एस. योजना फोकस करण्यात आली.

३१ मार्च २००२ रोजी भारताचे तिसरे पंचवार्षिक आयात-निर्यात धोरण २००२-०७ घोषित करण्यात आले. मार्च २००४ मध्ये नवीन काँग्रेसच्या यु. पी. ए. सरकारने ३१ मार्च २००४ रोजी २००४ ते ०९ या कालावधीसाठी नवीन परकीय व्यापार धोरण जाहीर केले. त्यांची माहिती पुढे दिली आहे.

७ ऑगस्ट २००९ रोजी केंद्रिय वाणिज्य मंत्री आनंद शर्मा यांनी २००९ ते १४ या कालावधीसाठी पंचवार्षिक परकीय व्यापार धोरणाची घोषणा केली. या चालू आयात-निर्यात धोरणाची माहिती पुढे दिली आहे.

परकीय व्यापार धोरण (२००४-०९)
(Foreign Trade Policy 2004-2009)

भारताच्या वाणिज्य मंत्रालयाने पाच वर्षासाठी ऑगस्ट २००४ मध्ये परकीय व्यापार धोरण जाहीर केले. जागतिक व्यापाराचा भारताच्या प्रमाणाचा हिस्सा दुप्पट करणे हे ध्येय ठेवले. व्यापारी माल किंवा वाणिज्य वस्तूंचा व्यापार २००३ मध्ये ०.७ टक्के होता. तो २००९ पर्यंत १.५ टक्के करणे हे उद्दिष्ट ठेवले.

योजनेची उद्दिष्टे : परकीय व्यापार धोरणाची महत्त्वाची उद्दिष्टे दोन भागात सांगता येतात. १) भारताच्या जागतिक वाणिज्य वस्तूंच्या व्यापाराच्या हिश्श्याचे प्रमाण दुप्पट करणे आणि २) आर्थिक विकासाच्या साधनांचा कार्यक्षमपणे वापर करणे. निमशहरी आणि ग्रामीण क्षेत्राच्या रोजगारावर विशेष भर देणे. ही उद्दिष्टे पूर्ण करण्यासाठी मुख्य किंवा Key व्यूहरचना स्वीकारली ती पुढीलप्रमाणे-

१) नियंत्रण कमी करणे.

२) पारदर्शकता आणि विश्वासाचे वातावरण निर्माण करणे.

३) व्यवहाराचा खर्च खाली आणणे आणि पद्धत सोपी करणे.

४) प्रशुल्क आणि लेव्ही (levies) निर्यातीसाठी आकारणार नाही.

५) भारताच्या विकासासाठी विशेष क्षेत्राला सुविधा देणे. जागतिक उत्पादन

व्यापार किंवा कारखानदारी व्यापार आणि सेवांवर भर देणे.

विशेष केंद्रीय पुढाकार (Special Focus Initiatvies) नुसार रोजगार निर्मिती निर्यातीची क्षमता निर्माण करणे. म्हणजे शेती, हस्तकला, विणकाम, रत्ने आणि आभूषणे, कातडी आणि पादत्राणे इ.

१) शेती : विशेष कृषी उपाययोजना (विशेष शेती उत्पादन योजना) यामध्ये निर्यातीसाठी फळे आणि भाजीपाला, फुले, लहान जंगली उत्पादन आणि त्याच्या मूल्यासमान उत्पादने. प्रशुल्क मूल्य योग्यतेच्या उत्पादनांच्या निर्यातीचे मूल्य FOB च्या ५ टक्के समान पत.

२) हस्तकला व विणकाम : या क्षेत्रात प्रशुल्कमुक्त आयातनिर्यातीच्या FOB मूल्याचा ५ टक्के वाढ, हस्तकला क्षेत्रासाठी विशेष आर्थिक क्षेत्राची स्थापना करण्यात आली.

३) रत्ने आणि आभूषणे आयातीस रिप्लेसमेंट योजनेनुसार परवानगी.

४) कातडी आणि पादत्राणे यांना खास बाब म्हणून प्रशुल्क मुक्त आयातीस परवानगी.

निर्यात प्रोत्साहन योजना (Export Promotion Scheme) : या योजनेनुसार निर्यात वाढीला प्रोत्साहन देण्यासाठी नवीन योजनेला 'टार्गेट प्लस' (Target Plus) असे म्हटले जाते. शुल्कमुक्त आधारावर भक्कम निर्यात वाढ उच्च पातळीवर होण्यासाठी साधारणपणे निर्यातीचे टार्गेट ठेवले आहे. वाढीची वृद्धी २० टक्के, २५ टक्के आणि १०० टक्के वाढीच्या निर्मितीचे मूल्य शुल्कमुक्त पत (Credit) ५ टक्के, १० टक्के आणि १५ टक्के.

सेवा निर्यात : सेवा निर्यातीच्या बाबतीत 'भारतापासून सेवा' (Served from India) या योजनेला विस्तृत स्वरूपात मान्यता मिळाली आहे. ह्या योजनेअंतर्गत वैयक्तिक सेवा तसेच रेस्टॉरंट (Restaurant) च्या बाबतीत २०% आणि हॉटेलच्या बाबतीत ५% अधिकार दिला आहे.

भांडवली वस्तूंच्या आयातीच्या संदर्भात निर्यात प्रोत्साहनासाठी भांडवली वस्तू [EPCG] योजनेनुसार शेती क्षेत्राला परवानगी दिली आहे. त्यासाठी 'कृषी निर्यात क्षेत्र' सुरू केले आहे.

जड भांडवली वस्तूंच्या आयातीला परवानगी दिली आहे. त्यासाठी २५ कोटी रुपयांचे मूल्य कमी केले आहे.

निर्यातक्षम घटक (Units) संस्थांना त्यांच्या वस्तू आणि सेवांना सेवा करात सूट दिली आहे.

या धोरणानुसार तारांकित गृहे उभारण्यासाठी सवलती देण्यात येणार आहेत.

तसेच 'मुक्त व्यापार आणि साठवणूक गृहक्षेत्र' या नव्या धोरणानुसार स्थापण्यात येणार आहेत. वस्तू आणि सेवांच्या सुविधांसंबंधी पायाभूत सुविधा उपलब्ध करण्यासाठी स्वातंत्र्य देण्यात आले आहे. व्यापाऱ्यांच्या व्यवहारासाठी मुक्त चलनाचे स्वातंत्र्य दिले आहे. जागतिक व्यापाराच्या दृष्टीने हे भारताचे हे ध्येय आहे.

परकीय प्रत्यक्ष गुंतवणूक १००% गुंतविण्यास परवानगी दिली आहे. विकास आणि क्षेत्राच्या स्थापनेसाठी आणि त्यांच्या पायाभूत सुविधेसाठी १००% गुंतवणुकीस परवानगी देण्यात आली आहे.

जैव तंत्रज्ञान पार्कलासुद्धा १००% निर्यातक्षम संस्थांच्या (Units) सुविधेसाठी परवानगी दिली आहे.

कार्यपद्धती आणि प्रादेशिकपणाचा साधेपणा सांभाळण्यास किंवा जतन करण्यास प्राधान्य दिले आहे.

निर्यातीतील वस्तू आणि सेवांना सेवाकरातून मुक्त केले आहे.

वेगवेगळ्या योजनेसाठीच्या परवान्याच्या नूतनीकरणासाठी २४ महिन्यांची वाढ केली आहे. इलेक्ट्रॉनिक डेटा निर्यात व्यवहारासाठी विनिमयासाठी ठराविक वेळ दिली आहे.

प्रगती मैदान (Pragati Maidan) व्यापाराच्या विकासाच्या ठिकाणी १००० प्रतिनिधींसाठी केंद्रे उभारण्यासाठी तरतूद केली आहे. तसेच ९०० वाहनांची सोय करण्याची तरतूद केली आहे.

या धोरणात संख्यात्मक निर्बंध कमी केले आहेत. निर्यात उभारणीचे क्षेत्र पुढे येण्यासाठी तरतूद केली आहे.

या धोरणाची यशस्वीरीत्या अंमलबजावणीच्या दर्जावर अवलंबून आहे.

चालू निर्यात-आयात धोरण (Current Export Import Policy)

चालू निर्यात-आयात धोरण म्हणजेच परकीय व्यापार धोरण २००४ ते २००९ होय.

केंद्रीय वाणिज्य व उद्योगमंत्री आनंद शर्मा यांनी २७ ऑगस्ट २००९ ते ३१ मार्च २०१४ या कालावधीसाठी पंचवार्षिक परकीय व्यापारी धोरणाची घोषणा २७ ऑगस्ट २००९ रोजी केली. जागतिक मंदीच्या काळात परकीय व्यापार धोरणाचे तात्कालिक उद्दिष्ट निर्यातीतील घसरण रोखणे व घसरणीची प्रकृती धनात्मक करणे, हे आहे. तसेच आर्थिक मंदीमुळे प्रभावित क्षेत्रांना अतिरिक्त साहाय्य उपलब्ध करून देणे हेसुद्धा या धोरणाचे उद्दिष्ट आहे. हे उद्दिष्ट ध्यानात घेऊन धोरणामध्ये बहुविध निर्णय घेण्यात आले आहे.

धोरणाची मुख्य लक्ष्ये

(१) निर्यातीतील घसरण रोखणे व निर्यातीस वाढीच्या मार्गावर पुनर्स्थापित करणे. तसेच आर्थिक मंदीपासून जादा प्रभावित क्षेत्रांना अतिरिक्त साहाय्य उपलब्ध करून देणे.

(२) मार्च २०११ पर्यंत २०० अब्ज डॉलरचे वार्षिक लक्ष्य व १५% वार्षिक निर्यात वृद्धिसाह्य करण्याचे लक्ष्य

(३) २०१४ पर्यंत वस्तू व सेवांची निर्यात दुप्पट करण्याचे लक्ष्य

(४) २०१४ पर्यंत देशाची निर्यात वृद्धी २५% वार्षिक दराने वाढण्याची संभावना

(५) २०२० पर्यंत आंतरराष्ट्रीय व्यापारातील भारताचा हिस्सा दुप्पट करण्याचे दिर्घकालीन लक्ष्य. २००८ मध्ये हा हिस्सा १.६४% होता.

धोरणाची महत्त्वाची वैशिष्ट्ये

(१) फोकस मार्केट स्किम अंतर्गत २६ नवीन बाजारपेठांचा समावेश करण्यात आला आहे. हे बाजार निर्यातीबाबत उत्तम पर्याय उपलब्ध करून देऊ शकतात.

(२) फोकस प्रॉडक्ट स्किम तसेच मार्केट लिंकड फोकस मार्केट स्किम अतंर्गत नवीन वस्तूंचा समावेश करण्यात आला आहे. या वस्तूंनाही योजनेतील सुविधा प्राप्त होतील.

(३) धोरणात्मक व्यवस्थेत स्थैर्य प्रदान करण्यासाठी अधिकार शुल्क पासबुक योजना (DEPB) ३१ डिसेंबर २०१० पर्यंत वाढविण्यात आली आहे.

(४) भारताला हिऱ्यांच्या जगातील व्यापाराचे केंद्र बनविण्यासाठी हिऱ्यांचे रोखे बाजार स्थापन करण्याचे ठरविण्यात आले आहे.

(५) जयपूर, श्रीनगर आणि अनंतनाग या शहरांना हस्तकलांबाबत; कानपूर देवास आणि अंबूर या शहरांना चामड्यांच्या वस्तूबाबत: तर मलिहाबाद या शहरास फलोत्पादनविषयक वस्तूंबाबत 'Town of Export Excellence' असा दर्जा देण्यात आला आहे.

(६) १००% निर्यात प्रधान उद्योग व सॉफ्टवेअर टेक्नॉलॉजी पार्कसमधील उद्योगांना आयकर सूट २०१०-११ या आर्थिक वर्षातही लागू राहील.

प्रश्न

प्र. १. खालील प्रश्नांची प्रत्येकी २० शब्दांत उत्तरे लिहा.

१) परकीय भांडवल म्हणजे काय?

२) परकीय प्रत्यक्ष गुंतवणूक म्हणजे काय?

३) परकीय अप्रत्यक्ष गुतंवणूक कोणती?

४) निर्यात टोपली म्हणजे काय?

५) चालू आयात - निर्यात धोरणाची दोन उद्दिष्टे सांगा.

प्र. २. खालील प्रश्नांची प्रत्येकी ५० शब्दांत उत्तरे लिहा.

१) परकीय व्यापाराचे स्वरूप थोडक्यात सांगा.

२) परकीय भांडवलाचे परिणाम थोडक्यात सांगा.

३) चालू आयात-निर्यात धोरणाची उद्दिष्टे सांगा.

४) भारताच्या परकीय व्यापाराची संरचना म्हणजे काय?

५) परकीय व्यापाराची दिशा म्हणजे काय? भारताच्या संदर्भात स्पष्ट करा.

प्र. ३. खालील प्रश्नांची प्रत्येकी १५० शब्दांत उत्तरे लिहा.

१) परकीय भांडवल म्हणजे काय? परकीय भांडवलाची गरज स्पष्ट करा.

२) परकीय भांडवलाचे स्वरूप स्पष्ट करा.

३) परकीय भांडवलाच्या परिणामांची चर्चा करा.

४) भारताच्या परकीय व्यापाराची संरचना स्पष्ट करा.

५) चालू आयात-निर्यात धोरणे स्पष्ट करा.

प्र. ४. खालील प्रश्नांची प्रत्येकी ३०० शब्दांत उत्तरे लिहा.

१) परकीय भांडवलाची गरज का असते ते स्पष्ट करा.

२) परकीय भांडवलाचे परिणाम स्पष्ट करा.

३) भारताच्या परकीय व्यापाराची दिशा स्पष्ट करा.

४) भारताचे चालू आयात-निर्यात धोरण स्पष्ट करा.

◆◆◆

प्रकरण ९
व्यवहारतोल
(Balance of Payments)

९.१ प्रास्ताविक
९.२ व्यापारतोल आणि व्यवहारतोल संकल्पना
(Concept of Balance of Trade and Balance of Payments)
९.३ भारताचा १९९१ पासूनचा व्यवहारतोल
(India's Balance of Payment Since 1991)
९.४ चालू खात्यावरील आणि भांडवली खात्यावरील रुपयाची परिवर्तनीयता

९.१ प्रास्ताविक (Introduction)

आंतरराष्ट्रीय व्यापारात ताळेबंदाची सांख्यकीय नोंद व्यवहारतोलात असते. त्यामध्ये सर्व प्रकारची देणी-घेणी एक देश दुसऱ्या देशाबरोबर ठराविक काळात (एक वर्षासाठी) करतो. या आंतरराष्ट्रीय व्यवहारामध्ये एक देश दुसऱ्या देशांतून वस्तू व सेवांची आयात करतो तसेच इतर देशांना वस्तू निर्यात करतो. निर्यातीमुळे देशाला इतर देशांपासून परकीय चलन मिळते. तर आयातीसाठी त्या देशाला इतर देशांना पैसे द्यावे लागतात. त्या देशाचे चलनात आयातमूल्य द्यावे लागते. आयात-निर्यातीत दोन प्रकारच्या बाबी असतात.

१) दृश्य वस्तू, २) अदृश्य वस्तू किंवा सेवा.

दृश्य वस्तूंमध्ये, अन्नधान्य, टी.व्ही., घड्याळे इत्यादी प्रकारच्या भांडवली व चैनीच्या, सुखद आणि उपभोग्य वस्तूंचा समावेश होतो. या सर्व वस्तूंना आपण स्पर्श करू शकतो, त्यांना पाहू शकतो. त्यामुळे अशा वस्तूंच्या व्यापाराला दृश्य वस्तूंचा व्यापार असे म्हटले जाते. तर अदृश्य वस्तूंमध्ये मुख्यतः बँका, विमा कंपन्या, जहाज कंपन्या, विमान कंपन्या यांनी आंतरराष्ट्रीय व्यापार सुलभ व्हावा म्हणून पुरविलेल्या सेवांचा समावेश होतो. याशिवाय अल्पकाळासाठी आणि दीर्घकाळासाठी दिली जाणारी भांडवली कर्जे, एका देशातील व्यक्तींनी दुसऱ्या देशात गुंतविलेले भांडवल, परकीयांकडून मिळालेल्या देणग्या किंवा परकीयांना दिलेल्या देणग्या किंवा

व्यवहारतोल ❙ १७९

हानिपूर्ती म्हणून दिलेल्या देण्या-घेण्याचा विचारही अदृश्य वस्तूंच्या व्यापारात केला जातो. या व्यवहारांना आपण स्पर्श करू शकत नाही किंवा डोळ्यांनी पाहू शकत नाही. अशा प्रकारे आंतरराष्ट्रीय व्यापारात दृश्य आणि अदृश्य बाबींच्या देण्या-घेण्यांचा समावेश केला जातो.

९.२ व्यापारतोल आणि व्यवहारतोल संकल्पना
(Concept of Balance of Trade and Balance of Payments) :

(अ) व्यापारतोल (Balance of Trade) संकल्पना :

आंतरराष्ट्रीय व्यापारात दृश्य वस्तूंचे व अदृश्य वस्तूंचे व्यवहार केले जात असल्याने देण्याघेण्याच्या व्यवहारांचे हिशेब दोन प्रकारांनी केले जातात- १) आंतरराष्ट्रीय व्यापारतोल, २) आंतरराष्ट्रीय व्यवहारतोल.

व्यापारतोलात प्रामुख्याने दृश्य वस्तूंच्या व्यापाराचा समावेश होतो. एखाद्या देशाने विशिष्ट कालावधीत (साधारण एक वर्ष) जेवढ्या दृश्य वस्तूंची आयात व निर्यात केली असेल त्याच्या हिशेबाला किंवा आढाव्याला व्यापारतोल असे म्हटले जाते. म्हणजेच व्यापारतोलात वाणिज्य व्यवहारांचा समावेश होतो असे म्हणता येते. फार पूर्वीपासून अर्थशास्त्रात अनुकूल व प्रतिकूल व्यापारतोलाचा उल्लेख आढळून येतो. विशेषतः व्यापारतोल असला म्हणजे दृश्य वस्तूंची निर्यात आयातीपेक्षा जास्त असली तर देशात सोन्या-चांदीसारख्या मौल्यवान धातूंचा ओघ मोठ्या प्रमाणात येत असल्याने व्यापारवादी विचारवंतांनी व्यापारतोल अनुकूल असावा, प्रतिकूल असू नये अशा प्रकारची मते मांडली. व्यापारतोलाच्या हिशेबात जमाखर्च या दोन बाजूंपैकी एका बाजूचे दुसऱ्या बाजूवर अधिक्य असू शकते. जमा बाजूचे खर्च बाजूवरील अधिक्य म्हणजे अनुकूल व्यापारतोल होय. याउलट खर्च बाजूचे जमा बाजूवरील अधिक्य म्हणजे प्रतिकूल व्यापारतोल होय. व्यवहारतोलात फक्त दृश्य वस्तूंच्या आयात-निर्यातीचा विचार करून आंतरराष्ट्रीय व्यापार अनुकूल का प्रतिकूल आहे हे ठरविता येत नाही. तर **दृश्य वस्तूंच्या आयात निर्यातीबरोबर अदृश्य वस्तूंच्या आयात-निर्यातीचाही विचार करून एखाद्या देशाच्या परकीय व्यवहारांचा विचार केला जातो आणि या दृष्टिकोनातून व्यापारतोलापेक्षा व्यापक व्यवहारतोल संकल्पना मांडली जाते.**

व्यापार तोलाच्या तीन संकल्पना :

(१) समतोल व्यापारतोल (Balanced Balance of Trade) एखाद्या देशाचे एका वर्षातील दृश्य वस्तूंच्या आयातीचे मूल्य आणि दृश्य वस्तूंच्या निर्यातीचे मूल्य समान झाले असेल तर त्या देशाचा व्यापारतोल समान आहे असे म्हणतात,

उदा. एका वर्षात भारताने १५,००० कोटी रुपयांच्या दृश्य वस्तू आयात केल्या व त्याच काळात १५,००० कोटी रुपयांच्या दृश्य वस्तू निर्यात केल्या तर भारताचा व्यापारतोल समतोल होईल. परंतु असमतोल कधी साधला जाऊ शकत नाही.

(२) अनुकूल व्यापारतोल : (Favourable Balance of Trade) : एखाद्या वर्षी देशातील दृश्य वस्तूंच्या आयात मूल्यापेक्षा निर्यात मूल्य जास्त असते तेव्हा निर्यात जास्त झाल्याने इतर देशांकडून येणे असेल तर त्या देशाचा व्यापारतोल अनुकूल आहे असे म्हटले जाते उदा. एका वर्षात भारताने १५,००० कोटी रुपये किमतीच्या दृश्य वस्तूंची निर्यात केली आणि त्या कालावधीत १२,००० कोटी रुपये किमतीच्या दृश्य वस्तूंची आयात केली असेल तर इतर देशांकडून भारताला ३,००० कोटी रुपये येणे निर्माण होईल व व्यापारतोल अनुकूल होईल.

(३) प्रतिकूल व्यापारतोल (Unfavourable Balance of Trade) : एखाद्या वर्षी देशातील दृश्य वस्तूंच्या निर्यात मूल्यापेक्षा आयात मूल्य जास्त असेल तर संबंधित देशाचे देणे निर्माण होऊन व्यापारतोलात तूट निर्माण होईल. ह्यालाच प्रतिकूल व्यापारतोल म्हणतात. उदा. भारताने एका वर्षात १५,००० कोटी रु. किमतीच्या दृश्य वस्तूंची निर्यात केली आणि याच काळात १८,००० कोटी रु. वस्तूंची आयात केली तर भारताच्या व्यापारतोलात ३,००० कोटी रुपयांची तूट निर्माण होईल.

अनुकूल व्यापारतोल आणि प्रतिकूल व्यापारतोल या संज्ञा व्यापारवादी अर्थशास्त्रज्ञांनी अठराव्या शतकात वापरात आणल्या. कारण त्यावेळी व्यापरतोलात जेवढी तूट निर्माण होत असे तेवढ्या किमतीच्या सोन्याची संबंधित देशाला निर्यात करावी लागे. म्हणूनच त्यांनी देश आर्थिकदृष्ट्या समृद्ध करण्यासाठी देशाचा व्यापरतोल नेहमी अनुकूल ठेवण्याच्या धोरणाचा पुरस्कार केला. सध्या एकूण आंतरराष्ट्रीय आर्थिक व्यवहारात मोठ्या प्रमाणात वाढ झाली आहे. दृश्य वस्तूंच्या आयात निर्याती बरोबरच अदृश्य किंवा सेवारूपी वस्तू यांची आयात निर्यात वाढल्याने अनुकूल व्यापारतोल अथवा प्रतिकूल व्यापारतोल याला विशेष महत्त्व राहिलेले नाही. एखाद्या देशाच्या व्यापारतोलात निर्माण झालेली तूट विमा व्यवसाय, बँकिंग व्यवसाय, वाहतूक व्यवसाय यासारख्या सेवांचा पुरवठा अन्य देशांना करून भरून काढता येतो. म्हणूनच आंतरराष्ट्रीय व्यापारतोलापेक्षा आंतरराष्ट्रीय व्यवहारतोलाची संकल्पना अधिक व्यापक आणि महत्त्वपूर्ण ठरते.

(ब) व्यवहातोल संकल्पना (Concept of Balance of Payments) :

एका विशिष्ट कालखंडात (सामान्यत: एका वर्षाच्या) देशातील नागरिकांनी इतर देशांशी केलेल्या सर्व आर्थिक व्यवहारांचे सर्व समावेशक विवरण म्हणजे व्यवहारतोल होय.

दृश्य वस्तूंच्या आयात-निर्यातीबरोबरच अदृश्य वस्तूंच्या आयात-निर्यातीचाही विचार देशाच्या परकीय व्यापारात केला जातो. त्या बाबींना आंतरराष्ट्रीय व्यापारात व्यवहारतोल संकल्पनेला महत्त्वाचे स्थान आहे; त्यानुसार आंतरराष्ट्रीय नाणेनिधीने व्यवहारतोलाची व्याख्या पुढीलप्रमाणे केली आहे –

'व्यवहारतोल म्हणजे एखाद्या देशातील रहिवाशांनी इतर देशांच्या रहिवाशांबरोबर एका विशिष्ट कालावधीत केलेल्या सर्व आर्थिक व्यवहारांचा व्यवस्थाबद्ध हिशेब होय.' (The balance of payment for a given period is defined as a systematic record of all economic transactions during the period between residents of the reporting country and residents of other country - IMF).

एल्सवर्थ (Ellsworth) यांच्या मते, 'एका विशिष्ट कालखंडात एखाद्या देशातील रहिवासी व इतर जगाच्यामध्ये केलेल्या सर्व देण्या-घेण्याचे संक्षिप्त विवरण होय.'

(This is a summary statement of all the transactions between the residents of one country and the rest of the world. It covers a given period of time usually a year.)

आंतरराष्ट्रीय व्यवहार देणे (debits) आणि येणे (credits) अशा दोन गटांत वर्गीकरण केले जाते. परदेशातून उत्पन्न आपल्या देशात येते त्या वेळेस येणे बाजूला (receipts side) येते. देश दुसऱ्या देशाचे देणे लागतो, त्या सर्व बाबी देणे बाजूला (debits side) येतात. देशातील आंतरराष्ट्रीय व्यवहारांची केलेली नोंद द्विनोंदी पद्धतीने (Double entry book-keeping system) केली जाते; म्हणजे आंतरराष्ट्रीय विनिमय व्यवहार दोन वेळा नोंदविला जातो. एकदा येणे (credits) आणि दुसऱ्यांदा देणे (debit) म्हणून नोंदविला जातो.

देशाचे व्यवहार तोलाचे खाते

$$B = R_f - P_f$$

व्यवहारतोल = परकीय येणे - परकीय खर्च

B = व्यवहारतोल

R_f = परकीय येणे

P_f = परकीय खर्च

परिस्थिती ऋण फरकाची असेल तर तुटीचा व्यवहारतोल असे म्हटले जाते.

व्यवहारतोलात समाविष्ट केल्या जाणाऱ्या बाबी / घटक
(Components of Balance of Payments)

व्यवहारतोल दोन विभागात समाविष्ट केला जातो - १) चालू खाते आणि २) भांडवली खाते. ह्या खात्यांची माहिती पुढीलप्रमाणे-

व्यवहारतोल खाते - रचना आणि घटक

जमा (+) (येणे)	खर्च (-) (खर्च)
१. चालू खाते	
आयात	**निर्यात**
१) वस्तू	१) वस्तू
२) सेवा	२) सेवा
३) हस्तांतरण देयता (Transfer payments)	३) हस्तांतरण देयता (Transfer payments)
२. भांडवली खाते	
१) इतर देशांपासून कर्ज	१) इतर देशांना दिलेले कर्ज, परतफेड व्याज इत्यादी
२) परकीय देशांमधून प्रत्यक्ष गुंतवणूक	२) परकीय देशात प्रत्यक्ष गुंतवणूक
३. समायोजन खाते	
१) परकीय सरकारने धारण केलेली वाढ	१) परकीय चलन आणि सोन्याची सरकारकडे वाढती ठेव
चूकभूल	

अ) चालू खाते –

चालू खात्यात दृश्य बाबी आणि अदृश्य बाबी असतात.

दृश्य वस्तूंची आयात व निर्यात यांची नोंद असते; तर अदृश्य आयात-निर्यातीमध्ये सेवांचे मोबदले किंवा देणग्या यांचा समावेश होतो. अदृश्य बाबींमध्ये जहाज सेवा, बँकिंग, विमा, कर्जावरील व्याज, पर्यटकांचा खर्च, परकीय मदत इत्यादी.

खर्चाच्या बाजूस देशात आयात होणाऱ्या सोन्याचे मूल्य, जहाज वाहतूक, बँका, विमा कंपन्यांच्या सेवांचे मूल्य; देशातील रहिवाशांनी परदेशात जाऊन केलेला खर्च यांचा समावेश होतो. तर जमेच्या बाजूस देशातून निर्यात होणाऱ्या दृश्य वस्तूंचे मूल्य, देशातून निर्यात होणारे सोने, देशातील बँका, विमा कंपन्या, जहाज कंपन्या इत्यादी सेवांचे मूल्य, परकीय प्रवाशांचा खर्च इत्यादींचा समावेश होतो.

चालू खात्यातील व्यवहारतोल संतुलित असतोच असे नाही; तर तो अनुकूलही असतो अथवा प्रतिकूलही असू शकतो. चालू खात्यातील हे असंतुलन व्यवहारतोलातील भांडवली खात्यातील देण्या-घेण्याच्या व्यवहारामुळे दूर होऊन पुन्हा समतोल साधला जातो.

ब) भांडवली खाते

व्यवहारतोलात मुख्यत: अल्प आणि दीर्घ मुदतीच्या कर्जाचा समावेश होतो. त्यामध्ये –

i) बाह्य मदत :- परकीय देशांनी कमी सवलतीच्या दराने दिलेली कर्जे.

ii) व्यापारी कर्जे :- खासगी क्षेत्र आणि सरकारला दिलेली कर्जे, उदा. जगातील वित्त बाजार, उच्च व्याजदराने कर्ज देणे.

iii) अल्पकालीन जमा.

iv) अनिवासी भारतीयांनी ठेवलेली ठेव.

v) परकीय गुंतवणूक आणि इतर भांडवली बाबी.

सोन्याचा निव्वळ प्रवाह व अल्पकालीन भांडवलाची आयात किंवा निर्यात अशा प्रकारच्या भांडवली खात्यातील व्यवहारामुळे व्यवहारतोल समतोल ठेवला जातो. व्यवहारतोल अनुकूल असेल तर तो देशपरदेशात भांडवल गुंतवू शकेल म्हणजेच भांडवल देशाबाहेर जाईल; त्यामुळे चालू खात्यातील अधिक्य व भांडवली खात्यातील तूट यामुळे व्यवहारतोलात समतोल निर्माण होईल; याउलट जर व्यवहारतोल प्रतिकूल असेल व चालू खात्यातील तूट भरून काढण्यासाठी परदेशातून अल्पकालीन कर्ज घेतले जाईल. म्हणजेच भांडवल देशात येऊन भांडवली खात्यात अधिक्य निर्माण होईल व पुन्हा समतोल साधला जाईल.

अशा रीतीने भांडवली खात्यातील व्यवहार हे व्यवहारतोलात हिशेबी संतुलन घडवून आणत असतात; याच अर्थाने व्यवहारतोल हा नेहमी समतोल असतो असे म्हटले जाते.

क) समायोजन खाते

ह्यालाच सरकारची संरक्षित मालमत्ता असेही म्हटले जाते. इंग्लंड आणि

अमेरिकेच्या बाबतीत प्रदेश, देश स्वतंत्र दाखवता येतात. त्याचे व्यवहार स्वतंत्र असल्याने सरकार निव्वळ सरकारी राखीव संपत्ती ठेवते. सरकार तडजोडीने देयता बदलते. देयकाची जबाबदारी सरकारवर असते. प्रत्येक वर्षी सरकारी राखीव संपत्तीत बदल होतो. सरकारी राखीव संपत्ती परकीय चलनात बदलता येते आणि तशी तरतूद आंतरराष्ट्रीय नाणेनिधी (IMF) मध्ये आहे.

ड) चूक आणि भूल खाते

जमाखर्चाची तिन्ही खाती बरोबर असल्यास त्यामुळे समतोल होतो. ही देशाच्या व्यवहारतोल समतोलाची बाब आहे. देशाचा व्यवहारतोल द्विनोंदी लेखाकर्म पद्धतीने तयार केला जातो. त्यामुळे प्रत्येक बाब देणे आणि घेणे बाजूला येते. त्यामुळे लेखाकर्माच्या दृष्टीने देशाचे येणे आणि घेणे दोन्ही सारखे दिसतात.

व्यवहारतोलाच्या चालू खाते भांडवली खाते या दोन्ही खात्यांचा एकत्रित विचार केल्यास व्यवहारतोलाचा समतोल समजतो.

प्रतिकूल व्यवहारतोल : जेव्हा एखाद्या देशाच्या एकूण दृश्य व अदृश्य आयातीचे मूल्य हे एकूण निर्यात मूल्यापेक्षा जास्त असते. तेव्हा देशाचा व्यवहारतोल प्रतिकूल होतो.

प्रतिकूल व्यवहारतोलात चालू खात्यावर तूट निर्माण झालेली असते. ही तूट भरून काढण्यासाठी भांडवली खात्यावरील येणी वाढवावी लागतात. त्यासाठी सोन्याची निर्यात करणे, परदेशात कर्ज उभारणे, नाणेनिधीसारख्या आंतरराष्ट्रीय संस्थांकडून कर्ज घेणे, परकीय मदत मिळविणे अथवा पूर्वी परदेशात केलेली गुंतवणूक असेल तर ती मोडणे, गंगाजळीचा वापर करणे इ. मार्गांचा अवलंब करावा लागतो. भांडवली खात्याच्या साहाय्याने चालू खात्यावरील तुटीचे समतोल करावे लागते. एखाद्या देशाच्या दृष्टीने काही काळ व्यवहारतोल प्रतिकूल असला तर बिघडत नाही परंतु सातत्याने व्यवहारतोलाच्या चालू खात्यात तूट निर्माण होणे देशाच्या दृष्टीने गंभीर असते.

अनुकूल व्यवहारतोल : एखाद्या देशाच्या एकूण दृश्य व अदृश्य आयात मूल्यापेक्षा निर्यात मूल्य जास्त असेल तर त्या देशाचा व्यवहारतोल अनुकूल आहे असे म्हणतात. अशा वेळी संबंधित देशाच्या व्यवहारतोलाच्या चालू खात्यावर वाढावा निर्माण होतो. देशाची जिंदगी वाढते. परदेशातील गुंतवणूक वाढते परकीय चलनाची गंगाजळी वाढते. परदेशाकडून सोने मिळते. अथवा तेवढ्या किमतीचे परदेशाला कर्ज घ्यावे लागते. ही रक्कम भांडवली खात्यात खर्च दाखवून व्यवहारतोलाच्या जमा आणि खर्च या दोन्ही बाजूस समतोल साधला जातो.

एकूण व्यवहारतोलाचा विचार केल्यास त्यामध्ये नेहमी समतोल असतो.

(Balance A Payments is Always Equilibrium) ज्यावेळी परकीय चलनाची मागणी आणि परकीय चलनाचा पुरवठा समान होतात. त्यावेळी समतोल साधला जातो.

व्यवहारतोलातील असमतोल : व्यवहारतोलातील चालू खात्यात तूट अथवा वाढावा निर्माण झाला असेल तर त्याला व्यवहारतोलातील असमतोल म्हणतात. व्यवहारतोलात आर्थिक, राजकीय, सामाजिक नैसर्गिक कारणांनी बिघाड वा असमतोल निर्माण होतो.

९.३ भारताचा १९९१ पासूनचा व्यवहारतोल
(India's Balance of Payments Since 1991)

भारताच्या व्यवहारतोलाची स्थिती १९९०-९१ साली फारच बिकट होती. सातत्याने त्यापूर्वीची काही वर्षे व्यवहारतोल प्रतिकूल राहिल्याने परकीय गंगाजळी घटत गेली. जेमतेम तीन आठवड्यांच्या आयातीचे पैसे चुकविता येतील इतकी कमी परकीय चलन गंगाजळी उरली. आणि भारताची आंतरराष्ट्रीय वित्त बाजारातील पत इतकी खालावली की सोनं गहाण टाकल्याशिवाय देशाला कर्ज मिळणेही मुश्कील झाले. त्यानंतर नवीन आर्थिक धोरण स्वीकारून शासनाने त्यात सुधारणा करण्याचा प्रयत्न केला. आता भारताची परकीय चलन गंगाजळीची रक्कम इतकी वाढली की, भारताचा जगात पाचवा क्रमांक लागतो. भारताचा सततचा अनुकूल व्यवहारतोल हे त्याचे कारण आहे.

भारताचा व्यवहारतोल २००८-०९ या वर्षाचा अपवाद वगळता १९९६-९७ पासून अनुकूल आहे. २००८-०९ हे वर्ष अमेरिकेतील वित्तीय संकटानंतरचे जागतिक मंदीचे वर्ष होते. त्यामुळे ते बाजूला ठेवून विचार करायला हवा. सतत १३ वर्षे अनुकूल व्यवहारतोल असणं हे भारताच्या अर्थव्यवस्थेच्या दृष्टीने निश्चितच समाधानकारक आहे. परंतु या व्यवहारतोलाचा तपशील पाहिल्यावर मात्र काळजीची पाल चुकचुकल्याशिवाय राहत नाही. भारताच्या चालू खात्यावरील व्यवहारतोल सतत प्रतिकूल / नकारात्मक राहत आला आहे. चालू खात्यावर प्रामुख्याने दृश्य वस्तूंचा व्यवहार (Merchandise Trade) व सेवांचा व्यवहार (Invisibles) समाविष्ट असते. भारतात १९९०-९१ पर्यंत या दोन्हींचा तोल / शेष नकारात्मक होता. पण त्यानंतर वस्तूंचा व्यवहारतोल प्रतिकूल आणि सेवांचा व्यवहारतोल अनुकूल राहिला आहे. अर्थात माहिती तंत्रज्ञान क्षेत्राचा त्यात मोठा वाटा आहे.

चालू खात्यावर तूट असूनही एकूण व्यवहारतोल सकारात्मक राहण्याचे कारण म्हणजे भांडवली खात्यावरील अधिक्य हे होय. भांडवली खात्यात परकीय थेट गुतंवणूक; परकीय संस्थात्मक कर्ज; परकीय संस्थात्मक गुतंवणूक; अनिवासी

लोकांच्या ठेवी यांचा समावेश होतो. थोडक्यात या खात्यातून जमा होणारे पैसे (परकीय चलन) आज ना उद्या परदेशातून जाणार आहे. सबब त्यातून चालू खात्यावरील व्यवहारतोल भरून काढणे तात्पुरती गरज म्हणून ठीक आहे. परंतु दीर्घ काळासाठी ते जोखमीचे आहे. भांडवली खात्यावरील अधिक्य या 'देणी' असतील तर त्या रकमेइतकी 'मालमत्ता' निर्माण करायला हवी म्हणजे 'देणी' परत करायच्या वेळेस रोखतेचा (Solvency) प्रश्न उद्भवत नाही. परंतु भारतात मात्र अशा भांडवली खात्याच्या अधिक्यातून चालू खात्यातील तूट भरून काढली जात आहे. एप्रिल ते डिसेंबर २००९ या नऊ महिन्यात चालू खात्याचा प्रतिकूल व्यवहारतोल रु. १,४४,९४७ कोटींचा होता. म्हणजेच आयात व परकीय चलनातील खर्च हा निर्यात व परकीय चलनातील उत्पन्नापेक्षा १,४४,९४७ कोटींनी जास्त आहे. ही तूट भांडवली जमेतून भरून काढली जात आहे. भांडवली खात्यावर या नऊ महिन्यात रु. २,०६,७९८ इतके अधिक्य आहे. थोडक्यात घेतलेली कर्जे व आलेली परकीय गुंतवणूक यांचा उपयोग मालमत्ता निर्माण करण्यासाठी अथवा देणी परतफेड करण्यासाठी न वापरता चालू खात्यातील व्यवहार तूट भागविण्यासाठी केला जात आहे. आक्टो. २००९ ते जून २०१० पर्यंत त्याचे प्रमाण सुमारे ७४ % आहे. ही शहाणपणाची बाब निश्चितच नाही. भारताचा आंतरराष्ट्रीय व्यवहारतोल जरी सातत्याने अनुकूल दिसत असला तरी, चालू खात्यावरील नकारात्मक व्यवहारतोल ही चिंतेची बाब आहे. त्या बाबत गांभीर्याने विचार करून उपाय योजना करणे अनिवार्य आहे. अन्यथा दुबई, ग्रीस अशा देशात उपस्थित झालेल्या "Debt crisis' सारखे संकट भारतालाही कदाचित भेडसावेल.

गेल्या काही वर्षातील भारताच्या व्यवहारतोलाची स्थिती पुढील तक्त्यात दर्शविली आहे.

तक्ता ९.१ : १९९०-९१ नंतरच्या कालावधीतील व्यवहारतोल (आकडे दशलक्ष अमेरिकन डॉलरमध्ये)

			चालू खाते			भांडवली खाते
वर्ष	निर्यात	आयात	दृश्य खात्यावरील तोल (अधिक्य/तूट)	अदृश्य खात्यावरील तोल (अधिक्य/तूट)	चालू खात्यावरील तोल (अधिक्य/तूट)	भांडवली खात्यावरील तोल (अधिक्य/तूट)
१९९०-९१	*	*	-९४३८	-२४२	-९६८०	+८३५७
१९९३-९४	२२६८३	२६७३९	९०४९	+५६८०	-११५८	+९८८२
१९९५-९६	३२३११	४३६७०	-१४८१५	+५४४९	-५९१०	+२९७४
१९९९-००	*	*	-१७८४१	+१३१४३	-४६९८	+१०६४०
२०००-०१	*	*	-१२४६०	+९७९४	-२६६६	+८८४०
२००१-०२	४४७०३	५६२७७	-११५७४	+१४९७४	+३४००	+८५५१
२००२-०३	५३७७४	६४४६४	-१०६९०	+१७०३५	+६३४५	+१०८४०
२००३-०४	६६२८५	८०००३	-१३७१८	+२७८०१	+१४०८३	+१७३३८
२००४-०५	८५२०६	११८९०८	-३६७०२	+३१२३२	-२४७०	+२८६२९
२००५-०६	१०५१५२	१५७०५६	-५१९०४	+४२००२	-९९०२	+२४९५४
२००६-०७	१२८,८८८	१,९०६७०	-६१७८२	+५२२१७	-९५६५	+४६१७१
२००७-०८	१६६,१६३	२,५७,७८९	-९१६२६	+७५५९२	-१७०३४	+१०९११८
२००८-०९	१,७५,१८४	२,९४,५८७	-११९४०३	+८९५८६	-२९८१७	+९७३७

उत्पन्नापेक्षा खर्च कमी असल्यास - अधिक्य (+चिन्ह) उत्पन्नापेक्षा खर्च जास्त असल्यास - तूट (- चिन्ह)

तक्ता ९.२ : एकूण देशी उत्पादनाशी शेकडा प्रमाण

	१९९३-९४	१९९५-९६	२००१-०२	२००२-०३	२००३-०४	२००४-०५	२००७-०८	२००८-०९
निर्यात	८.३	९.२	९.४	१०.६	११.०	१२.२	१४.०	१४.४
आयात	९.८	१२.४	-११.८	१२.७.	१३.३	१७.१	२१.२०	२४.६३
व्यापारतोल	-१.५	-३.२	-२.४	-२.१	-२.३	-४.९	-७.८	-१०.२
अदृश्य व्यापारापासून लाभ	१.१	१.६	३.१	३.३	४.६	४.४	६.३	७.७
चालू खात्यावर व्यवहारतोल	-०.४	१.७	-०.७	१.३	२.३	-०.४	-१.५	-२.५

वरील तक्त्यावरून असा निष्कर्ष काढता येतो की,

(१) दृश्य / व्यापार खात्यावर सतत तूट असून ती वाढतच गेली आहे.

(२) १९९० च्या दशकात १९९१-९२ पासून अदृश्य खात्यावर अधिक्य वाढवून आले आहे. म्हणेजच सेवांच्या निर्यातीचे उत्पन्न त्यांच्या आयतीच्या खर्चापेक्षा अधिक आहे.

(३) २००१-०२, २००२-०३ आणि २००३-०४ या तीन वर्षांमध्ये चालू खात्यावर अधिक्य निर्माण झाले. म्हणजेच अदृश्य खात्यावरील अधिक्य दृश्य खात्यावरील तुटीपेक्षा जास्त ठरले. मात्र २००४-०५ पासून चालू खात्यावर पुन्हा तूट निर्माण झाली आहे.

(४) भांडवली खात्यावर अनेक वर्षांपासून अधिक्य प्राप्त होत आहे.

१९९७-९८ मध्ये व्यवहारतोलात आलेल्या तुटीची आंतरराष्ट्रीय व अतंर्गत कारणे आहेत. त्यावर्षी चालू खात्यातील तूट वाढून ती एकूण देशी उत्पादनाच्या १.४% झाली व व्यापारातील तूट ३.४% झाली. १९९८-९९ मधील व्यापारातील तोटा आणखी वाढून ९२०.८ कोटी डॉलर झाला. कारण १९९८-९९ मध्ये निर्यात घटली. १९९९-२००० मध्ये व्यापारातील तूट एकूण देशी उत्पादनाच्या ४.२% झाली. व्यापारातील एवढ्या मोठ्या तोट्यावरून हेच दिसून येते की, भारतीय अर्थव्यवस्थेचा मूलाधार हा सुदृढ नाही. व निर्यात संवर्धनासाठी योजण्यात आलेल्या उपायांना अपेक्षित यश प्राप्त झाले नाही. अर्थव्यवस्थेच्या ह्या अंतरिक शक्तीला मजबूत बनविणे हाच त्यावरील उपाय आहे. व्यापारतोलातील वाढत जाणाऱ्या तुटीमुळे रुपयाचे अमेरिकन डॉलरमधील मूल्य मार्च १९९७ ला ३८.५० रुपये होते. ते घसरून २०००-०१ मध्ये ४५.६८ रु झाले. २००१-०२ मध्ये रुपयाचे मूल्य आणखी घटून ४७.४९ रु. प्रती डॉलर झाले. भारताला व्यापारतोलाच्या ह्या समस्येला सोडविण्यासाठी निर्यातीत १२% वार्षिक वाढ करणे, आयातीच्या प्राथमिक क्षेत्रात निवडक (Selective) उदारीकरणाचे धोरण अंगिकरणे आवश्यक आहे.

आर्थिक समीक्षा २००१-०२ नुसार २०००-०१ या काळात चालू खात्यातील तूट कमी होऊन ती एकूण उत्पादनाच्या जवळपास ०.५% झाली. हीच तूट आदल्या वर्षी १.१% होती चालू खात्यावर झालेल्या सुधारणेची कारणे म्हणजे निर्यात-कामगिरीत झालेली प्रगती, अदृश्य व्यापाराच्या मिळकतीत झालेली सतत वाढ व काही प्रमाणात गैरतेल आयात मागणीतील घट ही आहेत.

२००१-०२ ते २००३-०४ या ३ वर्षांच्या काळात व्यापारतोलात मोठी तूट येऊनही शुद्ध अदृश्य व्यापाराच्या मोठ्या प्रवाहामुळे चालू खात्यात सकारात्मक तोल निर्माण झाला.

भांडवली खात्यावरील संतुलन : द्विपक्षीय व बहुपक्षीय स्त्रोतांद्वारे परकीय मदत व वाणिजिक उधार घेऊन (Commercial Borrowings) चालू खात्यातील तूट भरून काढण्यासाठी व्यवस्था करण्यात येते. १९९१-९२ मध्ये ३०४ कोटी डॉलर्स व १९९७-९८ मध्ये ९० कोटी डॉलर्स प्राप्त झाले. परकीय वाणिजिक उधारीने जवळपास ४०० कोटी डॉलर्सची मदत केली. भांडवली खात्यावर नकारात्मक प्रभाव टाकणारा आणखी एक घटक म्हणजे रशियन ऋणावर रुपया सेवाभार (Rupee Debt Services) हा होय. हा १९९१-९२ मध्ये १२४ कोटी डॉलर्स व १९९७-९८ मध्ये ७७ कोटी डॉलर्स होता. १९९६-९७ मध्ये अनिवासी भारतीयांच्या जमेत ३३.५ कोटी डॉलर्सची भर पडल्यामुळे काही अंशी भारताच्या व्यवहारतोलाची स्थिती सुधारली.

विविध प्रकारच्या भांडवली अंत:प्रवाहामुळे (Capital flows) भारताची परकीय विनिमय राखीवात १९९२-९३ मध्ये ३५७.६ कोटी डॉलर्स व १९९३-९४ मध्ये ८७२ कोटी डॉलर्सची भर पडली. १९९७-९८ पर्यंत जवळपास अशी परिस्थिती होती. परकीय विनिमय राखीवात झालेली वाढ मोठ्या प्रमाणात परकीय मदतीच्या अंत: प्रवाहाचा परिणाम आहे.

भारताच्या व्यवहार तोलातील तूट ही मुख्यत: व्यापारतोलातील मोठ्या प्रमाणावरील तुटीमुळे निर्माण होते. व्यापारतोलातील तुटीचे कारण म्हणज 'वेगाने वाढणारी आयात परंतु मंद गतीने वाढणारी निर्यात' होय. यासाठी आयात शक्य तितकी नियंत्रित करून न्यूनतम करण्याचा व निर्यातीला प्रोत्साहन देऊन ती महत्तम करण्याचा प्रयत्न व्हावयास हवा.

१.४ चालू खात्यावरील आणि भांडवली खात्यावरील रुपयाची परिवर्तनीयता

आंतरराष्ट्रीय व्यापारात एका देशाच्या चलनाचे दुसऱ्या देशाच्या चलनात सहज रूपांतर करता येते; तेव्हा त्याला चलनाची **'परिवर्तनीयता'** असे म्हणतात.

भारतीय रुपयाचे दुसऱ्या देशाच्या चलनात मुक्तपणे परिवर्तन करता येते. तेव्हा त्यास रुपयाची "परिवर्तनीयता" असे म्हणतात. भारताने स्वातंत्र्योत्तर काळात स्थिर विनिमय दरपद्धतीचा स्वीकार केला. १९७३ पासून ही पद्धती बहुतेक देशांनी सोडून दिली. भारतानेसुद्धा ही व्यवस्था सोडून दिली व रुपयाचा संबंध भारताच्या प्रमुख व्यापारी भागीदार देशांच्या चलनांशी जोडला. १९९० च्या दशकाच्या सुरुवातीपासून रुपयाचे बहि:स्थ मूल्य बाजारातील हालचालीनुसार देण्यातील अडचणी लक्षात घेऊन टप्प्याटप्प्याने ठरविण्यास परवानगी दिली आहे.

जेव्हा चलन परकीय चलनात परिवर्तनीय केले जाते तेव्हा वस्तू व सेवांमध्ये वाहतुकीला कोणतीही मर्यादा नसते, चलनाचा खर्चासाठी मुक्तपणे वापर केला जातो, त्याला 'परिवर्तनीय चलन' असे म्हणतात.

चलनाचे परिवर्तन चालू खात्याच्या व्यवहाराबरोबर किंवा भांडवली खात्याचे व्यवहार किंवा दोन्हीही चालू आणि भांडवली खात्यात होते.

चालू खात्यावरील परिवर्तनीयता ही जेव्हा व्यापार उदारीकरणात प्रवर्तनशील स्पर्धा असेल तर ग्राहकांना ती फायदेशीर ठरते. तसेच विस्तारीकरणात इतर देशांतून वस्तू व सेवांच्या खरेदीसाठी संधी उपलब्ध होते. अप्रत्यक्षपणे उत्पादनाला प्रोत्साहन मिळते. तसेच गुंतवणूक निर्णयाला साहाय्यक ठरते. त्याचबरोबर देशाला तुलनात्मक फायदे मिळतात. साधनांच्यात सुधारणा आणि दर्जातील सुधारणांचा उपयोग परिणामकारक होतो. देशांतर्गत उद्योग परकीय वस्तूंबरोबर स्पर्धा करतात. अल्पकाळात परकीय वस्तू लोकप्रिय होतात; अशा स्थितीत वेतने कमी होतील. देशांतर्गत वस्तूंना विनिमय दराबरोबर तडजोड करावी लागते. त्यामुळे विनिमय दराच्या पातळीत आयात खर्चीक बनते. परिणामी आवश्यक वस्तूंची आयात खर्चीक होईल; ते देशाच्या आर्थिक विकासाला आवश्यक आहे. देशांबरोबर उद्योगात स्पर्धा निर्माण होईल व परकीय विनिमयात तुटवडा भासेल व त्यामुळे आयातीवर बंधने घालावी लागतील किंवा चालू खात्यावरील परिवर्तनीयतेचा विचार करावा लागेल. नाहीतर विनिमय दरात घट होईल. स्थैर्यासाठी चालूखात्याची स्थिती सांभाळणे आणि ती टिकविणे आवश्यक असते; परंतु, काही प्रयत्न करूनही अर्थव्यवस्थेत विरवपण आणि असमतोल निर्माण होतो.

भारत IMF चा सभासद आहे. भारताने बहुविध खर्च पद्धत स्वीकारली. काटेकोर विनिमय नियंत्रणासाठी परकीय विनिमय नियंत्रण कायदा (FERA) भारताने परकीय चलनाचे संधारण केले. फेराच्या (FERA) अंमलबजावणीत अनेक समस्या वाढल्या. भारतात साधारणपणे उदारीकरणाच्या कार्यक्रमांच्या भागात परकीय विनिमय नियंत्रणाला १९९१-९२ पासून सुरुवात झाली. त्या नंतर १९९२-९३ च्या दरम्यान दुहेरी विनिमय व्यवस्था सुरू झाली. सरकारी विनिमय दर (official exchange rate) त्याचे नियंत्रण आणि विनिमयाचा बाजार दर (market rate of exchange). बाजारस्थित सर्व बाह्य उत्पन्न आणि निर्यात आणि पाठविलेली रक्कम त्यानुसार दिली जाते.

दुहेरी विनिमय दरानुसार ४०% परकीय चलन उत्पन्न सरकारी विनिमय दराने विकावे लागणार आहे; तर शिल्लक ६०% उत्पन्न बाजार दराने रूपांतरित करता येईल. सरकारी दराने विकलेल्या परकीय चलनाचा उपयोग खते, पेट्रोल उत्पादने, औषधे, जीवनावश्यक वस्तूंच्या आयातीसाठी करता येतो. बाजार दराने रूपांतरित केलेले परकीय चलन इतर वस्तूंच्या आयातीसाठी वापरले जाते.

सरकारच्या या पद्धतीमुळे निर्यात आणि परकीय विनिमय उत्पन्न महत्त्वपूर्णरीत्या वाढले.

रुपयाची अंशतः परिवर्तनीयता : अंशतः म्हणजे काही भागाचेच परिवर्तनीय करणे. पूर्णपरिवर्तनीयता म्हणजे १००% रुपयांची परिवर्तनीयता होय.

१९९२-९३ नंतर रुपयाच्या अंशतः परिवर्तनास सुरुवात झाली. या दुहेरी विनिमय दर व्यवस्थेनुसार ४०% परकीय चलन उत्पन्न सरकारी विनिमय दराने विकले जाणार आहे तर ६०% उत्पन्न बाजारदराने रूपांतरित करता येईल. सरकारी दराने विकलेला परकीय चलनाचा उपयोग पेट्रोल उत्पादने, खते, जीवरक्षक औषधे इ. वस्तूंच्या आयतीसाठी वापरले गेले तर बाजारदराने रूपांतरित केलेले परकीय चलन इतर वस्तूंच्या आयातीसाठी वापरले गेले. सरकारी विनिमयदर हा बाजार दरापेक्षा कमी असतो.

व्यापारी खात्यावरील पूर्ण परिवर्तनीयता

१९९३-९४ च्या अंदाजपत्रकात रुपयाची व्यापारी खात्यावर पूर्ण परिवर्तनीयता लागू करण्यात आली. त्याचा परिणाम दुहेरी विनिमय दर पद्धती ऐवजी एकत्रित विनिमय दर पद्धती लागू करण्यात आली. या विनिमय दर पद्धतीत ६० : ४० चे गुणोत्तर १००% पर्यंत परिवर्तनासाठी वाढविण्यात आले.

सर्व प्रकारच्या आयात-निर्यातीसाठी आणि सर्व प्रकारचे येणे इ. साठी तसेच चालू व भांडवली खात्यावरील अदृश्य बाबींसाठी भारतीय रिझर्व्ह बँकेचा सरकारी दरही अस्तित्वात राहणार होता.

१९९१-९२ ते १९९४-९५ च्या दरम्यान परकीय विनिमयात वाढ झाली. ५.८ मिलियन डॉलरपासून ५२.२ बिलीयन डॉलरपर्यंत वाढ झाली.

दुहेरी विनिमय पद्धतीत सरकारी विनिमय दर हा बाजार दरापेक्षा कमी असल्याने तो निर्यातदारांना अजिबात पसंत पडला नाही.

व्यापारी खात्यावरील पूर्ण परिवर्तनीयता लागू करण्यात आली. ही १००% परिवर्तन पद्धती वस्तूंच्या आयात-निर्यातीसाठी आणि व्यवहारतोलासाठी मात्र देण्यासाठी (payments) लागू करण्यात आली. चालू खात्यावरील रुपयांची परिवर्तनीयता म्हणजे आंतरराष्ट्रीय व्यवहारासाठी परकीय चलन खरेदी किंवा विक्री करण्याचे स्वातंत्र्य होय. भारतीय रिझर्व्ह बँकेने परिवर्तनीयता निर्माण करण्यासाठी अनेक पावले उचलली तसेच अनेक प्रकारच्या अदृश्य बाबींवरील देण्यांच्या बाबतीत सवलती जाहीर केल्या. तसेच विनिमय नियंत्रणाच्या बाबतीत विशिष्ट मर्यादेपर्यंत उदार धोरण स्वीकारले आहे. हे उदार धोरण शिक्षण, बक्षिशी यांच्या स्वरूपातील देय रकमा, देणग्या आणि परकीय सेवांचे मोबदले यासाठी स्वीकारण्यात आले.

चालू खात्यावरील पूर्ण परिवर्तनीयता –

आंतरराष्ट्रीय व्यवहारासाठी विदेशी चलन खरेदी अथवा विक्री करण्याचे स्वातंत्र्य म्हणजे चालू खात्यावरील रुपयाची परिवर्तनशीलता होय.

ऑगस्ट १९९४ मध्ये सरकारने चालू खात्यावरील रुपयाच्या पूर्ण परिवर्तनाचे धोरण स्वीकारले. तसेच भारतीय रिझर्व्ह बँकेने आंतरराष्ट्रीय नाणेनिधीच्या मर्यादेत अदृश्य बाबींच्या देण्याच्या बाबतीतही उदार धोरण स्वीकारले आणि व्यवहारतोलाचे व्यवस्थापन करण्याचा प्रयत्न केला. पुढील काही वर्षात सलगपणे चालू खात्यावरील व्यवहारांच्या बाबतीत इतर काही सवलती जाहीर केल्या. जसे विनिमय नियंत्रणातील सवलती, परकीय चलनाच्या अधिकृत विक्रेत्यांच्या कमाल मर्यादेवरील सूट, परकीय शिक्षण, वैद्यकीय खर्च, बक्षीस, देणग्या इत्यादी.

मार्च १९९३ मध्ये देशात एकक किंवा एक बाजार पद्धती निश्चित केली. त्यानंतर पुढील दोन वर्षात रुपयाला स्थैर्य प्राप्त झाले. रुपया आणि डॉलरचा विनिमय दर ३१.६ रुपयाच्या जवळपास स्थिर राहिला. परंतु, ऑगस्ट १९९५ ते फेब्रुवारी १९९६ च्या दरम्यान विनिमय दर ३१.६ रुपयांवरून ३६.६ रुपयांपर्यंत झाला. म्हणजेच रुपयाच्या बाह्य मूल्यात घट झाली. एप्रिल १९९६ मध्ये डॉलरबरोबरचा विनिमय दर ३४.२ रुपये असा झाला. परंतु, पूर्व आशियाई देशातील चलनविषयक गोंधळाच्या स्थितीमुळे रुपयाच्या स्थैर्यावर परिणाम झाला. २०००-२००१ मध्ये रुपयाच्या डॉलरमधील मूल्यात घट झाली. विनिमय दर १ डॉलर = ४५.६८ रुपये असा करण्यात आला; जानेवारी २००२ मध्ये हा विनिमय दर ४८.५८ रुपये असा झाला.

भांडवली खात्यावरील परिवर्तनीयता –

पुढचा टप्पा भांडवली खात्यावरील परिवर्तनीयतेचा. भांडवली खात्यावरील परिवर्तन देशाच्या उदारीकरणात भांडवली व्यवहार त्याचप्रमाणे कर्ज आणि गुंतवणूक तसेच दोन्हीही अल्पकाळ आणि दीर्घकाळ, भांडवली खात्याची माहिती करून घेणे किंवा सट्टेबाजी, रुपयाचे परिवर्तन, भांडवली खात्यात आंतरराष्ट्रीय राखीव दीर्घकाळ रोख्याची उभारणी यशस्वीपणे झाली. वित्तीय पद्धतीत विश्वास आणि नियमितपणामुळे समग्र आर्थिक वातावरण निर्माण झाले.

रुपया भांडवली खात्यावर परिवर्तनीय करण्याबाबत शिफारशी करण्यासाठी सरकारने ८ फेब्रुवारी १९९७ रोजी एस. एस. तारापोर यांच्या अध्यक्षतेखाली एक समिती स्थापन केली. या समितीने रुपया भांडवली खात्यावर एका टप्प्यात परिवर्तनीय करण्याऐवजी १९९९-२००० या वर्षाअखेर तीन टप्प्यात करावा अशी शिफारस केली. मात्र, जुलै १९९७ च्या पूर्व आशियाई संकटामुळे हा प्रयत्न सोडून देण्यात आला.

सध्या परकीय चलनसाठा मोठ्या प्रमाणात वाढल्याने सरकारने भांडवली खात्यावरील काही व्यवहारासंबंधी परकीय चलनाच्या विनिमयावरील नियंत्रणे शिथिल केली आहेत.

भांडवली खात्यावरील रुपयाच्या पूर्ण परिवर्तनीयतेबद्दल शिफाराशी करण्यासाठी RBI ने २००६ मध्ये एस. एस. तारापोर यांच्या अध्यक्षतेखाली एका दुसऱ्या समितीची स्थापना केली. या समितीने ३१ जुलै २००६ रोजी आपला अहवाल RBI ला सादर केला.

जो तिने १ सप्टेंबर रोजी जाहीर केला.

भांडवली खात्यावर रुपयाची पूर्ण परिवर्तनीयता :-

(तारापोर समिती २००६ चा अहवाल) :- रुपयाच्या पूर्ण परिवर्तनीयेतेची योजना २०१०-११ पर्यंत तीन टप्प्यांत लागू करण्याचा सल्ला समितीने आपल्या अहवालात दिला. समितीच्या मतानुसार पहिला टप्पा २००६-०७ पासून लागू केला जाऊ शकतो, तर दुसरा २००७-०९ दरम्यान आणि तिसरा टप्पा २००९-११ दरम्यान पूर्ण केला जाऊ शकतो. परंतु, सरकारने या समितीच्या शिफारशींची पूर्ण अंमलबजावणी केलेली नाही.

फायदे

भांडवली खात्यातील परिवर्तनीयतेचे फायदे पुढीलप्रमाणे-

१) सरासरी आणि बचत व गुंतवणुकीचा परिणामकारक उपयोग : किमतीची आजूबाजूची स्थिती बरोबर असल्यास अर्थव्यवस्थेत सरासरी बचत आणि गुंतवणूक दोन्हींची कार्यक्षमता आणि स्पर्धात्मक शिस्त वाढते.

२) जिंदगीचे वास्तव मूल्याचे संरक्षण : जागतिक बाजारपेठेत वाढत्या विभागणीचा उपयोग संधी निर्मितीत होतो. बचत आणि गुंतवणूक दोन्हीला त्याच्या जिंदगीच्या वास्तव मूल्यामध्ये संरक्षण मिळते.

३) स्थैर्यता आणि कार्यक्षमतेत सुधारणा : जागतिक स्पर्धेत अर्थव्यवस्थेच्या वित्तीय क्षेत्रात निर्यातीसाठी भांडवली खात्याच्या परिवर्तनीयतेमुळे कार्यक्षमता, स्थैर्यता आणि प्रेरणेत सुधारणा होते.

४) परकीय भांडवलाचे आकर्षण : मुक्त आणि स्वतंत्र खात्यावर परकीय भांडवलाचे आकर्षण निर्माण होते आणि परकीयांच्या प्रेरणेमुळे देशांतर्गत उद्योगात कायमस्वरूपी भागीदारीसारखी परिस्थिती निर्माण होते; जसे तंत्रज्ञानातील भाग (share) व्यवस्थापकीय व्यवहार, बाजार इत्यादी.

५) बाजारपेठ ते जागतिक बाजारपेठेची साखळी (Linking) : मुक्त

भांडवली खात्याच्या परिणामी भारतीय शेअर्स, पैसा, परकीय विनिमय, बाँड आणि वस्तूच्या बाजारपेठांमध्ये जागतिक बाजारात साखळी निर्माण झाली. व्याजाचा दर जागतिक पातळीवर भारतीय उद्योगात आणि शेतीमध्ये कमी व्याजदराने वित्तीय पुरवठा उपलब्ध होतो.

६) इतर देशांत गुंतवणुकीची संधी उपलब्ध : भांडवली खात्याच्या परिवर्तनीयतेमुळे भारतीयांना इतर देशात गुंतवणूक करण्यास संधी उपलब्ध झाली.

७) श्रीमंतीकडे जाण्याचा मार्ग : मुक्त पद्धतीमुळे भारतीयांना जगात श्रीमंतीचा मार्ग निर्माण झाला आणि भारत एक श्रीमंत देश बनला.

तोटे

भांडवली खात्याच्या परिवर्तनीयतेमुळे पुढील परिणाम दिसून येतात-

१) भांडवली उड्डाणास प्रेरणा : रुपयाच्या भांडवली खात्यातील परिवर्तनीयतेमुळे भांडवली उड्डाणाची स्थिती निर्माण होऊ शकते; म्हणून समतोल रकमेचे परकीय भांडवल आकर्षित करणे किंवा वित्तीय पद्धतीत परकीय भांडवलासाठी विश्वास निर्माण करणे, त्यासाठी सरकारचे स्थैर्य आवश्यक आहे. तसेच अल्पकाळात निर्यात वाढली पाहिजे. त्यामुळे दीर्घकाळ ते आकर्षित होईल.

२) भांडवली प्रवाहाचा चुकीचा निर्देश : एकूण भांडवलावरचे नियंत्रण काढण्याची गरज व्यापारक्षेत्रात आहे. जेव्हा व्यापारक्षेत्र तडजोडीची प्रक्रिया करते तेव्हा चुकीचा निर्देश जाऊन वेगवेगळ्या क्षेत्राच्या नफ्यावर परिणाम होतो. भांडवली प्रवाह क्षेत्रांत आंतरराष्ट्रीय स्पर्धेत तोंड देऊ शकत नाही.

३) राजकोषीय दृढ झीज : चळवळीच्या व्यूहरचनेत राजकोषीय दृढ करणे आवश्यक आहे. म्हणून भांडवलाचे नियंत्रण काढल्यास राजकोषीय दृढीकरणावर परिणाम होतो किंवा होईल.

४) निगम नफ्यावर अधिक परिणाम : पूर्ण परिवर्तनीयता म्हणजे व्यापाराचे पूर्ण उदारीकरण होय. भारतीय उद्योग आणि शेअर बाजारपेठेवर मोठे संकट येऊ शकते. तसेच परकीय स्पर्धा वाढेल. औद्योगिक क्षेत्रातील वाढीचा दर घटेल. परिणामी निगमच्या नफ्यात घट होईल.

भांडवली खात्यावरील पूर्ण परिवर्तनीयतेमुळे परिणाम होऊ शकतो. उदा. भारताने त्यासाठी लक्ष ठेवणे आवश्यक आहे.

('It is desirable to avoid full convertibility like a plague.')

प्रश्न

प्र. १. खालील प्रश्नांची प्रत्येकी २० शब्दांत उत्तरे लिहा.

१) व्यापारतोल म्हणजे काय?
२) व्यवहारतोल म्हणजे काय?
३) चालू खात्यावरील रुपयाची परिवर्तनीयता म्हणजे काय?
४) भांडवली खात्यावरील रुपयाची परिवर्तनीयता म्हणजे काय?

प्र. २. खालील प्रश्नांची प्रत्येकी ५० शब्दांत उत्तरे लिहा.

१) व्यवहारतोल संकल्पना थोडक्यात स्पष्ट करा.
२) व्यवहारतोलातील घटक थोडक्यात सांगा.
३) चालू खात्यावरील परिवर्तनीयता म्हणजे काय ते थोडक्यात सांगा.
४) भांडवली खात्यावरील रुपयाची परिवर्तनीयता म्हणजे काय थोडक्यात सांगा.

प्र. ३. खालील प्रश्नांची प्रत्येकी १५० शब्दांत उत्तरे लिहा.

१) व्यवहारतोलात समाविष्ट केल्या जाणाऱ्या घटकांची चर्चा करा.
२) भारताच्या १९९१ पासूनच्या व्यवहारतोलावर चर्चा करा.
३) रुपयाची चालू आणि भांडवली खात्यावरील परिवर्तनीयता स्पष्ट करा.

प्र. ४. खालील प्रश्नांची प्रत्येकी ३०० शब्दांत उत्तरे लिहा.

१) व्यवहारतोल ही संकल्पना स्पष्ट करून व्यवहारतोलात समाविष्ट केल्या जाणाऱ्या घटकांची चर्चा करा.
२) १९९१ पासूनच्या व्यवहारतोलावर चर्चा करा.
३) रुपयाची चालू व भांडवली खात्यावरील परिवर्तनीयता स्पष्ट करा.

प्रकरण १०
प्रादेशिक आणि आंतरराष्ट्रीय आर्थिक सहकार्य
(Regional and International Economic Co-operation)

१०.१ प्रास्ताविक (Introduction)

१९२९-३० ची जागतिक महामंदी तसेच पहिले महायुद्ध आणि दुसरे महायुद्ध (१९३९-४५) यामुळे विविध देशांना सहकार्य केल्याशिवाय पर्याय नव्हता. आंतरराष्ट्रीय बँकिंग आणि अर्थ विषयक समस्या सोडविण्यासाठी आंतरराष्ट्रीय सहकार्यास १९४४ मधील ब्रेटन वुड्स परिषदेपासून सुरुवात झाली. १९४५ नंतर अनेक आंतरराष्ट्रीय संस्था व संघटना स्थापन करण्यात आल्या. तसेच विविध प्रकारचे करारही अस्तित्वात आले. त्यामुळे आर्थिक सहकार्याची अनेक नवी क्षेत्रे जगाला उपलब्ध झाली. या प्रकरणात युरोपियन संघ, नाणेनिधी, जागतिक बँक, सार्क, जागतिक व्यापार संघटना इत्यादींचे विश्लेषण केले आहे.

१०.२ युरोपियन संघ (European Union - E.U.)

युरोपीय आर्थिक समुदायाला (European Economic Community - EEC) अथवा युरोपियन समुदायाला (EC) आता युरोपियन संघ (European Union - EU) असे म्हणतात. सर्वप्रथम १९५० मध्ये बेल्जियम, प. जर्मनी, लग्झेबर्ग, फ्रान्स, इटली, आणि नेदरलँड या सहा देशांनी 'युरोपियन कोल ॲण्ड स्टील कम्युनिटी (ECSC) ची स्थापना केली. या देशातील कोळसा आणि पोलाद उद्योगाबाबत निर्णय

घेण्यासाठी एक स्वतंत्र संस्था 'हाय ॲथॉरिटी' या नावाने स्थापन करण्यात आली. ECSC च्या अपयशामुळे १९५७ मध्ये या सहा देशांनी एक करार-रोम करार करून 'युरोपीयन आर्थिक समुदाय' ची स्थापना करण्याचा निर्णय घेतला. मार्च १९५७ मध्ये EEC ची स्थापना झाली. तिचे कार्य १ जानेवारी १९५८ पासून सुरू झाले. १९९१ पर्यंत EEC चे १२ सदस्य होते. ९-१० डिसेंबर १९९१ रोजी या १२ सदस्य देशांनी युरोपच्या राजकीय चलनविषयक आणि आर्थिक एकीकरणासंबंधी काही महत्त्वाचे निर्णय घेतले. या कराराला 'मॅस्ट्रिच करार' (Maastcht Treaty: १९९२) असे म्हणतात. या कराराचे फलित म्हणजे १ नोव्हेंबंर १९९३ रोजी EEC च्या जागी युरोपीय संघ (EU) ची स्थापना करण्यात आली. १९९५ पर्यंत EU ची सदस्य संख्या १५ झाली. २००४ मध्ये १० पूर्व युरोपीय देशांना सदस्यत्व देण्यात आले. त्यामुळे EU ची सदस्य संख्या २५ झाली. २००७ मध्ये रूमानिया व बल्गेरिया यांना सदस्यत्व मिळाल्याने ही संख्या २७ झाली आहे. EU मध्ये सहभागी होण्याच्या आधी म्हणजे अटी (१) देश हा युरोपीयन असावा (२) तो लोकशाही देश असावा. EU चे मुख्यालय ब्रुसेल्स (बेल्जियम) येथे आहे.

एकीकरणासंदर्भात :-

(१) एक सामाजिक धोरण :- युरोपीय संघांच्या सदस्य देशांची आर्थिक आणि राजकीय एकीकरणाचा अर्थ असा होतो की, या सदस्य देशांनी अनेक बाबींवर संयुक्त निर्णय घेणे. उदा. शेती, ऊर्जा, पर्यावरण, स्पर्धा, ग्राहक हितसंबंध, संस्कृती, इ.

(२) एक बाजारपेठ :- व्याजावरील बंधने दूर करून सामाईक बाजारपेठेचे (Common Market) रूपांतर खऱ्याखुऱ्या एक बाजारपेठेमध्ये (Single Market) करण्यासाठी सदस्य देशांना अनेक वर्षं लागली. १९९२ मध्ये अशी बाजारपेठ औपचारिकरीत्या पूर्णत्वास आली. परंतु, अजूनही काही क्षेत्रांमध्ये त्यांचे काम बाकी आहे.

(३) सामाईक चलन :- युरोपीय संघाच्या १२ सदस्यांनी १ जानेवारी १९९९ रोजी युरो (Euro) नावाच्या सामाईक चलनाच्या वापरास सुरुवात केली. १ जानेवारी २००२ पासून या देशामध्ये युरो हे एकमेव चलन कायदेशीर चलन बनविण्यात आले आहे. स्विडन, यु. के. आणि डेन्मार्क यांनी युरो हे चलन स्वीकारलेले नाही. तर १० नवीन सदस्यांना त्यात सहभागी करून घेण्यात आलेले नाही.

(४) युरोपीय संसद :- ही एक देशातील (Supranational) संस्था असून तिचे सदस्य प्रौढ मतदान पद्धतीने लोकशाही प्रक्रियेद्वारे निवडले जातात. तिची

निवडणूक दर पाच वर्षांनी होते. प्रत्येक नागरिकांच्या दैनंदिन जीवनावर परिणाम करणाऱ्या विविध कायद्यांची निर्मिती करणे हे तिचे कार्य आहे.

उद्दिष्टे :-

(१) जकाती, कोटा काढून टाकणे आणि अंतर्गत समुदायातील अडथळे दूर करणे.

(२) जगात पूर्वीपासून युरोपीय संघाच्या आयातीवर आंतरराष्ट्रीय जकाती होत्या; त्यावर सर्वसाधारणपणे उपाय सुचविते.

(३) युरोपीय संघाच्या उत्पादन घटकांना मुक्त व्यापाराला मान्यता देणे.

(४) कृषी, ऊर्जा, पर्यावरण, स्पर्धा, ग्राहकहितसंबंध इ. बाबत सदस्य देशांनी संयुक्त निर्णय घेणे.

(५) सदस्य देशांची एक सामाजिक बाजारपेठ निर्माण करणे.

(६) सदस्य देशांचे एक चलन असावे यासाठी 'युरो' या सामाजिक चलनाचा वापर करणे.

(७) युरोपीय संसद स्थापन करून विविध कायद्यांची निर्मिती करणे.

युरोपीय संघ ही आता जगात मोठी बाजारपेठ निर्माण झाली आहे. त्यांचा जगातील व्यापारात २५% व्यवहार होतो. आता सदस्य देशांचा परकीय व्यापारात ६०% पेक्षा जास्त हिस्सा आहे.

कार्ये :-

(१) सामान्य शेती धोरण (Common Agricultural Policy - CAP) नुसार 'गिनरेट' प्रत्येक देशात योग्य ती आधार किंमत ठरवली जाते. सदस्य देशात उत्पादनासाठी शेतकऱ्यांना स्वातंत्र्य देणे. उत्पादनाचा दर्जा राखणे, शेती उत्पादनाचे सदस्य देशात मुक्तपणे खरेदी-विक्रीचे व्यवहार करणे इ. या धोरणामुळे उत्पादनात वाढ झाली. उदा. दूध, दारू, मटण इ.

(२) युरोपीयन संघात एकच चलन वापरात असल्याने चलनदर शासन दररोज जाहीर करते. चलन सहकार्यासाठी मध्यवर्ती बँक महत्त्वाचे काम करते. सदस्य देशांची 'मध्यवर्ती बँक' समाशोधन गृह आहे.

(३) मागासलेल्या प्रदेशांच्या विकासासाठी कर्ज उपलब्ध करून दिले जाते. तसेच कर्जवाढ अथवा मुदतवाढ मिळण्यासाठी प्रयत्न करते.

(४) श्रमिकांचे काम सुटले असेल अथवा काम मिळाले नाही; तर बेरोजगार श्रमिकांना रोजगार मिळवून देण्याचा प्रयत्न केला जातो. तसेच व्यावसायिक प्रशिक्षणासाठी निधी उपलब्ध करून दिला जातो. दारिद्र्य निर्मूलन कार्यक्रमात उत्पन्न वाढविण्यासाठी प्रयत्न केला जातो.

(५) युरोपीयन प्रादेशिक निधीचा उपयोग मागासलेल्या भागांच्या विकासासाठी कर्ज उपलब्ध करून देण्यासाठी केला जातो. तसेच उद्योग व सेवा आणि पायाभूत सुविधांच्या विकासासाठी उपयोग केला जातो.

(६) सदस्य देशात भांडवाला बरोबरच व्यक्तीच्या सेवांची देव-घेव केली जाते; त्यामुळे व्यक्तीच्या गतिशिलतेत वाढ होते.

(७) अनेकविध वाहतूक सुविधा तसेच समुद्राच्या वाहतूक पद्धतीतील अडथळे दूर करणे व संघटन आणि नियंत्रण करणे. त्याच बरोबर समुदायाची कार्यक्षमता आणि परिणामकारकता वाढविणे.

युरोपियन समूह आणि विकसनशील देश

युरोपियन समूह देशांचे १९५७ पासून म्हणजे रोममध्ये झालेल्या तह किंवा करारापासून संबंध आहेत. तहामध्ये सहा देश होते. त्यात फ्रान्स, बेल्जियम, इटली, नेदरलँड इ. यांचा समावेश आहे. या समूह सभासदांमध्ये आयात-निर्यातीसाठी समानता आहे. १९७३ मध्ये इंग्लंडला सभासदत्व मिळाले. त्यातून ब्रिटिश साम्राज्यांतर्गत देशांना सभासदत्व मिळाले. विकसनशील देशांसंबंधी वेगळा करार १९७५ मध्ये केला. त्यात ४५ आफ्रिकन, कॅरीबियन (Carabbean), पॅसिफिक देश होते; आज १२ देश मध्य युरोपातील आणि ६६ देश आफ्रिकन कॅरिबियन, पॅसिफिक देशातील आहेत. याला लोम ॲकॉर्ड (Lome Accord) म्हणतात. त्यातून जकाती कमी करणे. व्यापार, नियम सक्तीचे करणे यांचा समावेश आहे. त्याना बहुविध देश समूह (Multi fiber Arrangement) म्हणतात. त्यावर नियंत्रणे आहेत. यात आफ्रिकन कॅरिबियन आणि पॅसिफिक देशांच्या (ACP) समूहात जकातदराला प्राधान्य मिळाले आहे.

दक्षिण पूर्व अमेरिका, लॅटिन अमेरिका आणि गल्फ देश यांचा युरोपियन समूहाशी संबंध जुलै १९७१ मध्ये सर्वसाधारण पद्धतीमुळे Generalised System of Preference (GSP) आला. या GSP मुळे औद्योगिक वस्तूंच्या विकसनशील देशाच्या निर्यातीला युरोपीय समूहात स्थान मिळाले. या GSP त जानेवारी १९९८ मध्ये बदल केले. आज विकसनशील देश युरोपियन समूहातील देशातील व्यापारी व वाणिज्य विषयक करार करू शकतो. तसेच अंदाजपत्रकीय बंधने समाजाला आर्थिक मदत करण्यासाठी प्रतिबंध करतात. अंकटाड (Unctad) च्या बाहेरील सभासदांसाठी EC ने मदत केली नाही.

युरोपियन समुदायाने कापड उद्योगात स्थान प्रस्थापित केले. दक्षिण आशियायी आणि लॅटिन अमेरिकन देशांशी परस्पर व्यापारी करार केले. तसेच युरोपीय समूहाने जानेवारी २००५ मध्ये बहुविध देश व्यवस्था स्वीकारली. तसेच युरोपीय समूहाने

विकसनशील देशांना दळणवळण, शास्त्र, तंत्रज्ञ, एनर्जी बाबतीत मदत केली. संयुक्त संशोधन प्रकल्प विशेषत: बायोटेक्नॉलॉजी, आरोग्य, पर्यावरण, शेती क्षेत्रांत राबविले. काही देशांना मदत करून व्यापारउत्तेजन दिले. निर्यात उत्पन्नात स्थिरता मिळवून दिली. युरोपीय समूह आंतरराष्ट्रीय औषध नियंत्रण करतो. त्यासाठी १९८७ मध्ये विशेष उपक्रम राबविला. त्यात मादक पदार्थ उत्पादन आणि विपणन नियंत्रित केले. १९८८ मध्ये या समूहाने युरोपीय समूह गुंतवणूक सभासद (युरोपियन कम्युनिटी इन्व्हेस्टमेंट पार्टर्स) योजना राबविली. त्यामुळे आशिया, लॅटिन अमेरिका देशातील आर्थिक विकासाला चालना दिली.

भारत आणि युरोपीय समाज (India and EC)

भारताने व्यापारी आणि आर्थिक सहकार्य करार १५ देशांच्या युरोपीय समूहाशी केला. त्यासाठी प्रतिनिधी नेमला. भारताचा परराष्ट्रीय व्यापार फारसा वाढला नाही. मात्र; या देशांशी १८% एकूण निर्यात व्यापार १९७० मध्ये होता. तो १९९८ मध्ये २६% वाढला. आयात १९७० मध्ये १९.६% तर १९९८ मध्ये २३.६% झाली. भारताचा व्यापार मात्र वाढत आहे. भारताची युरोपियन देशांना निर्यात वाढली तरी ती त्या समूहाच्या एकूण आयातीत ०.६% एवढीच आहे; कारण भारताची निर्यात फारशी उत्तेजनकारक नाही. त्यात विनाजकाती बंधने आहेत. तसेच भारताने निर्यात मुक्तपणे केली. ४०० दशलक्ष लोकांचा असलेला भारत युरोपीय देशाला ग्राहकोपयोगी व औद्योगिक वस्तू निर्यात वाढविण्यात अल्पसा यशस्वी झाला आहे.

युरोपीय समाजाने - १) कायदा करून अन्नधान्य औषधे चिरकाल टिकणाऱ्या ग्राहकोपयोगी वस्तू यांची निर्यात करताना विशिष्ट दर्जा व प्रमाणपत्र आवश्यक ठरविले. भारतीय कंपन्यांना त्यानुसार I.S.O. ९००० हे परिमाण स्वीकारावे लागले. कारखानदारांना वस्तूंची निर्मिती याच नियमानुसार करावी लागली. भारतीय तंत्रज्ञ युरोपातील चाचणी प्रयोगशाळेत प्रशिक्षित झाले. भारतीय प्रयोगशाळांचे आधुनिकीकरण युरोपियन परिमाणानुसार झाले. देशात, राज्यांत आणि जिल्हा पातळीवर युरोपियन समाजाने आर्थिक मदत देऊन संशोधनाला प्रोत्साहन दिले आहे.

१०.३ दक्षिण आशियायी देशांची प्रादेशिक सहकार्य संघटना - सार्क

(South Asian Association for Regional Co - operation (SAARC)

प्रास्ताविक (Introduction)

प्रादेशिक सहकार्यासाठी दक्षिण आशियाई संघटना (सार्क) (South Asian Association for Regional Co-operation- SAARC)

८ डिसेंबर १९८५ मध्ये दक्षिण आशियाई प्रादेशिक सहकार्य संघटनेची स्थापना झाली. या संघटेनत सात देश कायमस्वरूपी सदस्य आहेत. भारत, बांगला देश, पाकिस्तान, नेपाळ, श्रीलंका, भूतान आणि मालदिव या देशांचा समावेश होतो. या संघटनेचे मुख्य कार्यालय नेपाळची राजधानी काठमांडू येथे आहे. 'सार्क'चे मुख्य ध्येय मानवी आणि भौतिक साधनसंपत्तीचा अधिकाधिक उपयोग करून सामाजिक आणि आर्थिक विकास साध्य करणे.

नुकताच अफगाणिस्तानला सार्कचा आठवा सदस्य बनविण्याचा निर्णय घेण्यात आला आहे.

सार्कची उद्दिष्टे (Objectives of SAARC)

सार्क संघटनेच्या चार्टर कलम I मध्ये पुढील उद्दिष्टे दिली आहेत –

१) दक्षिण आशियातील लोकांच्या सामाजिक, आर्थिक कल्याणात सुधारणा करणे आणि त्यांच्या जीवनमानाचा दर्जा सुधारणे.

२) आर्थिक वाढीचा वेग वाढविणे, प्रदेशातील सामाजिक प्रगती आणि सांस्कृतिक विकास साधणे, सर्व व्यक्तींना आत्मसन्मानाने जगण्याची संधी देणे आणि त्याच्या क्षमतेचा पूर्णपणे उपयोग करून घेणे.

३) दक्षिण आशियातील देशामध्ये सामुदायिकरीत्या आत्मनिर्भरता वाढवून ती बळकट करणे.

४) एकमेकांच्या समस्या समजावून घेऊन एकमेकांवरील विश्वास वाढविणे.

५) सभासद देशांच्या विकासाचा वेग वाढविण्यासाठी एकमेकांतील आर्थिक, सामाजिक, सांस्कृतिक, तांत्रिक आणि विज्ञान क्षेत्रातील सहकार्य वाढविणे.

६) समान हितसंबंधी प्रश्नांवर आंतरराष्ट्रीय मंचावर आपापसातील सहकार्य वाढविणे.

७) समान उद्दिष्ट आणि हेतू असलेल्या आंतरराष्ट्रीय आणि प्रादेशिक संघटनेबरोबर सहकार्य करणे.

८) इतर विकसनशील देशांबरोबर सहकार्य वाढविणे.

९) दक्षिण आशियाई लोकांच्या कल्याणात वाढ करणे.

१०) दहशतवादाचा सामुदायिकरीत्या मुकाबला करणे.

सार्कची कार्ये :-

सार्कची कार्ये पुढीलप्रमाणे सांगता येतात –

(१) दक्षिण आशियाई देशात विभागीय सहकार्य वाढविणे.

(२) सदस्य देशातील मतभेद दूर करण्याचा प्रयत्न करणे. तसेच चर्चेद्वारे मतभेद दूर करणे.

(३) सार्कच्या सदस्य देशांमध्ये आर्थिक, सामाजिक व सांस्कृतिक मूल्यांची देवाणघेवाण करणे.

(४) सार्कच्या सदस्य देशात व्यापाराला चालना देणे आणि व्यापारात वाढ करणे.

(५) सार्क देशातील नैसर्गिक साधनसामग्री, मनुष्यबळ आणि कौशल्याचा जास्तीत जास्त वापर करणे व सहकार्यातून विकास साधणे.

(६) दक्षिण आशियाई देशातील दारिद्र्य, उपासमार, रोगराई, निरक्षरता यांचे निर्मूलन करणे, तसेच पर्यावरणाचे संवर्धन करणे.

(७) दक्षिण आशियाई देशाच्या सांस्कृतिक व ऐतिहासिक परंपरांचा सांभाळ करणे.

(८) दक्षिण आशियाई देशांमध्ये तांत्रिक सहकार्य वाढीस लावणे.

(९) सार्कचे सदस्य देश व इतर संघटना यांच्यात विचारांची देवाणघेवाण वाढविणे.

(१०) प्रादेशिक सहकार्यासाठी सक्षम क्षेत्रे निर्माण करणे.

सार्कचे संघटन स्वरूप (Organisation of SAARC)

'सार्क'च्या कार्यकारी मंडळाने 'उच्च धोरण' ठरविले आहे. त्यानुसार सभासद देशांच्या सरकारचा प्रमुख घटनेनुसार कार्यकारी मंडळावर असतो. कार्यकारी मंडळाची बैठक दोन वर्षातून एकदा होते. विदेश व्यवहारमंत्री या समितीचे सभासद असतात; विदेश व्यापार सचिवांची स्थायी समिती असते.

ही समिती मागील कार्याचा आढावा घेऊन नवीन योजना मंजूर करून त्याची कार्यवाही करते; स्थायी समितीचे मुख्य कार्य म्हणजे-

१) सल्लामसलत आणि सहकार्यविषयक कार्यक्रम राबविणे.

२) आजूबाजूच्या प्रदेशात सहकार्य निर्माण करणे.

३) आंतरक्षेत्रियांना प्राधान्य देणे.

४) चलनविषयक अद्ययावतता ठेवणे.

५) स्थायी समिती गरज असेल तेव्हा कार्यकारी मंडळाच्या मंत्र्यांना अहवाल सादर करते. त्याचा मुख्य हेतू अंमलबजावणी हा असतो. स्थायी समिती अंमलबजावणीसाठी एक समिती तयार करते. या कार्यक्रम समितीला स्थायी समिती मदत करते. ह्या समितीत सभासद सरकारचे वरिष्ठ अधिकारी असतात. कार्यक्रम समिती (Programme Commitee) चे कार्य पुढीलप्रमाणे असते.

१) सचिवाच्या अंदाजपत्रकाची छाननी करणे.

२) सचिवांच्या वार्षिक अनुसूचीचे अंतिम स्वरूप तयार करणे.

३) स्थायी समितीला चालू उपक्रम नेमून देणे.

४) तांत्रिक समितीचा अहवाल आणि प्रादेशिक केंद्राच्या विश्लेषणाचा अभ्यास करणे आणि पुढील कार्यवाहीसाठी स्थायी समितीकडे पाठविणे.

तांत्रिक समिती

या समितीमध्ये सदस्य देशांच्या प्रतिनिधींचा समावेश असतो. या समितीवर सार्कच्या धोरणांची अंमलबजावणी, समन्वय आणि देखरेख ही जबाबदारी असते. सभासद देशांच्यासाठी घटनेनुसार पुढील कार्ये केली जातात–

१) प्रतिनिधीच्या क्षेत्रांत कार्यक्रम आणि प्रकल्पांची उभारणी करणे.

२) मुख्य प्रकल्पांची अंमलबजावणी करणे.

३) प्रकल्प कमिटीचा अहवाल स्थायी समितीला सादर करणे.

सार्कच्या तांत्रिक समितीचा संबंध- १) कृषी, २) पर्यावरण, ३) विज्ञान आणि तंत्रज्ञान, ४) दळणवळण, ५) आरोग्य आणि लोकसंख्या, ६) ग्रामीण विकास, ७) पर्यटन इत्यादींशी असतो.

सार्कने २००१ ते २०१० हे दशक बालकल्याणासाठी राबविण्याचे ठरविले आहे.

सार्कच्या सभासद देशांच्या प्रमुखाची वर्षातून एकदा बैठक आयोजित केली जाते. सार्कची पहिली बैठक १९८५ मध्ये बांगला देशची राजधानी ढाका येथे भरली होती. दुसरी बैठक १९८६ मध्ये बेंगलोर येथे, तिसरी बैठक नेपाळची राजधानी काठमांडू येथे १९८७ मध्ये, चौथी बैठक इस्लामाबाद येथे १९८८ मध्ये भरली होती. पाचवी बैठक माले येथे १९९० मध्ये, सहावी कोलंबो येथे १९९१ मध्ये भरली होती. नंतरच्या काळात मात्र प्रतिवर्षी बैठक आयोजित करण्याऐवजी दोन वर्षातून एकदा बैठकीचे आयोजन करण्यात आले होते. तेरावी बैठक २००५ मध्ये ढाका येथे पार पडली.

जानेवारी २००४ मध्ये इस्लामाबाद येथे भरलेली सार्क शिखर बैठक 'ऐतिहासिक' समजण्यात येते. ह्या संमेलनात भारत व पाकिस्तान हे दोन देश परस्परांजवळ आले. सात देशांच्या ह्या संमेलनात घोषणापत्र जाहीर करण्यात आले. ह्या दोन्ही देशांनी एकत्रितपणे आतंकवादाचा बंदोबस्त करण्याची घोषणा केली. तसेच 'खुल्या व्यापारा बाबत' ही सहमती दर्शविण्यात आली. ह्या घोषणा पत्रातील प्रमुख मुद्दे पुढीलप्रमाणे –

१) दक्षिण आशिया एक शांतिपूर्ण व स्थिर क्षेत्र बनविणे.

२) विवाद, मतभिन्नता व संघर्ष ह्यावर शांततेच्या उपाययोजना करणे.

३) सार्वभौमिकता, समानता, क्षेत्रीय अखंडता व राष्ट्रांचे स्वातंत्र्य ह्यांच्या आधारावर समंजस शेजारी म्हणून राहणे व विकास साधणे.

४) शस्त्रास्त्रांचा वापर न करणे, इतरांच्या कारभारात हस्तक्षेप न करणे, तसेच दुसऱ्या देशांच्या भानगडीत न पडणे ह्यावर जोर देण्यात आला.

५) सार्कच्या छोट्या छोट्या देशांच्या विशेष समस्यांबद्दल जागरूक राहणे.

सार्कच्या सर्वसाधारण तरतुदी (SAARC)

१) सार्कमधील देश कोणताही निर्णय एकमताने घेतात.

२) संघटनेत विवाद्य मुद्दे टाळले जातात.

सार्कचे व्यवस्थापन :

सार्कचे व्यवस्थापन पुढीलप्रमाणे आहे.

१) उच्चस्तरित यंत्रणा (Summits) :

हे या संघटनेचे सर्वोच्च अधिकार मंडळ आहे. त्यात प्रत्येक देशाचा, सभासद देशाचा समावेश आहे. हे अधिकार मंडळ हे ध्येयधोरणे ठरवितात. त्याला 'कौन्सिल' म्हणतात. प्रत्येक वर्षी आळीपाळीने हे मंडळ वार्षिक सभा घेते.

१९८५-९८ या काळात ढाका १९८५, बेंगलोर १९८६, काठमांडू १९८७, इस्लामाबाद १९८८, कोलंबो १९९१, ढाका १९९३, नवी दिल्ली १९९५, माले १९९७, कोलंबो १९९८ अशा परिषदा झाल्या.

२) सार्क सचिवालय (SAARC Secretaria) :

१६ जुले १९८७ मध्ये सार्कचे सचिवालय काठमांडू येथे स्थापन झाले. तेथे उपक्रमांची अंमलबजावणी केली जाते. या कार्यालयात सेक्रेटरी जनरल हा प्रमुख आहे. सभासद देशांच्या नियुक्त मंत्रिपरिषदेमार्फत सेक्रेटरी जनरलची नेमणूक होते. ती वर्षासाठी होते. १९९७ पासून हा कालावधी दोन वर्षांचा केला आहे. सचिवालयात सेक्रेटरी जनरल ७ डायरेक्टर असतात. प्रत्येक देशाचा एक डायरेक्टर आणि जनरल सर्व्हिस स्टाफ असतो. सेक्रेटरी डायरेक्टरची नेमणूक करतो. सचिवालयाच्या स्थापनेचा खर्च नेपाळ सरकारने केला. त्यापुढील खर्च प्रत्येक देशाने वाटून घेतला. भारताचा एकूण खर्चात ३२%, पाकिस्तानचा २५%, बंगला देश, नेपाळ, श्रीलंका यांचा ११% भूतान आणि मालदीव यांचा ५% हिस्सा आहे.

३) मंत्रिमंडळ (Council of Ministers) :

मंत्रिमंडळात सभासद देशांचे परराष्ट्र व्यवहार मंत्री असतात. ही परिषद धोरणे ठरविते. प्रगतिचा आढावा घेणे; सहकार्याची क्षेत्रे ठरविणे; ही परिषद वर्षातून दोनदा सभा घेते.

४) स्थायी समिती (Standing Committee) :

स्थायी समितीत सभासद देशांचे परराष्ट्रीय सचिव असतात. स्थायी समिती कार्यक्रमाचे नियोजन करणे, कार्यक्रम राबविणे ही कामे ते करत वित्तपुरवठ्यावर देखरेख, परस्पर सहकार्य, क्षेत्रांतर्गत प्राधान्य क्रम निश्चित करणे ही कामे केली

जातात. स्थायी समिती कार्यवाही समिती नेमू शकते. त्या आधारे योजना राबविली जाते. त्यात प्रत्येक देशाचे दोन सभासद असतात.

५) उपक्रम समिती (Programming Committee) :

उपक्रम समिती स्थायी समितीला मदत करते त्यात उच्च अधिकारी असतात. सचिवालयाचे अंदाजपत्रक तयार करणे, कार्यक्रमांची कार्यक्रमपत्रिका तयार करणे; ही कामे या समितीकडे आहेत.

६) तांत्रिक समिती (Technical Committee) :

यात सर्व सभासद देशप्रतिनिधी असतात. विविध क्षेत्रांतील योजना तयार करणे आणि राबविणे. ही जबाबदारी या समितीची आहे. प्रत्येक सभासद देशाला मूळाक्षरानुसार दोन वर्षांसाठी अध्यक्षपद भूषवता येते. शेती, दळणवळण, पर्यावरण, आरोग्य, लोकसंख्या, ग्रामीण विकास, शास्त्र तंत्रज्ञान, पर्यटन आणि वाहतूक अशा बारा तांत्रिक समित्या कार्यरत आहे.

इतर संघटनांशी सहकार्य
(Co-operation with other Organisation) :

सार्क आंतरराष्ट्रीय व प्रादेशिक संघटनांच्या सहकार्यासाठी स्थापन झाले. त्यामध्ये अनेक करार केले जातात. १९९३ मध्ये व्यापार विश्लेषण आणि माहिती पद्धत याबाबत सार्क आणि अंकटाड यात समझोता करार (Memorandum of Association)संस्थापन लेख करण्यात आला;

हा पहिला करार होता. तसेच सार्क आणि ESAP (Economic and Social Commission for Asia and Pasific) यांच्यात फेब्रुवारी १९९४ मध्ये करार झाला. त्यात विकास समस्यांबाबत सहकार्य करणे. त्यासाठी एकत्रित अभ्यास, परिषदा, चर्चासत्रे आयोजित करण्यावर भर दिला आहे.

सार्कने UNDP शी १९९५ मध्ये करार केला. कोलंबो प्लॅन १९९५ मध्ये झाला आणि युरोपियन समाजाशी १९९६ मध्ये करार केला.

सार्क निधी (SAARC Funds)

सार्कचा निधी दोन प्रकारचा –

१) सार्क - जपान विशेष निधी (SAARC - Japan Special Fund) :

१९९३ मध्ये जपान सरकारने वित्तपुरवठा करून सार्कला मदत केली. हा निधी पाच लाख डॉलर्सचा आहे. त्यात दोन विभाग आहेत. पहिल्या विभागानुसार निवडक विभागात हा निधी वापरावयाचा व दुसऱ्या विभागात जपान सरकारने सुचविलेले व्यवस्थापन केलेले उपक्रम राबवायचे आहेत.

२) दक्षिण आशिया विकास निधी
(South Asian Development Fund) :

सार्कच्या प्रादेशिक योजना निधीच्या स्थापने वेळी ५० लाख डॉलर्स भांडवल गुंतवणूक केली. त्यातच सार्क प्रादेशिक फंडनिधी स्थापन झाला. त्यातील उद्देशांनुसार उपक्रम आणि योजना राबविताना आर्थिक अडचणी येऊ नयेत म्हणून निधी उभारला आहे.

दक्षिण आशियायी विकास निधीचे तीन प्रकारे कार्य चालते –

१) योजना शोधणे आणि विकास करणे.

२) संस्थात्मक आणि मनुष्यबळ विकास योजना राबविणे.

३) सामाजिक विकास; सुविधा संबंधित विकास योजना राबविणे.

भारताचा सार्क देशांशी व्यापार (India's Trade with SAARC) :

भारताने नेपाळ, बांगलादेश, भूतान व श्रीलंकेबरोबर द्विपक्षीय करार केले आहेत. 'सार्क' च्या सभासद देशांत भारत भौगौलिक व आर्थिकदृष्ट्या प्रगत असल्याने सार्कच्या व्यापारामध्ये भारताचा वाटा सर्वाधिक आहे. भारताचा सार्क देशांशी असणारा व्यापारतोल हा सतत अनुकूल आहे.

१९८० मध्ये भारतातून सार्कच्या इतर देशांत झालेल्या निर्यातीचे मूल्य ३०७ दशलक्ष अमेरिकन डॉलर्स तर आयातीचे मूल्य १४१ दशलक्ष अमेरिकन डॉलर्स होते; तर भारताच्या व्यापारात १६६ दशलक्ष डॉलर्सची शिल्लक होती. १९८७-८८ मध्ये भारतातून सार्कच्या इतर देशांत झालेल्या निर्यातीचे मूल्य ४०६ दशलक्ष अमेरिकन डॉलर्स तर आयातीचे मूल्य ९८ दशलक्ष डॉलर्स होते व भारताच्या व्यापारात ३०८ दशलक्ष डॉलर्सची शिल्लक होती. १९९८-९९ मध्ये भारताचे सार्क देशात झालेल्या निर्यातीचे मूल्य ७१८७ दशलक्ष डॉलर्स होते आणि भारताचा सार्क देशाशी असणारा व्यापार ५२४० दशलक्ष डॉलर्स एवढा शिलकी होता; म्हणजे व्यापारतोल अनुकूल होता.

भारताच्या निर्यातीपैकी सर्वाधिक निर्यात बांगलादेशात व त्यानंतर श्रीलंकेत झाली आहे.

भारताच्या सार्क सदस्य देशाशी असणाऱ्या व्यापाराबाबत असे निष्कर्ष दिसून येतात :–

१) भारताचा व्यापारतोल सतत अनुकूल आहे.

२) भारताचा सार्क देशांशी असणारा निर्यात व्यापार १९८० मध्ये ३०७ दशलक्ष डॉलर्स वरून १९९८-९९ मध्ये ७१८७ दशलक्ष डॉलर्स पर्यंत वाढला.

३) भारताच्या एकूण निर्यातीत सर्वाधिक निर्यात बांगला देशात होते.

४) भूतान व मालदीव देशात झालेल्या निर्यातीचे मूल्य अतिशय कमी दिसून येते.
५) निर्यातीप्रमाणे आयातीचासुद्धा मालदीवचा वाटा अतिशय कमी होता.
६) श्रीलंकेच्या असणाऱ्या व्यापाराचा विचार केल्यास भारतातून होणाऱ्या निर्यातीचे मूल्य आयात मूल्यांपेक्षा नेहमीच अधिक राहिले आहे.

व्यापार व आर्थिक सहकार्य (Trade and Economic Co-operation) :

सार्कने सदस्य देशांमध्ये महत्त्वाच्या क्षेत्रांत आर्थिक सहकार्य व व्यापार विकास ह्याकरिता काही पावले उचलली. ह्यात सार्क अधिमानी व्यापार करार (साप्टा) सर्वात महत्त्वपूर्ण आहे.

सार्क अधिमान्य (अधिक पसंती) व्यापार करार (साप्टा)
(SAARC Preferential Trading Agreeement - SAPTA)

सार्क देशांच्या अंतर्गत व्यापार सहकार्य वाढावे म्हणून ७ डिसेंबर १९९५ पासून साप्टा करार लागू करण्यात आला. आंतरक्षेत्रीय व्यापाराचा प्रसार करणारी साप्टा ही एक गठीत संस्था आहे. ह्या संस्थेचा उद्देश हा सार्कमधील देशांच्या व्यापारात येणारे अडथळे व्यवस्थितपणे निवारणे.

अ) सार्क अधिमान्य व्यापार कराराची (SAPTA) उद्दिष्टे पुढीलप्रमाणे-
१) सार्कच्या सदस्य देशांचा हळूहळू व्यापार विस्तार करणे.
२) 'सार्क' देशातील अडथळे काढून टाकणे.
३) सदस्य देशांत आर्थिक सहकार्य आणि अंतर्गत व्यापाराची स्थैर्याधिष्टित उभारणी करणे.

ब) SAPTA च्या प्रशासनाची तत्त्वे :

साप्टा (SAPTA) च्या प्रशासनाची तत्त्वे पुढीलप्रमाणे-
i) परस्पर समझोत्याच्या आधारे एकत्रित समानतेने सभासद देशांना फायदे मिळवून देणे.
ii) कराराप्रमाणे टप्प्याटप्प्याने सुधारणा परस्पर सहकार्यातून तडजोडी करणे. कच्चा माल आणि अर्धसिद्ध उत्पादित वस्तूंना अंतर्गत सवलत दिली जाते.

क) जकाती :

जकातीत सवलत दिली जाते.

जकाती तसेच जकातीशिवाय वेगळ्या मार्गांचा अवलंब केला जातो. जकातीवर उपाय योजण्याचे मार्ग म्हणजे –
१) निर्यातक्षेत्रात व्यापाराच्या सुविधा उपलब्ध करून देणे.

२) निर्यात पुरवठा, विमा आणि बाजाराची माहिती उपलब्ध करून देणे.

३) तांत्रिक मदत उपलब्ध करून देणे, उद्योगाची स्थापना, निर्यातीसाठी कृषी प्रकल्प उभारणे इत्यादी.

४) दीर्घकाळाचा करार करणे.

५) जकातीचे अडथळे दूर करणे. त्यासाठी प्रशुल्क मुक्त करणे, निर्यात वस्तूंना जकातींपासून सूट देणे. इ.

ड) व्यवहारतोल :

व्यवहारतोलाचा गंभीर प्रश्न निर्माण झाल्यास निर्यात वाढविण्यासाठी सवलत देणे. सहभागी समिती करार आणि विभागणीच्या अंमलबजावणीचा आढावा घेईल. तसेच फायदे सर्व देशांना समान दिले जातील. दिलेल्या सवलती काढून घेणे किंवा त्यात बदल करण्यासाठी अंतर्गत सल्लामसलत करणे हे प्रत्येक तीन वर्षांनी केले जाईल.

दक्षिण आशियाई मुक्त व्यापार क्षेत्र
(South Asian Free Trade Area : SAFTA)

इस्लामाबाद येथे भरलेल्या १२ व्या सार्क परिषदेमध्ये (४ ते ६ जानेवारी २००४) मुक्त व्यापार करारावर सदस्य देशांनी सह्या केल्या. त्यानुसार सदस्य देशांनी 'दक्षिण आशियाई मुक्त व्यापार क्षेत्र' (SAFTA) निर्माण करण्याचा निर्णय घेण्यात आला. १ जानेवारी २००६ पासून SAFTA ची कार्यवाही सुरू झाली. या SAFTA ने SAFTA ची जागा घेतली. १९९५ मध्ये दिल्ली येथे भरलेल्या ८व्या सार्क परिषदेत SAFTA संमत करण्यात आला.

SAPTA आणि SAFTA मधील फरक :- SAPTA द्वारे सदस्य देशांनी परस्परांना व्यापारविषयक काही सवलती देण्याचे मान्य केले होते. परंतु, SAFTA द्वारे त्यांनी सर्व व्यापार व प्रशुल्कावरील बंधने नष्ट करण्याचे ठरविले आहे. भविष्यात त्यातून दक्षिण आशियाई देशांमध्ये एक समाईक बाजारपेठ आणि समाईक चलन निर्माण करण्याची अपेक्षा आहे.

SAFTA ची वैशिष्ट्ये :-

(१) या करारातून कोणताही सदस्य देश केव्हाही बाहेर पडू शकतो.

(२) ज्या वस्तूंवरील प्रशुल्क कमी केले जाणार नाही. त्यांचा आढावा घेतला जाईल.

(३) व्यापाराबाबत संवेदनशील वस्तूंची यादी तयार करण्यात येईल.

(४) सदस्य देशांमध्ये २०१६ पर्यंत ०-५% नी प्रशुल्क कमी करण्याबाबत सहमती झाली आहे.

(५) ० ते ५% नी प्रशुल्क कमी करण्यासाठी भारत आणि पाकिस्तानला ७ वर्षे दिली जातील. श्रीलंकेला ८ वर्षे तर इतर देशांना १० वर्षे दिली जातील.

(६) प्रत्येक देश दोन संवेदनशील वस्तूंच्या याद्या तयार करील त्यापैकी एक सदस्य देशांपैकी विकसित देशांसाठी तर दुसरी अल्पविकसित देशांसाठी असेल.

(७) सदस्य देशांच्या व्यापार मंत्र्याच्या SAFTA मंत्रिस्तरित परिषदेची निर्मिती करण्यात येईल.

(८) कराराच्या प्रशासन आणि अंमलबजावणीसाठी एक तज्ज्ञांची समिती स्थापन केली जाईल.

(९) तुलनात्मक दृष्ट्या विकसित देशाद्वारे (भारत पाकिस्तान, आणि श्रीलंका) अल्पविकसित देशांसाठी (बांगलादेश, भूतान, मालदीव, नेपाळ) महसुली घट भरपाई व्यवस्था निर्माण करण्यात येईल.

(१०) वस्तूच्या उगमस्थानाबद्दल नियम तयार करण्यात येईल.

सार्कचे यश अथवा फलश्रुती (Achievement of SAARC) :-

(१) सार्कने सदस्य देशांच्या प्रश्नांवर चर्चा करण्यासाठी सदस्य देशांच्या प्रमुखांची अनेक संमेलने झाली. संमेलनातील चर्चेमुळे सार्क विभागातील बऱ्याच प्रश्नांची तीव्रता कमी होण्यास मदत झाली.

(२) सार्कने प्रत्येक वर्ष एक'विशेष वर्ष' साजरे करण्याचे ठरविले आहे. १९८९ मध्ये मादकपदार्थां विरुद्ध लढ्याचे वर्ष, १९९२ पर्यावरणाचे वर्ष, १९९४ तरुणांचे वर्ष, १९९६ साक्षरता वर्ष इ.

(३) सार्कच्या सदस्यदेशांमध्ये सांस्कृतिक मूल्यांची देवाणघेवाण वाढली.

(४) सार्क देश एकमेकांच्या सार्वभौमत्वाचा आदर करू लागले आहेत.

(५) सार्कच्या सदस्य देशांत तांत्रिक व वैज्ञानिक विकासाला चालना मिळाली आहे.

(६) सार्कचे सदस्य देश जागतिक स्तरावर एकमेकांना सहकार्य करू लागले. त्यामुळे सदस्य देशांची सौदाशक्ती वाढली.

(७) २००१ ते २०१० हे 'लहान मुलांच्या हक्कांचे दशक' म्हणून साजरे केले जात आहे.

(८) सदस्य देशांच्या आर्थिक विकासाला काही प्रमाणात गती मिळाली.

(९) सार्कच्या सदस्य देशांनी केलेल्या प्रयत्नांमुळे आपापसातील व्यापारांचे प्रमाण बरेच वाढले आहे.

सार्कचे अपयश अथवा दोष :-

व्यापाराच्या उदारीकरणामध्ये सार्क देशांची सुरुवात चांगली झाली. परंतु, त्यांना अनेक समस्यांना तोंड द्यावे लागले.

१) काही वस्तूंबरोबर देशांतर्गत व्यापारात मोठ्या जकातीची सवलत पूर्ण करता आली नाही किंवा पोहोचली नाही.

२) ह्या प्रादेशिक संघाचा परकीय जागतिक व्यापारात अगदी लहान हिस्सा आहे. त्यामुळे संघटनेतील देशांचे इतर देशांबरोबर आयात-निर्यातीचे अधिक संबंध आहेत.

३) संघटनेतील सदस्य देशात दारिद्र्य, बेकारी, अतिरिक्त लोकसंख्या या समस्या आहेत. त्यामुळे परस्पर वित्तीय साहाय्य करणे कठीण आहे.

४) भारत आणि पाकिस्तान या दोन देशांत राजकीय वैमनस्य असल्याने परस्परात विधायक सहकार्य निर्माण होणे कठीण आहे.

५) भारत हा आकाराने, आर्थिकदृष्ट्या, लोकसंख्येने इतर सदस्य देशांपेक्षा मोठा आहे; इतर सदस्य देशांना भारताच्या वर्चस्वाचे भय वाटते.

६) तांत्रिक समितीद्वारे वाहतूक, जमीन आणि जलवाहतूक सुविधा सदस्य देशांत उपलब्ध झाल्या नाहीत; म्हणून सदस्य देशातील व्यापार विकसित झाला नाही.

७) सदस्य देशांची पतपुरवठ्याची साधने वेगवेगळी आहेत; तो एक महत्त्वाचा अडथळा देशांच्या व्यापाराच्या विकासाला निर्माण होतो.

८) वस्तूंचा व्यापार बेकायदा आणि अव्यवहार्य असल्यास सदस्य देशात व्यापारात अडथळे येतात.

सध्या 'सार्क' त्याचे उद्दिष्ट साध्य करण्यात महत्त्वपूर्णरीत्या प्रगती करण्यात अपयशी ठरला आहे. सदस्य देशांमधील संबंधाचे चांगले वातावरण राहिले नाही; सार्कचे भवितव्य अंधारमय वाटते.

१०.४ आंतरराष्ट्रीय नाणेनिधी
(International Monetary Fund - I.M.F.) :-

आंतरराष्ट्रीय नाणेनिधी (International Monetary Fund-IMF)

आंतरराष्ट्रीय नाणेनिधी ह्या आंतरराष्ट्रीय वित्तीय संस्थेची स्थापना आंतरराष्ट्रीय आर्थिक स्थैर्याला आणि समतोल आंतरराष्ट्रीय व्यापाराची मुक्त वाढ करण्यासाठी झाली. तसेच देशांची बहुविध चलनांची परिवर्तनीयता करण्यासाठी उत्तेजन देणे, निधीचा संचय मध्यवर्ती बँकेत राष्ट्रीय चलनात राखून ठेवणे त्याची उपलब्धता काही विशिष्ट स्थितीत नाणेनिधीच्या सदस्यांना व्हावी या कारणाने झाली.

१९३० च्या जागतिक महामंदीच्या काळात जगातील अनेक देशांनी सुवर्ण

परिमाणाचा त्याग केला आणि राष्ट्रीय धोरणांचा स्वीकार केला. मोठ्या स्वरूपातील निर्बंध, विनिमय नियंत्रण आणि निर्यातीला उत्तेजन देण्यासाठी विनिमयाचे मूल्यमापन केले. परिणामी जागतिक व्यापारात मंदीच्या काळात परिणामकारक घट झाली. या स्थितीत जुलै १९४४ मध्ये ब्रेटन वुड्स (अमेरिका) येथे एक आंतरराष्ट्रीय परिषद भरविली. या ब्रेटन वुड्स परिषदेत भारतासह ४४ देशांनी भाग घेतला. त्यांनी आंतरराष्ट्रीय नाणेनिधीची स्थापना केली. निधीच्या कार्याला १ मार्च १९४७ पासून सुरुवात झाली. सुरुवातीला ४४ देश सदस्य होते; नंतर सदस्यसंख्या वाढून ती १८६ पर्यंत वाढली. आंतरराष्ट्रीय नाणेनिधीची स्थापना हा आंतरराष्ट्रीय आर्थिक सहकार्यातील महत्त्वाचा टप्पा मानला जातो. सभासद देशांनी ठरविलेल्या आंतरराष्ट्रीय उद्दिष्टांचा पाठपुरावा जाणिवपूर्वक निधीद्वारे केला जातो.

अ) नाणेनिधीची उद्दिष्टे (Objectives of Fund) :

नाणेनिधीच्या करारानुसार कलम १ नुसार डिसेंबर १९४५ मध्ये नाणेनिधीची स्थापना झाली. आंतरराष्ट्रीय नाणेनिधीचा उद्देश पुढीलप्रमाणे -

१) आंतरराष्ट्रीय वित्तीय सहकार्यासाठी कायमस्वरूपी संस्थेची स्थापना झाली. ही संस्था आंतरराष्ट्रीय आर्थिक समस्यांवर सल्लामसलत आणि सहकार्य देणारी यंत्रणा पुरविते.

२) आंतरराष्ट्रीय व्यापाराची संतुलित वाढ आणि विस्तारास मदत करणे; तसेच रोजगार आणि उत्पन्नात वाढ घडवून आणून उच्च दर्जा राखणे व आर्थिक धोरणांचे प्राथमिक उद्दिष्ट म्हणून सर्व सभासद देशांच्या उत्पादक मार्गांचा विकास करणे.

३) विनिमयात स्थैर्य आणणे आणि स्पर्धात्मक विनिमय आणि घसारा टाळणे.

४) सभासद देशांना चालू व्यवहारसंदर्भात देणी देण्यासाठी ही यंत्रणा मदत करते. त्यामुळे विश्वास निर्माण होतो. तसेच बहुपक्षीय व्यापारात वाढ करणे व व्यापारवाढीतून देशाचा आर्थिक विकास साध्य करणे. त्यामुळे हानिकारक मार्गांचा अवलंब करावा लागत नाही.

५) सभासद देशांना तात्पुरत्या स्वरूपात पैसा उपलब्ध करून देणे. त्यामुळे सभासद देशांच्यात विश्वास निर्माण होतो. सभासद देशांना त्यांच्या शिलकी देण्यातील गैरतडजोडी दुरुस्त करता येतात. त्यामुळे सभासद देशांना राष्ट्रीय किंवा आंतरराष्ट्रीय सुबत्तेस हानिकारक मार्गांचा अवलंब करावा लागत नाही.

(६) सभासद देशातील व्यवहार तोलातील असमतोलाचे आकारमान कमीत कमी ठेवणे. अशा रीतीने नाणेनिधीची उद्दिष्ट्ये धोरण आणि निर्णयासाठी मार्गदर्शन करतात.

(७) संतुलित आंतरराष्ट्रीय व्यापारास प्रोत्साहन देणे.
(८) आंतरराष्ट्रीय चलनविषय सहकार्यास प्रोत्साहन देणे.
(९) मागास व अकल्पविकसित देशांना गुतंवणुकीस प्रोत्साहन देणे.
(१०) अल्पविकसित आणि विकसनशील देशांत शांतता मार्गाने त्यांचे प्रश्न सोडविण्याचा प्रयत्न नाणेनिधी करते.

आंतरराष्ट्रीय नाणेनिधीची कार्ये (Functions of Fund) :-

आंतरराष्ट्रीय नाणेनिधीची उद्दिष्टे पाहिल्यानंतर आता आंतरराष्ट्रीय नाणेनिधीची कार्ये पुढीलप्रमाणे सांगता येतात –

१) आंतरराष्ट्रीय नाणेनिधी सभासद देशांना व्यवहार तोलातील तूट भरून काढण्यासाठी अल्प मुदतीचा कर्जपुरवठा करते. मात्र, सभासद देशांच्या गरजेनुसार आणि मर्जीनुसार आंतरराष्ट्रीय नाणेनिधी परकीय चलनाची विक्री करत नाही; तर हा निधी उपयोग आणीबाणीच्या किंवा कठीण परिस्थितीत उपयोगात आणला जातो.
२) आंतरराष्ट्रीय नाणेनिधी अल्प मुदतीची तात्पुरत्या स्वरूपात कर्ज देणारी संस्था आहे. व्यवहार तोलातील असमतोलाची समस्या दूर करण्यासाठी मदत करते.
३) नाणेनिधीचे ध्येय म्हणजे सदस्य देशांच्या जकाती कमी करणे आणि इतर व्यापारावर निर्बंध घालणे.
४) व्यवहारतोलासाठी 'चांगल्या आयोजनाचे पालनकर्ते' म्हणून नाणेनिधी काम करते.
५) आंतरराष्ट्रीय नाणेनिधीच्या विनिमयदराची तडजोड करण्यासाठी यंत्रणा उपलब्ध होते.
६) आंतरराष्ट्रीय नाणेनिधी फक्त विनिमयाचा साठाच ठेवत नाही तर सभासद देशांची चलन मूल्यांची अचूक तपासणी करतो. नाणेनिधी निष्पक्षपाती काम करते. निर्णयाबरोबर मध्यस्थाची भूमिका स्वीकारून आर्थिक सहकार्य वाढविण्यासाठी प्रयत्न करते.
७) परकीय चलनात कर्ज देणारी संस्था म्हणून कार्य करते.
८) सभासद देशांची दीर्घकाळ खर्च स्थितीमुळे समतोल सुधारण्यासाठी सभासद देशांचे चलनाचे मूल्य दर कमी-जास्त करणारी किंवा तपासणी करणारी यंत्रणा उपलब्ध करून देते.
९) सभासद देशांना चलनविषयक आणि वित्तीय धोरण ठरविण्याबाबत तांत्रिक सल्ला देणे.

१०) आंतरराष्ट्रीय सल्लागार यंत्रणा उपलब्ध करून देणे.

११) संशोधन अभ्यास आणि अहवाल प्रकाशित करणे, या सर्वांचे आयोजन करणे.

१२) आंतरराष्ट्रीय नाणेनिधी प्रशिक्षण आणि तांत्रिक सहकार्य देण्याचे कार्य, आंतरराष्ट्रीय नाणेनिधीचा मध्यवर्ती बँकिंग सेवा विभाग, आर्थिक व्यवहार विभाग, संख्याशास्त्र विभाग इत्यादी विभाग पडतात. आंतरराष्ट्रीय नाणेनिधी वित्तीय देखरेख आणि कार्याचे नियंत्रण करते.

आंतरराष्ट्रीय नाणेनिधीचे प्रशासन व संघटन

१) बोर्ड ऑफ गव्हर्नर्स : नाणेनिधीचा सर्वोच्च अधिकारी बोर्ड ऑफ गव्हर्नर्स असून ह्यात प्रत्येक सदस्य देशाचा गव्हर्नर व एक विकल्प गव्हर्नर असतो. ह्या बोर्डाची वर्षातून एकदा बैठक होते.

२) बोर्ड ऑफ एक्झिक्युटिव्ह डायरेक्टर्स : बोर्ड ऑफ गव्हर्नर्स आपले बरेचसे अधिकार ह्या बोर्डकडे सोपवितो. ह्यातील ६ सदस्य महत्तम अभ्यंश असणाऱ्या सदस्य राष्ट्रांचे प्रतिनिधी असतात. अमेरिका, ब्रिटन, फ्रान्स, जपान व सौदी अरेबिया व आणखी १६ निर्देशक,बोर्ड ऑफ गव्हर्नर्सचे इतर सभासद निवडतात.

आंतरराष्ट्रीय नाणेनिधीची कार्यप्रणाली (Working Procedure of I.M.F)

विविध उद्दिष्टे साधण्याकरिता नाणेनिधी पुढील कार्ये करतो.

१) ऋण किंवा कर्ज, आर्थिक मदत देणे : सदस्य राष्ट्रांना विनिमयदर स्थिर ठेवण्याकरिता ऋण किंवा कर्ज देऊन विदेशी चलनांचा पुरवठा करणे हे नाणेनिधीचे महत्त्वाचे उद्दिष्ट आहे. ह्या ऋणासंबंधी IMF च्या कार्य पद्धतीचे काही नियम ठरले आहेत– १) कोणतेही सदस्य राष्ट्र एका वर्षात आपल्या अभ्यंशाच्या २५ टक्के महत्तम कर्ज घेऊ शकते. २) ह्या कर्जामुळे सदस्य राष्ट्राला IMF कडून जेवढे विदेशी चलन मिळेल त्याच्या सममूल्य देशी चलन त्याला IMF कडे जमा ठेवावे लागते. ३) जोपर्यंत IMF जवळ जमा केलेला विदेशी चलनाचा साठा त्याच्या अभ्यंशाच्या दुप्पट होणार नाही तोपर्यंत सदस्य राष्ट्र सतत कर्ज काढू शकतो. प्रत्येक राष्ट्राने अभ्यंशाच्या ७५ टक्के देशी चलन IMF जवळ सुरुवातीलाच दिलेले असते. ह्यामुळे त्याला अभ्यंशाच्या १२५ टक्के इतकेच जास्तीत जास्त कर्ज मिळू शकते. ह्या नियमात IMF ने १९५५ पासून आणखी सूट दिली आहे. विशेष परिस्थितीत आता IMF अभ्यंशाच्या सममूल्यापर्यंत कर्ज देऊ शकतो. प्रत्यक्ष विदेशी चलनाच्या मदतीच्या व्यतिरिक्त जमानती प्रत्ययाच्या (Stand by-Credit) मदतीचे अभिवचन देण्याची पद्धती १९५५ पासून सुरू करण्यात आली आहे.

IMF द्वारे देण्यात येणाऱ्या कर्जाचे विविध प्रकार

अ) संकटकालीन कर्ज : अचानक राजकीय किंवा आर्थिक संकट उद्‌भवल्यास व त्यामुळे इतर देशांनाही धोका होण्याचा संभव असल्यास IMF ताबडतोब कर्जाची व्यवस्था करतो. १९५५ मध्ये सुवेझ कालवा संकटाच्या वेळी IMF ने ब्रिटनला ५६१० लक्ष डॉलर्सचे कर्ज व ७३९० लक्ष डॉलर्सचा जमानती प्रत्यय दिला. १९६२ व १९६३ मध्ये IMF ने भारताला १००० लक्ष डॉलर्सची कर्जे दिलीत. तसेच शोधनशेषातील तूट दूर करण्याकरिता भारताला ५ अरब SDR चे कर्ज मंजूर करण्यात आले.

ब) हंगामी किंवा सामायिक कर्ज : व्यापारतोलातील तात्पुरते असंतुलन दूर करण्याकरिता IMF ६ ते १२ महिन्यापर्यंत कर्ज देतो; असे कर्ज क्युबा, एलसेल्बेडोर इत्यादींना मिळाले आहे.

क) चालू खात्यातील तूट भरून काढण्याकरिता कर्ज : अविकसित व विकसनशील देशांना आपल्या आर्थिक योजना सफल करण्याकरिता थोड्या प्रमाणावर आयात करावी लागते. त्यामुळे व्यापारतोलात तूट येत असते. ह्याकरिता IMF अशा देशांना तात्पुरते कर्ज देत असतो. अशाप्रकारे कर्ज कॅनडा, फ्रान्स, जपान, भारत इत्यादी राष्ट्रांना मिळाले आहे.

ड) विनिमयदरात स्थैर्य आणण्याकरिता कर्ज : अशाप्रकारचे कर्ज वेळोवेळी ब्रिटन, अमेरिका, फ्रान्स, भारत, जपान, ब्राझील इत्यादी राष्ट्रांना देण्यात आले आहे. १९८१-८२ मध्ये भारताला अशा कार्याकरिता ५ कोटी SDR चे ऋण मंजूर करण्यात आले होते.

इ) कर्जाचे शुल्क : IMF जवळ ज्या देशाचे चलन त्याच्या अभ्यंशापेक्षा जास्त होते तो देश IMF चा कर्जदार किंवा ऋणको होतो. अशावेळी IMF त्या देशाच्या अभ्यंशापेक्षा अधिक झालेल्या रकमेवर शुल्क आकारतो. ३ महिने पावेतो असणाऱ्या कर्जावर कोणतेही शुल्क आकारण्यात येत नाही; पण त्यापेक्षा जास्त मुदतीवर १ वर्षाचे शुल्क वसूल करण्यात येते. मे १९८४ पासून शुल्काचा दर दरसाल दर शेकडा ७ करण्यात आला.

२) दुर्लक्ष मुद्रा (Hard Currency) ज्या देशाला चलनाची सतत मागणी आहे परंतु IMF जवळ ते चलन पुरेशा प्रमाणात नसेल तर त्या संबंधित देशाकडून ते चलन उधार घेते किंवा सुवर्णाच्या मोबदल्यात ते खरेदी करू शकते. एवढे करूनही त्या चलनाचा पुरवठा कमी पडत असेल तर ते चलन दुर्लभ म्हणून घोषित करून IMF ला त्याचे रेशनिंग करण्याचा अधिकार मिळतो.

३) पुन्हा खरेदी : जेव्हा कोणताही देश IMF जवळून कर्ज घेतो तेव्हा तो

आपले चलन IMF ला विकून दुसऱ्या देशाचे चलन विकत घेतो. त्या देशाला आपले हे चलन ५ वर्षांच्या आत पुन्हा खरेदी करावे लागते.

४) जमानती व्यवस्था (Stand by Arrangements) : ह्या व्यवस्थेच्या अंतर्गत सदस्य राष्ट्राच्या परिस्थितीची चौकशी न करता त्याला एक निश्चित अवधीकरिता एका निश्चित रकमेपर्यंत IMF कर्ज देऊ शकते. ज्या देशाला आपले विनिमयनियंत्रण शिथिल करावयाचे असते अशा देशाला हे साहाय्य करण्यात येते.

५) तांत्रिक मदत : वित्तीय मदती बरोबरच IMF गरजू सदस्यांना तांत्रिक मदत तसेच मौद्रिक व राजकोषीय गोष्टीत उपयुक्त सल्लापण देते. ह्याकरिता IMF ने १९६४ पासून केंद्रीय अधिकोषण विभाग व राजकोषीयविषयक विभाग असे दोन विभाग काढले आहेत. ह्या दोन विभागांचे तज्ज्ञ सदस्य राष्ट्रांना आवश्यकतेनुसार सल्ला व सेवा देत असतात.

६) प्रशिक्षणाची व्यवस्था : IMF ने निरनिराळ्या सदस्य राष्ट्रांतून तांत्रिक शिक्षण देण्याकरिता १९५१ मध्ये वॉशिंग्टन येथे प्रशिक्षण केंद्र चालू केले आहे. त्या ठिकाणी आपल्या कर्चमाऱ्यांद्वारे मूल्यगणन व नियंत्रण, विनिमय नियंत्रण, मुद्रा धोरण, प्रशुल्क धोरण, अधिकोषाचा विकास इत्यादींबाबत प्रशिक्षण दिले जाते. १९६४ नंतर ह्या कार्याला वेग आला आहे.

७) संरचनात्मक समायोजनाची सोय : मार्च १९८६ पासून ह्या सोयीची व्यवस्था करण्यात आली आहे. डिसें. १९८७ मध्ये ह्या सोयीचा विस्तार करण्यात आला व गरीब देशांना ६ दशलक्ष SDR एवढे रियासती साहाय्य देण्याचा ठराव करण्यात आला. भारतासहित ६२ देश सध्या ह्या मदतीला पात्र आहेत.

८) विविध आंतरराष्ट्रीय व वित्तीय संस्थांना विकासार्थ साहाय्य : IMF मुळेच विश्व अधिकोष, आंतरराष्ट्रीय वित्तनिगम, आंतरराष्ट्रीय विकास संघ इत्यादी साहाय्यक संस्थांचा उदय व विकास झाला आहे. ह्या संस्थांद्वारा विकसनशील देशांना मोठ्या प्रमाणात साहाय्य मिळत आहे.

९) विकसनशील देशांना विशेष मदत : सदस्य राष्ट्रांनी आपल्या शोधनशेषात सुधारणा करावी व मौद्रिक स्थैर्य आणावे ह्याकरिता IMFने सढळ हाताने मदत केली आहे व पुढील प्रमुख योजना अंमलात आणल्या आहेत–

अ) क्षतिपूरक वित्तीय सोयी ब) बफर स्टॉकची सोय क) विस्तारित वित्त व्यवस्थेची सोय ड) संरचनात्मक समायोजनाची सोय इ) विकसित संरचनात्मक समायोजनाची सोय फ) तेल सुविधा योजना.

आंतरराष्ट्रीय नाणेनिधीचा कोटा :

नाणेनिधीचा सभासद होताना जी वर्गणी द्यावी लागते तिला 'कोटा' असे

म्हणतात. नाणेनिधीचे खेळते भांडवल या कोट्याच्या रूपाने येणाऱ्या पैशातून जमा होते.

सभासद देशाचा कोटा ठरवताना सभासद देशाचे राष्ट्रीय उत्पन्न आणि आयात-निर्यात व्यापार या दोन बाबी विचारात घेतल्या जातात. कोटा अंशतः सोन्यात व अंशतः सभासद देशांच्या चलनात द्यावा लागतो.

कोट्याच्या क्रमवारीत अमेरिकेचे स्थान पहिले आहे. भारताचे स्थान पाचवे आहे. १९७० पर्यंत भारताचे पाचवे स्थान होते. १९७० नंतर जपान, कॅनडा, इटली हे देश भारतापेक्षा जास्त कोटा देतात; त्यामुळे भारताचे स्थायी पद समाप्त झाले.

सध्या अमेरिकेचा IMF मधील कोटा SDR ३७१४९.३ दशलक्ष एवढा असून तो एकूण कोट्याच्या १७.५३% एवढा आहे. त्या खालोखाल जपान, जर्मनी, फ्रान्स, यु. के., इटली, सौदी अरेबिया यांचा नंबर लागतो. भारताचा IMF मधील संघाचा कोटा SDR ४१५८.२ दशलक्ष एवढा आहे. तो IMF च्या एकूण कोट्यापैकी (२१२ अब्ज) १.९६१% एवढा असून भारत IMF मधील १३ नंबरचा सर्वात मोठा कोटा धारण करणारा सदस्य आहे.

SDR चा उद्देश :- सदस्य देश SDR चा वापर आंतरराष्ट्रीय व्यवहार पूर्ण करण्यासाठी करतात. दुसऱ्या देशांना ते विकूसुद्धा शकतात. त्यामुळे SDR ना 'आंतरराष्ट्रीय व्यवहाराचे' एकक असे म्हटले जाते.

भारत हा IMF चा संस्थापक सदस्य आहे. भारताचे अर्थमंत्री हे IMF च्या 'बोर्ड ऑफ गव्हनर्स' मध्ये पदसिद्ध गव्हर्नर म्हणून काम पाहतात.

आंतरराष्ट्रीय नाणेनिधीची कामगिरी / यश (Achievement of I.M.F.) :

आंतरराष्ट्रीय नाणेनिधीने केलेले साध्य किंवा यश (Achievements of IMF)

आंतरराष्ट्रीय नाणेनिधी पूर्णपणे उद्दिष्ट साध्य करण्यात यशस्वी ठरली आहे. निधीने सभासदांच्या समस्या सोडविण्यासाठी महत्त्वाची भूमिका बजावली आहे. सभासद देशात चलनविषयक शिस्त आणण्याचा प्रयत्न केला आहे व वित्तीय तूट भरून काढण्यासाठी निधीचा उपयोग झाला आहे. तसेच तांत्रिक सहकार्य चलनविषयक आणि वित्तीय धोरण ठरविण्यासाठी लाभले. चलनाचे अवमूल्यन व असमतोल व्यवहारासाठी मदत झाली आहे. त्यामुळे व्यवहारातील अवमूल्यन दूर होण्यास मदत झाली आहे. आंतरराष्ट्रीय नाणेनिधीचे तांत्रिक आणि आर्थिक सहकार्य लाभले. व्यापारात वाढ घडवून आणण्यासाठी नाणेनिधीची महत्त्वाची भूमिका आहे. सभासद देशांना नाणेनिधी विविध देशांचे चलन उपलब्ध करून देत असल्याने देशादेशातील

व्यवहारात वाढ होऊन जागतिक व्यापारात वाढ झाली आहे. नाणेनिधीला बहुविध विनिमय दर पद्धतीत सुलभता आणण्यात यश आले आहे. अलीकडच्या काळात नाणेनिधीने कर्जाच्या संदर्भात अधिक लवचीक धोरण स्वीकारले आहे. सभासद देशांना विकासासाठी कर्जाची उपलब्धता होत आहे. सभासद देशांना रोखतेची समस्या सोडविण्यासाठी मदत होत आहे. नाणेनिधीने विकसनशील देशांना कर्जपुरवठा करून त्या देशांच्या व्यवहारतोल आणि चलनव्यवस्थेत स्थैर्य निर्माण करण्यास मदत केली आहे.

नाणेनिधी सदस्य देशांना वित्तीय धोरण, अंदाजपत्रक, कर व्यवस्थापन इत्यादींविषयी तज्ज्ञांकडून मार्गदर्शन केले जाते. नाणेनिधीने मध्यवर्ती बँक, मार्गदर्शन सेवा केंद्राची स्थापना, मध्यवर्ती बँकांना मार्गदर्शन करण्यासाठी केली आहे.

यश :

१) सदस्य राष्ट्रांच्या संख्येत वाढ : सुरुवातीला १ मार्च १९४७ ला IMF ची सदस्य संख्या ४४ होती. ती वाढून १८६ पर्यंत झाली. पूर्व युरोप व रशिया हे सुद्धा सदस्य झाले आहेत.

२) आंतरराष्ट्रीय रोखतेत वाढ : आंतरराष्ट्रीय नाणेनिधी आपल्या संसाधानात वाढ करून तसेच विशेष आहरण योजना (S.D.R.) सुरू करून आपल्या रोखतेत वाढ केली आहे. सध्या नाणेनिधी ६७ अरब डॉलर कर्ज देऊ शकतो.

३) विनिमय दरांची व्यवस्था : नाणेनिधी आपल्या स्थापनेपासून १९७१ च्या आंतरराष्ट्रीय मौद्रिक संकटापर्यंत स्थिर विनिमय दराची व्यवस्था यशस्वीपणे पार पाडू शकला.

४) व्यवहारतोलात संतुलन राखण्यात मदत : सदस्य राष्ट्रांच्या व्यापारातील अल्पकालीन तूट दूर करणे हे नाणेनिधीचे सुरुवातीपासूनचे उद्दिष्ट होते. व्यवहारतोलात निर्माण होणाऱ्या अडचणी दूर करण्याकरिता नाणेनिधीने अमेरिका, ब्रिटन, जपान ह्या सारख्या विकसित व भारत, इंडोनेशिया, घाना, पाकिस्तान ह्यासारख्या विकसनशील देशांना वेळोवेळी वित्तीय साहाय्य दिलेले आहे.

५) बहुपक्षीय तोलाची व्यवस्था : देणी फेडण्याची बहुपक्षीय पद्धती अंमलात आणून चालू तोलाची (Payments) विशेष सोय केल्यामुळे विदेशी व्यापार व विदेशी भांडवलाच्या आयातीला व निर्यातीला प्रोत्साहन मिळाले.

६) निधीचा व्यवस्थित उपयोग : IMF आपल्या जवळील निधीचा उपयोग पुनर्निमाण व विकास ह्या कार्याकरिता करण्यात यशस्वी झाला आहे. पूर्वी हा आपल्या निधीचा उपयोग व्यवहारतोलातील मूलभूत असंतुलन दूर करण्याकरिताच करीत होता; परंतु, आता IMF ने ह्याबाबत उदार धोरण स्वीकारले आहे.

७) आर्थिक सहकार्य भावनेचा विकास : विविध देशांमधील आर्थिक सहकार्य वाढविण्याच्या कार्यात IMF ने बरीच प्रगती केली आहे.

८) तांत्रिक सहाय्यता व प्रशिक्षण : गेल्या काही वर्षांपासून IMF विकसनशील देशांना आर्थिक मदतीशिवाय मौद्रिक व प्रशुल्कनीतीवर महत्त्वपूर्ण तांत्रिक साहाय्यता देत आहे. सध्या त्याने 'केंद्रीय अधिकोषण सेवा विभाग' व 'राजकोषीय संबंधी विभागाची स्थापना' केलेली आहे. पहिला विभाग सदस्य राष्ट्रांच्या केंद्रीय अधिकोषाच्या संचालनात तज्ज्ञ अधिकाऱ्यांची सेवा देत आहे. तर दुसरा विभाग राजकोषीय विषयात मदत करून बहुमोलाचे कार्य करीत आहे.

९) आंतरराष्ट्रीय पातळीवर सुरक्षित कोष : IMF जवळ विभिन्न राष्ट्रांतून लहान लहान प्रमाणात सुवर्ण जमा होते. ह्याचा उपयोग आंतरराष्ट्रीय पातळीवर सुरक्षित निधी म्हणून होतो; संकटकाळी सदस्य राष्ट्रांना ह्या सुवर्णकोषाचा उपयोग होतो.

१०) स्पर्धात्मक चलन अवमूल्यनावर नियंत्रण : सदस्य राष्ट्र हे IMF च्या परवानगीशिवाय, (विशिष्ट परिस्थिती वगळता) आपल्या चलनाचे अवमूल्यन करू शकत नव्हते. त्यामुळे स्पर्धात्मक अवमूल्यनाचे संकट टाळता आले.

११) इतर संस्थांशी संबंध : जागतिक बँक आंतरराष्ट्रीय वित्त निगम, विकास संघास संकटकालीन दोष, अंकटार्ड इत्यादी वित्तीय संस्थांशी नाणेनिधी संपर्क ठेवतो; ह्यामुळे सदस्य राष्ट्रांना मदत मिळून त्याचा फायदा होतो.

१२) विकसनशील देशांना विशेष मदत : नाणेनिधीने विकसनशील देशांना उदारपणे साहाय्य दिले आहे व देत आहे. IMF तर्फे देण्यात येणाऱ्या मदतीमुळे व मार्गदर्शनामुळे विविध देशांच्या शोधनशेषातील असंतुलन दूर करण्यात व मौद्रिक स्थैर्य स्थापन करण्यात यश आले आहे.

अपयश किंवा टीका

निधीवर अशी टीका केली जाते की,

१) विनिमय दराचे स्थैर्य राखण्यात अयपश :

निधीच्या स्थापनेत विनिमय दराचे स्थैर्य आणि स्थिरता देण्याचे करारात नमूद केले होते. परंतु, हे उद्दिष्ट साध्य करण्यात अपयश आले आहे.

२) निधीची सशर्तता / अटी :-

निधीच्या काही अटी कमी केल्या त्यामुळे पूर्वीच्या कर्जात वाढ झाली. त्या अटी म्हणजे- १) देशाच्या खर्चामुळे समतोल टिकविण्यासाठी खर्च कमी करणे. २) देशाच्या आर्थिक प्राधान्याबरोबर व्यवहारतोलाच्या असमतोलाचे कारण आणि सामाजिक-

राजकीय गरज. ३) देशाच्या परीक्षणाच्या (assessment) काळात वित्तीय कार्यक्रमात तडजोडी. त्यासाठी निधीने मदत केली. ४) देशाने उत्पादन वाढीसाठी आणि साधनांच्या वाटणीत सुधारणा करणाऱ्या कार्यक्रमासाठी वित्तीय मदत निधीकडून घेतली. ५) देशाने पुढील टप्पे विचारात घेतले-तुटीवर नियंत्रण, बँकपद्धतीत सुधारणा, व्यवस्थापनात सुधारणा, कायदे आणि भ्रष्टाचार नाकारणे इत्यादी. ६) व्यापाराच्या उदारीकरणामुळे विनिमय सुधारणा आणि आयात नियंत्रण. ७) सर्व अनुदाने काढून टाकली. ८) परकीय करार कडक झाले. समतोलाच्या आधारावर देशांतर्गत कर्जवाढ. ९) सुसंबंध राखण्यासाठी विनिमय दर धोरणाबरोबर हस्तक्षेप केला जात असे; मात्र, ते चलनविषयक आणि वित्तीय धोरणासाठी देशाला कर्ज देण्यासाठी हानिकारक होते.

३) साधनांची कमतरता :

विकसित देशांची गरज भागविण्यासाठी तसेच आंतरराष्ट्रीय वित्तीय पद्धतीत सुधारणा करण्यामुळे भांडवलाच्या प्रवाहात अस्थिरता होती. निधीकडे साधनांची उपलब्धता पूर्णपणे नव्हती. विकसित देशांचा कोटा वाढवला त्यामुळे इतर देशांना साधने उपलब्ध झाली नाहीत.

४) दुय्यम भूमिका :

आंतरराष्ट्रीय चलनाच्या व्यवस्थेत दुय्यम भूमिका पार पाडावी लागत असे. त्यामुळे अल्पकाळात पतपुरवठा सुविधा उपलब्ध झाली नाही. परिणामी काही विकसित देश देवघेव करू शकले. त्यांनी एकमेकांना मदत केली. त्यामुळे त्यांना अल्पकाळात पतपुरवठा उपलब्ध झाला.

५) परकीय विनिमय नियंत्रणे कमी करण्यात अपयश :

परकीय विनिमयावर निर्बंध घालण्याचे उद्दिष्ट होते ते साध्य झाले नाही. ते जागतिक व्यापाराला सल्ला देण्याकडे आकर्षित झाले.

६) व्याजाचा उच्च दर :

नाणेनिधीकडून मिळणाऱ्या कर्जावर अधिक व्याजदर आकारले जाते. त्यामुळे कर्ज घेणाऱ्या देशाचा कर्जाचा बोजा वाढला. त्यामुळे अधिक व्याजदर विकसनशील देशांना परवडणारे नव्हते.

७) भेदभाव करणारे धोरण :

निधीमध्ये विकसित देशांचे अधिक वर्चस्व आहे. त्याचा उपयोग विकसित देश स्वत:साठी करून घेतात; त्यांना अनुकूल असे धोरण राबवले जाते. त्यामुळे विकसनशील देशांचा त्याला विरोध राहतो.

८) आशियाची अवघड स्थिती :

फ्रिडमन यांच्या मते, "आंतरराष्ट्रीय नाणेनिधी ही आशियातील बिकट स्थितीला जबाबदार आहे. ऑगस्ट २००० मध्ये आंतरराष्ट्रीय नाणेनिधीचे मुख्य अर्थशास्त्रज्ञ मिचेल मुसा (Michael Mussa) यांनी हे मान्य केले की, चलनविषयक अवघड स्थिती ही आंतरराष्ट्रीय भांडवलाचा प्रवाह अधिक खुला झाल्याने झाली. विशेषत: अल्पकाळात कर्जाचा प्रवाह वाढला, त्याचबरोबर वित्तीय पद्धत ठिसूळ दिसून येते."

९) अल्पकालीन कर्जाला प्राधान्य :

आंतरराष्ट्रीय नाणेनिधी फक्त चालू व्यापारी व्यवहारांसाठी आवश्यक असणाऱ्या अल्पकालीन कर्जाला प्राधान्य देते. मात्र, दीर्घकालीन कर्ज नाणेनिधी देत नाही. त्यामुळे नाणेनिधीचे क्षेत्र मर्यादित असल्याची टीका केली जाते.

१०) कार्यपद्धतीतील दोष / उणिवा :

नाणेनिधीमध्ये विकसनशील देशांना योग्य प्रतिनिधित्व मिळत नाही. तसेच नाणेनिधीच्या कोट्याला योग्य आधार नाही. नाणेनिधीच्या अटी सदस्य देशांना जाचक वाटतात व नाणेनिधीच्या कार्यपद्धतीला राजकीय गालबोट लागले आहे.

आंतरराष्ट्रीय नाणेनिधी व भारत (The I.M.F. and India)

ज्या देशांनी ब्रेटन वुड्स सम्मेलनात भाग घेतला होता; अशा सुरुवातीस ४४ देशांपैकी भारत एक देश आहे. १९७० पर्यंत नाणेनिधीच्या कोट्यामध्ये भारताचा ५ वा क्रमांक होता. त्यामुळे नाणेनिधीच्या कार्यकारी मंडळावर कायमस्वरूपी संचालक नियुक्त करण्याचा अधिकार भारतास प्राप्त झालेला होता. मात्र, १९७० नंतर जपान, कॅनडा आणि इटलीचा भारतापेक्षा अधिकार वाढला आहे.

स्थापनेच्या वेळी भारतीय रुपयाचे सुवर्णातील मूल्य ०.२६८६०१ ग्रॅम किंवा ३०.५५ अमेरिकन सेंट निश्चित करण्यात आले होते. जेव्हा १९४९ मध्ये भारतीय रुपयाचे अवमूल्यन करण्यात आले तेव्हा रुपयाचे सुवर्णातील मूल्य ०.१८६६२१ ग्रॅम आणि डॉलरमधील मूल्य २१ अमेरिकन सेंट पर्यंत कमी झाले होते. त्यानंतर १९६६ मध्ये पुन्हा रुपयाचे अवमूल्यन करण्यात आल्याने रुपयाचे सुवर्ण आणि अमेरिकन डॉलरमधील मूल्य घसरले आहे.

भारत हा आंतरराष्ट्रीय नाणेनिधीचा संस्थापक सदस्य असल्याने नाणेनिधीचा एक महत्त्वाचा लाभार्थी मानला जातो. आतापर्यंत भारताची नियोजन काळातील आर्थिक नीती सार्वजनिक क्षेत्राला अधिक महत्त्वाची ठरली आहे. प्रारंभीच्या काळात भारताने उद्योगाच्या वाढीसाठी संरक्षित व्यापारधोरणाचा पुरस्कार केला होता. भारताचे हे धोरण नाणेनिधीच्या मुक्त व्यापारधोरण तत्त्वज्ञानाच्या विरोधी ठरले आहे.

भारताने समाजवादी समाजरचना निर्माण करण्याचे एक महत्त्वाचे उद्दिष्ट ठरविल्याने सार्वजनिक क्षेत्राला अधिक महत्त्व देण्यात आले आहे; अशा समाजवादी अर्थव्यवस्थेत विदेशी भांडवल गुंतवणुकीला परवानगी दिली जात नाही; पण औद्योगिक विकासासाठी मात्र विदेशी भांडवल गुंतवणुकीला महत्त्व देण्यात आले आहे.

मागील काही वर्षांत नाणेनिधी आणि जागतिक बँकेने आर्थिक उदारीकरण, कमीत कमी नियंत्रणाचा व मुक्त व्यापार धोरणाचा पुरस्कार करण्यावर भर दिला आहे; तसेच सार्वजनिक क्षेत्राचे महत्त्व कमी करून खासगी क्षेत्राच्या विकासाला अधिक महत्त्व देण्यात आले आहे.

भारत हा नाणेनिधीच्या लाभार्थींपैकी एक महत्त्वाचा लाभार्थी मानला जातो. भारताने नाणेनिधीकडून वेळोवेळी मदत घेऊन त्याची परतफेड केली आहे.

नाणेनिधीकडून भारताने घेतलेले कर्ज :

व्यवहारतोलातील तूट भरून काढण्याकरिता भारताने निधीकडून (IMF कडून) वेळोवेळी कर्ज घेतले आहे. १९४८-४९ मध्ये भारताने IMF कडून १०० दशलक्ष डॉलर्स कर्ज घेतले होते. १९५६-५७ पर्यंत ते सर्व फेडण्यात आले. दुसऱ्या योजना काळात १९५७ मध्ये भारताने IMF कडून २०० मिलियन डॉलर्स कर्ज घेतले. हे कर्ज पूर्णपणे फिटण्याआधीच १९६१ मध्ये २५० दशलक्ष डॉलर्सचे अतिरिक्त कर्ज घेतले. त्यामुळे भारताचा विदेशी विनिमय कोष मोठ्या संकटातून वाचला. १९६५-६६ मध्ये भारताचा विदेशी विनिमय कोष अत्यंत कमी होऊन संकटात सापडला असता IMF ने भारताला ३०० दशलक्ष डॉलर्स कर्ज देऊन सावरले.

जुलै १९७५ मध्ये IMF ने तेल सुविधांच्या अंतर्गत २१०.३ दशलक्ष SDR चे कर्ज दिले. १९७६ मध्ये २०० दशलक्ष SDR चे व १९७७ मध्येही एवढ्याच रकमेचे कर्ज दिले. १९९१ मध्ये भारताने IMF पासून ५००० दशलक्ष SDR चे मोठे कर्ज व्यवहारतोलाची समस्या सोडविण्याकरिता घेतले. ही समस्या तेलाच्या किमती वाढल्यामुळे निर्माण झाली होती. ह्यापैकी ३९०० दशलक्ष SDR चा भारताने उपयोग केला व ११०० दशलक्ष SDR परत केले.

१९८८-८९ मध्ये भारतीय शोधनशेषाची परिस्थिती आणखी गंभीर झाली. त्यामुळे भारतीय विदेशी विनिमयकोषाची पातळी अत्यंत खालावली होती. १९९०-९१ मध्ये भारताची स्थिती आणखी खराब झाली. ह्यावेळी १.२ बिलियन डॉलर्स कर्ज घेतले. हे कर्ज मंजूर करताना IMF ने भारताला पुढील अटी घातल्या—

अ) रुपयाचे चे २२ टक्के अवमूल्यन करणे. ब) आयात शुल्कात मोठी कपात करणे. क) उत्पादन शुल्कात वाढ. व ड) सार्वजनिक खर्चात कपात करणे.

१९९० च्या दशकात विस्तारित कोषसोयी, ऋण-वचन (Stand-by) प्रत्यय

प्रबंध तसेच क्षतिपूरक व आकस्मिक वित्तसवलतीच्या अंतर्गत भारताने IMF कडून जे कर्ज घेतले ते पुढील तालिकेत दर्शविले आहे.

वर्ष	एकूण कर्ज
(मार्चच्या शेवटपर्यंत घेतलेले कर्ज)	(मिलियन (दशलक्ष) अमेरिकन डॉलर्स)
१९९१	२६२३ दशलक्ष अमेरिकन डॉलर्स
१९९२	३४५१ दशलक्ष अमेरिकन डॉलर्स
१९९३	४७९९ दशलक्ष अमेरिकन डॉलर्स
१९९४	५०४० दशलक्ष अमेरिकन डॉलर्स
१९९५	४३०० दशलक्ष अमेरिकन डॉलर्स
१९९६	२३७४ दशलक्ष अमेरिकन डॉलर्स
१९९७	१३१३ दशलक्ष अमेरिकन डॉलर्स
१९९८	६६४ दशलक्ष अमेरिकन डॉलर्स
१९९९	२८७ दशलक्ष अमेरिकन डॉलर्स
२०००	२६ दशलक्ष अमेरिकन डॉलर्स

नाणेनिधी देत असलेल्या कर्जाबाबत महत्त्वाची गोष्ट म्हणजे कर्ज घेणाऱ्या देशाला अंतर्गत व्यवस्थेबाबत IMF तर्फे टाकण्यात येणाऱ्या अटींचे पालन करावे लागते. IMF चा व्याजदर हा इतर आंतरराष्ट्रीय व्याजदरांपेक्षा कमी असतो ही लक्षणीय बाब आहे.

भारताला आंतरराष्ट्रीय नाणेनिधी (IMF) पासून मिळणारे लाभ :

प्रमुख लाभ पुढीलप्रमाणे आहेत–

१) जागतिक बँकेची सदस्यता : IMF चा सदस्य असल्यामुळे भारत जागतिक बँकेचा सदस्य होऊ शकला.

२) संकटकाळी साहाय्यक : समतोलाची तूट भरून काढण्याकरिता IMF ने भारताला वेळोवेळी साहाय्य केले आहे. १९६५ मध्ये पाकिस्तानी आक्रमणामुळे निर्माण झालेले आर्थिक संकट दूर करण्याकरिता IMF ने ताबडतोब २० कोटी डॉलर्सचे कर्ज मंजूर केले. अशाप्रकारे प्रत्येक अडचणीच्यावेळी IMF भारताला आर्थिक मदत करत आहे.

३) आंतरराष्ट्रीय विनिमय प्रमाप (International Exchange Standard) : IMF चा सदस्य असल्यामुळे भारतीय रुपयाचा संबंध जगातील प्रमुख चलनांशी जोडला गेला. ह्यामुळे भारताला दोन लाभ झालेत-अ) भारत कोणत्याही देशाशी

सहजतेने देण्या-घेण्याचे व्यवहार करू शकतो. ब) भारत स्टर्लिंगच्या बंधनातून मुक्त झाला.

४) तज्ज्ञांची मदत : IMF चा सदस्य असल्यामुळे भारताला वेळोवेळी व्यवहारतोल संतुलनाबाबत IMF च्या तज्ज्ञांकडून सल्ला मिळत असतो व ह्या सल्ल्याच्या भरवशावर आर्थिक मदत मिळते.

५) धोरण निश्चितीत भारताचा सहयोग : भारत प्रारंभापासून IMF च्या कार्यकारी संचालक मंडळाचा स्थायी सदस्य असल्यामुळे तो आपल्या व इतर सदस्य देशांच्या समस्या प्रभावीपणे मांडू शकतो. आता मात्र तो स्थायी सदस्य नाही.

६) आंतरराष्ट्रीय प्रभाव वाढला : IMF चा सदस्य असल्यामुळे भारताच्या आंतरराष्ट्रीय प्रभावात वाढ झाली. आंतरराष्ट्रीय क्षेत्रांत भारताच्या सूचनांकडे लक्ष देण्यात येते. आंतरराष्ट्रीय पर्यावरण कोष स्थापन करणाऱ्या भारताच्या सूचनेवर IMF व जागतिक बँकेने (World Bank) संमती दर्शविली आहे.

७) आर्थिक सुधारणा व उदारीकरण धोरणाबाबत मदत : १९९१ च्या उत्तरार्धात जेव्हा आर्थिक संकटात भारत सापडला होता तेव्हा भारताची आर्थिक परिस्थिती सुधारण्याकरिता व उदारीकरणाचे धोरण सफल बनविण्याकरिता ऑक्टो. १९९१ ते जुलै १९९३ ह्या काळात उद्यत ऋणव्यवस्थेच्या (Stand-by Arrangement) अंतर्गत २.२ अरब डॉलर्सचे कर्ज मंजूर केले.

खास उचल हक्क किंवा विशेष आहरण अधिकार

(Special Drawing Rights = SDR)

१९६७ मध्ये रियो-डोजानिरो येथे भरलेल्या आंतरराष्ट्रीय नाणेनिधी व जागतिक बँकेच्या मेळाव्यात नाणेनिधीने आंतरराष्ट्रीय चलन स्थापित करण्याची योजना पुरस्कृत केली. विकसित व विकसनशील राष्ट्रांना आपली आंतरराष्ट्रीय देणी व नाणेनिधीच्या कर्जाची परतफेड सोने किंवा डॉलरमध्ये करावी लागत होती. परंतु, विकसनशील गरीब देशांकडे डॉलरमध्ये परिवर्तनीय विदेशी चलन किंवा सोने फारच थोडे असल्यामुळे त्यांची फार कुचंबणा होत होती; ह्यावर उपाय म्हणून नाणेनिधीने "Special Drawing Rights म्हणजे SDR नावाने आंतरराष्ट्रीय कागदी चलन काढण्याचा निर्णय घेऊन अंमलात आणला. ह्या योजनेमुळे नाणेनिधीशी होणारे सर्व व्यवहार ह्या नव्या आंतरराष्ट्रीय मुद्रेत होतात. त्यामुळे नाणेनिधीच्या संसाधनाची रोखता किंवा तरलता (Liquidity) वाढून विकसनशील राष्ट्रांना नाणेनिधीद्वारे अधिक मदत होत आहे.''

दुसऱ्या महायुद्धानंतरच्या काळात वस्तूंच्या व्यापारात दरवर्षी ८ टक्क्याने वाढ झाली. परंतु, सुवर्णाच्या पुरवठ्यात केवळ २ टक्क्याने वाढ झाली; त्यामुळे आंतरराष्ट्रीय रोखतेची समस्या अधिकच जटिल झाली. ही रोखतेची समस्या सोडविण्यासाठी

आंतरराष्ट्रीय मौद्रिक प्रणालीत सुधारणा करणे आवश्यक झाले; म्हणून नाणेनिधीच्या १० मुख्य सदस्यांनी १९६७ मध्ये एक नवीन मौद्रिक योजना प्रस्तुत केली. या योजनेला खास उचल हक्क (Special Drawing Rights) म्हणजे SDR असे नाव देण्यात आले. ही नवीन मुद्रा किंवा चलन म्हणजे कागदी सुवर्ण (Paper Gold) होय. ही योजना नाणेनिधीने जानेवारी १९७० पासून लागू केली. ह्यामुळे आता नाणेनिधीत दोन प्रकारचे खाते तयार झालेत– १) सामान्य खाते (General Account) ह्यात सुवर्ण व विदेशी चलनांची देणी-घेणी ह्यांचा समावेश आहे व २) खास उचल हक्क ह्यातून SDR ची सुविधा प्राप्त होते. आंतरराष्ट्रीय रोखतेत समाविष्ट होणाऱ्या राखीव संपत्तीला पूरक म्हणून खास उचल हक्क (SDR) निर्माण करण्यात आलेत; ह्यामुळे आंतरराष्ट्रीय नाणेनिधीचे कार्य विस्तृत झाले.

१०.५ जागतिक बँक किंवा आंतरराष्ट्रीय पुनर्निर्माण व विकास बँक (World Bank or International Bank for Reconstruction & Development)

IBRD व तिच्या चार सहयोगी संस्थाना मिळून 'जागतिक बँक' असे म्हटले जाते; म्हणजेच जागतिक बँक गटात पुढील संस्थांचा समावेश होतो.

(१) IBRD - International Bank for Reconstruction & Development (२) IDA - International Development Association (३) IFC - International Finance Corporation (४) MIGA - Multilateral Investment Guarantee Agency. (५) ICSID - International Centre for the settlement of Investment Disputes. यापैकी भारत पहिल्या चार संस्थांचा सदस्य आहे; परंतु पाचव्या म्हणजे ICSID चा सदस्य नाही.

जागतिक बँक - उद्दिष्टे आणि कार्ये व योगदान
(Word Bank - Objectives Functions & Performance) -
जागतिक बँकेची गरज किंवा आवश्यकता -

१९३९ ते १९४५ या कालावधीत झालेल्या दुसऱ्या महायुद्धाची झळ युरोप व आशियातील अनेक देशांना लागली होती. इंग्लंड, फ्रान्स, रशिया, जर्मनी, जपान देशातील उद्योगधंदे व दळणवळणासाठी साधने प्रचंड प्रमाणात उध्वस्त झाली होती. इतर देशातही संपत्तीचा विनाश कमी-अधिक प्रमाणात झाला होता. युद्ध संपताच ह्या सर्व देशांच्या अर्थव्यवस्थेचे पुनर्निर्माण व पुनर्रचना करणे अत्यंत गरजेचे किंवा आवश्यक होते. ह्याकरिता प्रचंड प्रमाणावर भांडवलाच्या पुरवठ्याची व्यवस्था करणे अनिवार्य होते. ह्या शिवाय आशिया, आफ्रिका व दक्षिण अमेरिकेच्या इतर अविकसित

देशांचा जलद आर्थिक विकास घडवून आणणे हे जागतिक शांततेच्या दृष्टीने अत्यावश्यक होते; अशा अविकसित देशांची आर्थिक प्रगती साधण्यासाठी भांडवल पुरवठ्याची योजना आखणे अत्यंत जरुरीचे होते; म्हणून ब्रेटन वुड्स परिषदेत ही कार्ये करण्याकरता '**जागतिक बँक**' स्थापन करण्याचा निर्णय घेण्यात आला.

जागतिक बँकेचे 'पुनर्रचना आणि विकासासाठी आंतरराष्ट्रीय बँक' (International Bank for Reconstruction and Development) IBRD असे नाव आहे. दुसऱ्या महायुद्धानंतर युद्ध भडकू नये तसेच चलन विषयक व भांडवली व्यवहार सुरळीत चालावेत; याबद्दल विचार-विनिमय करण्यासाठी जुलै १९४४ मध्ये ब्रेटन वुड्स येथे जी परिषद झाली; त्यात 'आंतरराष्ट्रीय नाणेनिधी' व 'जागतिक बँक' या दोन संस्था स्थापन करण्याचा निर्णय घेण्यात आला. या बँकेची स्थापना १९४५ मध्ये झाली. तिचे कार्य जून १९४६ मध्ये सुरू झाले. या बँकेचे मुख्यालय वॉशिंग्टन येथे आहे. नाणेनिधीचे सभासद असणारे देश जागतिक बँकेचे सभासद असतात, सध्या या बँकेचे १८६ सभासद देश आहेत.

जागतिक बँकेची उद्दिष्टे

(१) पुनर्निर्माण व विकास - महायुद्धात ज्या राष्ट्रांचे उत्पादक उद्योग व व्यवसाय नष्ट झाले आहेत; अशा राष्ट्रांचे आर्थिक पुनरुत्थान करण्यासाठी सर्व प्रकारे मदत होणे हे प्राथमिक उद्दिष्ट होते. त्याचबरोबर इतर अविकसित देशांमध्ये आर्थिक विकासाच्या योजनांना हातभार लावून त्याच्या विकासाची गती वाढवणे हेही महत्त्वपूर्ण उद्दिष्ट होते.

(२) भांडवली गुंतवणुकीला प्रोत्साहन - भांडवलदारांना सर्व प्रकारे प्रोत्साहन व जमानत देऊन त्यांचे भांडवल आर्थिक विकासासाठी उपलब्ध करून देणे, हे बँकेचे दुसरे उद्दिष्ट होय. कारण भांडवलाच्या अभावी कोणत्याही देशाचा विकास होऊ शकत नाही; जर खासगी भांडवलदार ह्याकरिता पुरेसे भांडवल पुरवू शकत नसतील तर ही बँक स्वतःच्या संसाधनातून दीर्घकालीन कर्ज देऊ शकते; अशा प्रकारे खासगी भांडवलाला आंतरराष्ट्रीय भांडवली बाजारात गतिमान करणे हा जागतिक बँकेचा दुसरा उद्देश आहे.

सदस्य देशांमध्ये भांडवली गुंतवणूक होण्यास मदत करणे :-

(१) उद्ध्वस्त अर्थव्यवस्थेची घडी बसवून विकास करणे.
(२) खासगी भांडवल गुंतवणुकीकरिता उपलब्ध करून देणे.
(३) देशांच्या आर्थिक विकासातील विषमता कमी करणे.
(४) युद्धसामुग्री कारखान्याचे उपभोग्य वस्तू निर्मिती कारखान्यात रूपांतर करणे.

(३) आंतरराष्ट्रीय व्यापाराची दीर्घकालीन प्रगती - राष्ट्रांच्या आर्थिक विकासात मोठ्या प्रमाणावर विषमता असेल तर आंतरराष्ट्रीय व्यापारात वेळोवेळी असंतुलन निर्माण होईल. महत्त्वाच्या चलनांची दुर्मिळता ही अजूनही भेडसावणारी समस्या आहे; म्हणून आंतरराष्ट्रीय व्यापारात सतत दीर्घकालीन प्रगती होण्याकरिता योग्य व्यवसायात भांडवल पुरवठा करूनही ही विषमता कमीत कमी करणे हे ह्या बँकेचे तिसरे उद्दिष्ट आहे.

(४) शांतताकालीन अर्थव्यवस्थेची पुनर्स्थापना - युद्धकाळात अनेक शांतताकालीन उत्पादक कारखान्यांचे युद्धसामग्रीच्या कारखान्यात परिवर्तन करण्यात आले होते. युद्धसमाप्तीनंतर अशा ह्या कारखान्यांद्वारे जीवनावश्यक उपभोग्य वस्तूंचे उत्पादन पुन्हा सुरू व्हावे; ह्याकरता भांडवल गुंतवणूक आवश्यक होती; अशा परिवर्तनासाठी भांडवल उपलब्ध करून द्यावे हेही या बँकेचे एक उद्दिष्ट होते.

(५) व्यवहारातील स्थैर्य आणि आंतरराष्ट्रीय व्यापाराचा संतुलित विकास करण्यासाठी दीर्घकालीन भांडवली गुंतवणूक होण्यास प्रोत्साहन देणे.

जागतिक बँकेचे सभासद - जागतिक बँकेच्या कराराप्रमाणे सर्व राष्ट्रांना सभासदत्व खुले ठेवण्यात आले आहे. ह्या सभासदत्वाची मुख्य अट म्हणजे जो देश आंतरराष्ट्रीय नाणेनिधीचा सभासद असतो तोच जागतिक बँकेचा सभासद होऊ शकतो; व दुसरी अट म्हणजे सभासद होऊ इच्छिणाऱ्या देशाने बँकेच्या नियमाचे पालन करण्याचे अभिवचन दिले पाहिजे. जागतिक बँकेचे प्रमुख कार्य हे भांडवलाची देव-घेव असल्यामुळे जोपर्यंत कोणताही देश नाणेनिधीची सभासद होत नाही, तोपर्यंत विनिमयदराच्या स्थैर्याबद्दल खात्री देता येत नाही; कारण विनिमय दर अस्थिर असताना भांडवली कर्ज देणे धोक्याचे असते. ह्यामुळेच नाणेनिधीचे जेवढे सभासद आहेत तितकेच जागतिक बँकेचे सुद्धा आहेत. १९७० मध्ये बँकेची सभासद संख्या ११३ होती; ती वाढून सध्या १८६ झाली आहे.

जागतिक बँकेची वित्तीय संसाधने (भांडवल) –

बँकेची वित्तीय संसाधने ही प्रामुख्याने बँकेचे अधिकृत भांडवल कोष (Reserves) व त्याने घेतलेले कर्ज ही आहेत.

बँकेचे भांडवल - १९४५ च्या बँक करारानुसार बँकेचे अधिकृत भांडवल १००० कोटी डॉलर्स ठरविण्यात आले होते; हे भांडवल १ लक्ष डॉलर्सच्या १ लक्ष अंशात विभागण्यात आले होते. प्रारंभापासूनच बँकेच्या अंशांना मोठ्या प्रमाणावर मागणी होती. त्यामुळे प्रत्येक आवेदक राष्ट्राला त्याच्या पात्रतेनुसार अंशांची वाटणी करण्यात आली. १९४५ मध्ये प्राथमिक सभासद बनलेल्या १४ राष्ट्रांपैकी १९७० मध्ये सर्वांत मोठी चार अंशधारी राष्ट्रे पुढीलप्रमाणे होती –

संयुक्त संस्थाने ६३५ कोटी डॉलर्स, ब्रिटन २६० कोटी डॉलर्स, फ्रान्स १०५ कोटी डॉलर्स, भारत ८० कोटी डॉलर्स. सप्टें. १९५९ मध्ये बँकेचे अधिकृत भांडवल २१ बिलीयन म्हणजेच २१०० कोटी डॉलर्स होते. सदस्य राष्ट्रांच्या अंशदानात १०० टक्के वृद्धी करण्यात आली. कॅनडा व जर्मनी, जपान इत्यादी १७ राष्ट्रांनी १०२ टक्क्यांपेक्षा अधिक वृद्धी स्वीकारली. १९६३ मध्ये जागतिक बँकेचे अधिकृत भांडवल २२ बिलीयन डॉलर्स झाले. १९६५ मध्ये २४ बिलीयन, १९७० मध्ये २७ बिलीयन डॉलर्स होते. १९८० मध्ये अधिकृत भांडवल वाढवून ८५ बिलीयन डॉलर्स करण्यात आले.

जागतिक बँकेच्या तिसऱ्या सामान्य वाढीचा प्रस्ताव एप्रिल १९८८ मध्ये स्वीकारण्यात आला.

अभिदानाचा कालावधी ३० सप्टे. १९३३ संपला. ह्या अंतर्गत ७४.८ बिलीयन डॉलर्सची सामन्य वृद्धी करण्यात आली. त्यामुळे अधिकोषाचे एकूण अधिकृत भांडवल १७१ बिलीयन डॉलर्स झाले. परिणामतः बँड पुढील वर्षात ऋणाच्या आकारात वाढ करू शकेल.

जागतिक बँकेत कोणत्याही देशाचा मताधिकार त्याच्या अंशदानावर अवलंबून असतो. प्रत्येक सदस्य राष्ट्राला २५० मते असतात. ह्याशिवाय १ लक्ष डॉलर्सच्या अंशदानावर एक जास्तीचे मत मिळते. अमेरिकेचे अंशदान सर्वात जास्त आहे. त्यामुळेच त्याची मताधिकार शक्ती सर्वात जास्त आहे. ह्यानंतर जपान, ब्रिटन, फ्रान्स, जर्मनी, भारत व चीन ह्यांचा क्रम येतो.

जागतिक बँकेच्या ठरावानुसार प्रत्येक सदस्य राष्ट्राचे अंशदान किंवा अभ्यंश पुढीलप्रमाणे ३ भागात वाटलेले असतात.

(१) सदस्य देशाला आपल्या अंशदानाचा २ टक्के हिस्सा सोने किंवा अमेरिकन डॉलरच्या रूपात ठेवावा लागतो.

(२) सदस्य देशाला आपल्या अंशदानाला १८ टक्के हिस्सा स्वतःच्या चलनात जमा करावा लागतो.

(३) उरलेला ८०% हिस्सा त्या देशाची 'संचित देयता' मानण्यात येते. बँकेला गरज पडेल तेव्हा तो ह्यापैकी काही भाग मागू शकतो. हा भाग सदस्य देश देशी चलनात देऊ शकतो.

अशाप्रकारे जागतिक बँकेजवळ २० टक्के प्रदत्त भांडवल असते. ह्याचा उपयोग कर्ज देण्याकरता होतो.

अशाप्रकारे भांडवल वसूल केल्यामुळे बँकेजवळ सोन्याचा व डॉलर्सचा मोठा संग्रह झाला आहे. याशिवाय प्रत्येक सदस्य राष्ट्राच्या चलनांचाही संग्रह आहे. ह्यातून बँक गरजेप्रमाणे कर्ज देऊ शकते. एखादे चलन कमी पडल्यास बँक आपले सोने

विकून ते मिळवू शकते किंवा गरजेनुसार त्या देशात ऋणही उभारू शकते.

आपली संसाधने वाढविण्याकरता बँक स्वत:च्या नावाचे कर्ज रोखे (Loan Bonds) विकण्याचा बँकेला अधिकार आहे. विशेषत: डॉलरसारख्या दुर्लभ चलनाचा साठा अपुरा पडू लागल्यास बँक असे रोखे विकून कर्ज उभारू शकते. १९४७ नंतर बँकेने अमेरिका, स्वित्झर्लंड, कॅनडा, जर्मनी, नेदरलंड, इटली इ. देशात अनेकवेळा कर्ज रोखे विकले आहेत.

जागतिक बँकेची कार्ये -

(१) सदस्यांना कर्ज देणे -
  (अ) स्वत:च्या निधीतून.
  (आ) उधार घेतलेल्या भांडवलातून.
  (इ) ऋणको देशाच्या वतीने हमी घेऊन.
(२) क्षेत्रातून कर्जाचे वाटप करणे.
(३) उद्देश्यानुसार ऋण देणे.
(४) तांत्रिक क्षेत्रात मार्गदर्शन करणे.
(५) विदेशी विनिमयाच्या संकटातून मुक्तता करणे.
(६) सामान्य कर्जाची व्यवस्था करणे.
(७) विकास साहाय्यक संघाची स्थापना करणे.
(८) आंतरराष्ट्रीय तंटे सोडविण्यास मदत करणे.
(९) स्टाफ कॉलेजची स्थापना.

(१) कर्ज देणे - सदस्य राष्ट्रांना पुढीलप्रमाणे कर्ज देता येते.

(अ) स्वत:च्या बँकेतून कर्ज देणे, बँकप्रद भांडवलाच्या २० टक्केपर्यंत आपल्या बँकेतून कर्ज देऊ शकते.

(आ)उधार घेतलेल्या भांडवलातून ऋण देणे. सदस्य राष्ट्रांना कर्ज द्यावयाचे झाल्यास बँक इतर देशांजवळून कर्ज घेऊ शकते.

(इ) जागतिक बँक कोणत्याही देशाच्या खासगी गुंतवणूकदारांना गरजू देशात गुंतवणूक करण्यास प्रोत्साहन देते. ऋणको देशाच्या वतीने गॅरेंटी किंवा हमी घेते.

३० जून १९९२ पर्यंत जागतिक बँकेने एकूण २१८२०९ मिलीयन अमेरिकन डॉलर्सचे ऋण मंजूर केले आहे. ह्यातून जवळपास ११६६६६ मिलीयन अमेरिकन डॉलर्स ऋण वाटलेले आहे.

(२) ऋणाचे क्षेत्रीय वितरण - आतापर्यंत जागतिक बँकेने सर्वाधिक ऋण लॅटिन, अमेरिका तसेच आशिया व आफ्रिका क्षेत्रातील देशांना दिले आहे. वित्तीय

वर्ष १९९२ मध्ये बँकेद्वारे ह्या देशांना ५३३६ मिलीयन डॉलर्सचे कर्ज देण्यात आले; ह्यानंतर पूर्व आशियाचा क्रम येतो.

जागतिक बँकेने भारताला १ जुलै २००४ ते जून २००५ पर्यंत २.८९ अब्ज डॉलर्स कर्ज पुरवठा केला. (१३% एकूण कर्जांपैकी)

(३) उद्देशानुसार ऋण - जागतिक बँकेद्वारे कृषी व ग्रामीण विकास, ऊर्जा, वाहतूक व दळणवळण ह्यांच्याकरिता एकूण ऋणाचा ६५ टक्के भाग मंजूर करण्यात आला.

(४) तांत्रिक मार्गदर्शन - आर्थिक साहाय्याव्यतिरिक्त बँक सदस्य राष्ट्रांना तांत्रिक बाबतीत मार्गदर्शन करते. योजनांचे मितव्ययी संचालन, वित्तीय प्रबंध बँक विकास, इ. तांत्रिक क्षेत्रांत मार्गदर्शन करण्यासाठी विशेषज्ञांच्या सेवा पुरविते. याशिवाय सदस्य राष्ट्रांच्या अधिकाऱ्यांना याबाबतीत प्रशिक्षित करण्यासाठी बँकेने शिक्षण केंद्रही चालवले आहे.

(५) विदेशी विनिमयाच्या संकटात सहाय्यता - सदस्य राष्ट्रे जेव्हा विनिमय संकटात सापडतात; तेव्हा त्यातून त्यांची सुटका करण्याकरिता बँकेने वेळोवेळी भरपूर साहाय्य केले आहे. उदा. १९५८ मध्ये भारत विदेशी विनिमय संकटात सापडला असता भारताला १०० मिलीयन डॉलर्सची मदत केली.

(६) सामान्य कर्जाची व्यवस्था - सदस्य राष्ट्रे जेव्हा सर्वसामान्य कामाकरिता कर्जाची मागणी करतात; तेव्हा बँक सहाय्यला धावून येते.

(७) आंतरराष्ट्रीय विकास संघाची स्थापना - आंतरराष्ट्रीय ऋणाची सोय व्हावी म्हणून जागतिक बँकेने विविध वित्तीय संस्था स्थापन केल्या. आंतरराष्ट्रीय वित्त निगमाची (ITC) स्थापना १९५६ मध्ये केली व त्याद्वारे खासगी प्रमंडळांना औद्योगिक कार्यासाठी कर्ज द्यावयास सुरुवात केली. तसेच १९६० मध्ये आंतरराष्ट्रीय विकास संघाची स्थापना ही बँकेच्या प्रेरणेमुळेच झाली. ह्या संघाद्वारे विकसनशील देशांना स्वस्त दरात कर्ज देण्यात येते. जून १९७० पर्यंत ५१ राष्ट्रांना २४२ कोटी डॉलर्सची कर्ज दीर्घकालासाठी मंजूर केली. ह्यापैकी ४८ टक्के कर्ज एकट्या भारताला मिळाले आहे. ह्याशिवाय राष्ट्रांमधील भांडवल स्थानिक विकासाच्या कामी यावे म्हणून बँक सदस्य राष्ट्रांना वित्त निगम (Finance Corporation) स्थापन करण्यास प्रोत्साहन देते. सदस्य देशात औद्योगिक विकास बँकेची स्थापन करण्यातही बँकेने हातभार लावला आहे.

८) आंतरराष्ट्रीय विवादात मध्यस्ती - रॉक व फोर्ड फेडरेशनच्या मदतीने बँकेने वॉशिंग्टन येथे आर्थिक विकास संस्थेची स्थापना करून अविकसित सदस्य राष्ट्रातून प्रशिक्षार्थी बोलावून अर्थिक विकासाच्या निरनिराळ्या प्रश्नांबद्दल त्यांना प्रशिक्षण देण्याची व्यवस्था केली आहे.

कार्ये :

सध्या जागतिक बँक विकासात्मक प्रकल्पासाठी ५ ते २० वर्षांपर्यंतच्या कालावधीसाठी कर्जे देते. बँकेची कर्ज पुरवठ्याची व्यवस्था पुढील बाबींच्या आधारे स्पष्ट होते.

○ जागतिक बँक सदस्य देशाला त्याच्या बँकेच्या भागभांडवलातील हिश्याच्या २०% पर्यंत कर्जे देऊ शकते.

○ कर्जाचे प्रमाण व्याजदर आणि अटी / शर्ती बँकेद्वारेच ठरविल्या जातात. कर्ज पुरवठ्याबरोबर, जागतिक बँक सदस्य देशांना विविध तांत्रिक सेवासुद्धा पुरविते त्यासाठी बँकेने वॉशिंग्टन येथे 'आर्थिक विकास संस्था आणि एक स्टाफ कॉलेज' स्थापन केले आहे.

भारत आणि जागतिक बँक (India & World Bank)

जागतिक बँकेचा सदस्य झाल्यामुळे भारताला बराच फायदा मिळाला आहे. उद्योग, शेती, दळणवळण, वाहतूक इ. सर्वच क्षेत्रांचा विकास करण्याकरता भारताला बँकेचे साहाय्य सतत मिळत आहे.

जागतिक बँकेची भारताला मदत :

१. १९४९ मध्ये रेल्वेच्या पुनर्निर्माणाकरता ३४ मिलियन डॉलर्स.

२. साहाय्यक संस्थांतर्फे मोठी मदत.

३. १९९१ ते ९६ पर्यंत जवळपास १२ बिलीयन डॉलर्सचे कर्ज

४. १९९६ मध्ये जवळपास ३ बिलियन डॉलर्सचे कर्ज.

५. India Development Fourm मार्फत मदत.

६. तांत्रिक क्षेत्रात मदत.

७. १९५६ च्या विनिमय संकटात १०० मिलियन डॉलर्सची मदत.

१) सर्वप्रथम १९४९ मध्ये रेल्वेच्या पुनर्निर्माणाकरता भारताला ३४ मिलियन डॉलर्सचे कर्ज मंजूर करण्यात आले. शेती व ग्रामीण विकास, वीज, औद्योगिक विकास, शहरी विकास तसेच वाहतूक व दळणवळण ह्याकरिता बँकेने भारताला कर्ज दिले.

२) बँकेची साहाय्यक संस्था आंतरराष्ट्रीय विकास संघातून (IDA) भारताला महत्त्वपूर्ण मदत मिळाली आहे. १९८१ च्या पूर्वी भारताला आंतरराष्ट्रीय विकास संघातर्फे काही विशिष्ट अटींवर विशेष मदत मिळाली होती. ह्या अटी शिथिल झाल्यामुळे बँक भारताला आता आधिक अर्थिक मदत देऊ शकते. ३० जून १९८९ पर्यंत बँकेने भारताला ११९ योजनांकरिता १५.४

बिलियन डॉलर्सचे कर्ज दिले आहे. १९८८, १९८९ व १९९० हया वित्तीय वर्षात भारताला मंजूर झालेले कर्ज अनुक्रमे २२५५,२१३६ व ११०८ मिलियन डॉलर्स होते.

३) १९९१ ते १९९६ पर्यंत भारताला ११.८९८ बिलियन डॉलर्सचे कर्ज मंजूर करण्यात आले. ह्यातील १०.८९३ बिलियन डॉलर्स हे संवितरणाकरता (Disbursement) होते.

४) १९९६ च्या वित्तीय वर्षात जागतिक बँकेने भारताला २.९७८ बिलियन डॉलर्स मंजूर केले.

ह्यातील १.३०९ बिलियन डॉलर्सचे वाटप झाले. ह्याच वर्षी भारताने जागतिक बँकेला ११४९ बिलीयन डॉलर्सचे मूळ कर्ज व ८८४ मिलीयन डॉलर्सचे व्याज ह्यांची परतफेड केली. अशाप्रकारे मिळालेल्या कर्जापेक्षा केलेली कर्ज परतफेडीची रक्कम जास्त होती.

५) भारतातील अर्थिक योजना यशस्वी व्हाव्या म्हणून प्रचंड ऋण देण्याव्यतिरिक्त आणखीही मदत केली. १९५८ मध्ये जागतिक बँकेच्या मार्गदर्शनाखाली Aid India Consortium स्थापन करण्यात आला. १९९४ मध्ये ह्याचे नाव बदलून India development Forum असे करण्यात आले. १९९६ पर्यंत गेल्या ५ वर्षांत ह्याद्वारे दिलेल्या आश्वासनाची रक्कम दरवर्षी सामान्यतः ७ बिलियन डॉलर्स एवढी होती.

६) अर्थिक मदतीव्यतिरिक्त बँकेने भारताला तांत्रिक क्षेत्रातही मदत केलेली आहे. वेळोवेळी भारतात पाठविण्यात आलेल्या विशेषज्ञांनी भारतातील विविध योजनांची पाहणी व अभ्यास करून त्याबाबत मोलाचे मार्गदर्शन, यथोचित उपाय सुचविले आहेत.

७) भारतात जेव्हा जेव्हा विदेशी विनिमय संकट निर्माण झाले तेव्हा तेव्हा बँकेने बहुमोलाचे साहाय्य केले. उदा. १९५८ मध्ये भारताला भेडसावणाऱ्या विदेशी विनिमय संकटातून सोडवण्याकरिता बँकेने १०० मिलियन डॉलर्सचे कर्ज दिले होते.

भारताला बँकेतर्फे जे कर्ज व साहाय्य मिळाले त्यावर खालीलप्रमाणे टीका करण्यात येते.

अ) बँकेद्वारे एका विशिष्ट उद्देशाने व विशिष्ट कार्याकरिताच ऋण देण्यात येते. त्यामुळे ह्या ऋणाचा उपयोग इतर आवश्यक व महत्त्वाच्या कार्याकरिता करता येत नाही. परंतु, भारताला आता विनाअट असे सामान्य कर्ज मिळू लागले आहे.

ब) बँकेने भारताच्या विभिन्न कर्जावर २.५ टक्क्यापासून ते ११.६ टक्क्यापर्यंत व्याज दर आकारलेला आहे. भारतासारख्या अविकसित देशाकरिता तो बराच जास्त होतो.

क) अन्य देशांच्या मानाने भारताला सर्वाधिक कर्ज मिळत असले तरी भारताची औद्योगिक व विकास योजनांची आवश्यकता पाहता ही मदत कमी वाटते.

अशी जरी टीका होत असली तरी एक सच्चा मित्र, साहाय्यक व मार्गदर्शक ह्या नात्याने जागतिक बँकेने अर्थिक क्षेत्रात व तांत्रिक क्षेत्रात केलेल्या मदतीमुळे भारताच्या अर्थिक विकासात व प्रगतीत भरघोस साहाय्य झाले आहे हे कृतज्ञतापूर्वक मान्य करणे भाग आहे.

जागतिक बँकेच्या कार्याचे टीकात्मक परीक्षण :

जागतिक बँकेने स्थापनेपासून जी विविध कार्ये केली आहेत त्यात असलेल्या त्रुटींबद्दल पुढीलप्रमाणे टीका करण्यात येते.

१) बँकेचे कार्य पक्षपाती व भेदभाव करणारे आहे असे काही देशांचे म्हणणे आहे. संघटनेत कर्ज घेणाऱ्यांचे बहुत्व असल्यामुळे त्यांना अनुकूल अशा कर्जाच्या अटी ठेवण्यात येतात. अशी ऋणदात्या राष्ट्रांची तक्रार आहे.

२) बँक फार उशीर करून कर्ज देते असा ऋणको राष्ट्रांचा आक्षेप आहे. कर्ज देण्यापूर्वी ऋणको राष्ट्रांच्या कर्ज परत क्षमतेवर अवास्तविक जोर देण्यात येतो. अशी टीका करण्यात येते. दिलेल्या कर्जाचा विशिष्ट योजना व कार्ये ह्यांच्याच करता उपयोग करावा ही बँकेची अट फार जाचक ठरते असे ऋणको देशांचे म्हणणे आहे.

३) जागतिक बँकेच्या तुलनेत वैयक्तिकरित्या देशांतर्फे देण्यात येणारे कर्ज अधिक जलद व उपयुक्त ठरते. बँक व्यक्तिगत देश व गुंतवणूकदार ह्यांचे कार्यक्षेत्र मर्यादित करते असे आलोचकांचे म्हणणे आहे.

४) व्यावसायिक दृष्टीने विचार केल्यास १०-१२ टक्के व्याजदर हा तसा जास्त नाही हे जेवढे खरे आहे तेवढेच हा दर अविकसित व गरीब देशांच्या दृष्टीने बराच जास्त आहे हेही तेवढेच खरे आहे. गरीब देशांची आर्थिक स्थिती व कर्जफेडीची क्षमता ह्यांचा विचार करता बँकेची कर्जे ही बरीच महाग ठरतात अशी टीका केली जाते. आंतरराष्ट्रीय विकास संघाच्या स्थापनेमुळे ह्या समस्येची तीव्रता काही प्रमाणात कमी झाली आहे. परंतु ह्या विकास संघाची साधनसंपत्ती मर्यादित असल्यामुळे पुरेशा प्रमाणात ऋण वाटप होऊ शकत नाही.

५) आशिया व आफ्रिका ह्यातील देशांना देण्यात येणारी मदत ही त्यांच्या आवश्यकतेच्या मानाने अतिशय तोकडी पडते. व कर्ज देताना लादण्यात येणाऱ्या अटी ह्या बऱ्याच कडक असतात. अशी वास्तव तक्रार ह्या गरीब

देशांची आहे.

६) खनिज तेलाची आयात करणाऱ्या देशातील ऊर्जाविकास कार्यक्रमांना प्राथमिकता देणे अत्यावश्यक आहे. पण ह्याकरिता जागतिक बँकेकडे स्वतंत्र अशा संस्थेचा अभाव आहे.

७) जागतिक बँक काही विशिष्ट परिस्थितीत कर्जदार देशाच्या अंतर्गत अर्थव्यवस्थेत हस्तक्षेप करते असे आक्षेपकांचे म्हणणे आहे. म्हणून जागतिक बँकेने संकुचित राष्ट्रीय दबावापासून मुक्त होऊन कार्य करावयास पाहिजे असे त्यांचे म्हणणे आहे.

८) जागतिक बँकेने विविध देशातील ज्या योजनांना साहाय्य केले त्यापैकी ६७ टक्क्यापेक्षा जास्त योजनांची प्रगती अत्यंत असमाधानकारक आहे. ह्यावरुन हे स्पष्ट होते की जागतिक बँकेने केलेली योजनांची निवड व त्यांचे प्रबंधन सदोष आहे.

जागतिक बँकेच्या कार्यावर टीका :

१. मदत देताना भेदभाव, पक्षपात होतो.

२. कर्ज देण्यात फार उशीर होतो.

३. तुलनेने खाजगी कर्ज जलद व उपयुक्त ठरते.

४. विकसनशील देशाच्या मानाने व्याजदर जास्त.

५. मागणीच्या मानाने कर्जाचा अल्प पुरवठा होतो.

६. ऊर्जाविकास कार्यक्रमांना मदत व प्राधान्य नाही.

७. कर्जदार देशाच्या अर्थव्यवस्थेत हस्तक्षेप करतो.

८. जागतिक बँकेद्वारे सदोष योजनांची निवड होते.

जागतिक बँकेच्या कार्याचे मूल्यमापन :-

रॉबर्ट बि. झोलिक हे बँकेचे १ जुलै २००७ पासून अध्यक्ष आहेत. ते बँकेचे ११ वे अध्यक्ष आहेत. जागतिक बँकेने सदस्य देशांना अधिक मदत मिळावी म्हणून IFC, IDA, MIGA या सारख्या सहयोगी संस्था स्थापना केल्या आहेत.

जागतिक बँकेने आपल्या एकूण कर्ज पुरवठ्यांपैकी सुमारे ७५% कर्जे आफ्रिका, आशिया व लॅटिन अमेरिकेतील विकसनशील देशांना दिली आहेत.

सध्या भारत जागतिक बँकेचा सर्वात मोठा कर्जदार देश आहे. आतापर्यंत भारताला जागतिक बँकेकडून एकूण ४७ अब्ज डॉलर्स एवढी कर्जे प्राप्त झाली आहेत. १ जुलै २००४ ते ३० जून २००५ दरम्यान जागतिक बँकेने विविध देशांतील २७९ प्रकल्पांना २२.३ अब्ज डॉलर्सचा कर्ज पुरवठा केला आहे. त्यापैकी २.८९ अब्ज डॉलर्स (एकूण पैकी १३%) फक्त भारताला देण्यात आले.

जागतिक बँकेचे यश

जागतिक बँकेच्या कामकाजाला ६० वर्षे होऊन गेलीत. तिच्या कारभाराचे यश व अपयश पुढीलप्रमाणे सांगता येते–

(१) विकसनशील देशांना मदत - जागतिक बँकेने विकसनशील देशांना मोठ्या प्रमाणात कर्जे उपलब्ध करून दिली आहेत. या देशांना नेहमीच्या कर्जापेक्षा विशेष मदत करून देण्यात या बँकेने पुढाकार घेतला आहे.

(२) शेतीला कर्ज पुरवठा - विविध देशातील पाटबंधारे योजनांना कर्ज पुरवठा तसेच शेतमालाची विक्री, संकरित बियांचा कार्यक्रम, भूमिसुधारणा, शेतीबाबतचे शिक्षण - प्रशिक्षण इत्यादींसाठीच्या उपक्रमांना भरीव मदत केली आहे. तसेच बाजारपेठांशी ग्रामीण क्षेत्र जोडण्यासाठी रस्ते विकास कार्यक्रम हाती घेतले आहेत.

(३) विविध सेवांची उपलब्धता - जागतिक बँकेने आर्थिक, तांत्रिक सल्ला व सेवा दिल्या आहेत; तसेच तज्ज्ञांचा सल्ला अल्प मोबदल्यात उपलब्ध करून दिला आहे.

(४) लघुउद्योगांचा विकास - विकसनशील देशात लघुउद्योगांची वाढ होऊन रोजगार उपलब्ध व्हावा; यासाठी १९७५ अखेर या बँकेने ४४ देशात ६८ वित्त महामंडळांना ३ अब्ज डॉलस कर्जरूपाने दिले आहेत.

(५) व्याजदर कमी - जागतिक बँक अत्यंत कमी व्याजदराने कर्जपुरवठा करते. सवलतीच्या दराने कर्ज पुरवठा करण्यासाठी 'तिसरी खिडकी' या नावाने योजना सुरू केली आहे. त्यावर ४.५% व्याजदर आकारला जातो; गरीब देशांना अशी कमी व्याजदराची कर्जे दिली जातात.

(६) पुनर्रचनेवर भर - दुसऱ्या महायुद्धात बेचिराख झालेल्या देशांची आर्थिक पुनर्रचना घडवून आणण्यासाठी बँकेने महत्त्वपूर्ण कामगिरी केली आहे.

(७) गरजांकडे लक्ष - विकसनशील देशांचे लोकसंख्या नियंत्रण कार्यक्रम, सकस आहार, प्रदूषण नियंत्रण, राष्ट्रीय उत्पन्नाचे वाटप इ. प्रश्नांकडे जागतिक बँकेने लक्ष घातले. तसेच अलीकडच्या काळात नागरी पाणी पुरवठा, सांडपाण्याच्या निचऱ्याची व्यवस्था, झोपडपट्टी निर्मूलन, पर्यटन इ. च्या विकासासाठी मदत केली आहे.

(८) पायाभूत सुविधांची उपलब्धता - गरीब देशांना जागतिक बँकेने रस्ते, वीज, पाणी, दळणवळण इ. क्षेत्रात मोठ्या प्रमाणात कर्जे दिली आहेत. १९७५ अखेर बँकेच्या एकूण कर्जात वीज पुरवठ्याच्या कर्जाचे प्रमाण ३३% होते; तर वाहतूक व दळणवळणासाठी कर्जाचे प्रमाण ३३% होते. त्यामुळे पायाभूत संरचना मजबूत होण्याला मदत झाली.

(९) विविध संस्थांची निर्मिती - आंतरराष्ट्रीय वित्तीय संस्था, आंतरराष्ट्रीय विकास संस्था, बहुराष्ट्रीय गुंतवणूक हमी योजना इ. ची स्थापना केली आहे.

(१०) सर्वांना समान न्याय - जागतिक बँकेने एकूण कर्ज वाटपापैकी २५% कर्जे आशिया व मध्य पूर्वेकडील देशांना ३०% कर्जे पश्चिम गोलार्धातील देशांना २०% कर्जे, युरोप खंडातील देशांना आणि १३% कर्जे आफ्रिकन देशांना दिलेली आहेत; यावरून बँकेचा समतोल प्रादेशिक दृष्टिकोन दिसून येतो.

जागतिक बँकेचे अपयश -

(१) कर्जातील विविध अडथळे - विकसनशील देशांना कर्ज देताना अनेक अटी पूर्ण कराव्या लागतात. कर्ज देताना परत करण्याची क्षमता लक्षात घेतली जाते. मात्र हे कर्ज घेतल्याने कालांतराने ही क्षमता निर्माण होईल याकडे दुर्लक्ष केले जाते. कर्जाचा वापर कसा केला जातो; यावर जागतिक बँकेची कडक नजर असते. त्यामुळे देशाच्या स्वायत्ततेत हस्तक्षेप होण्याची शक्यता असते. या बँकेवर विकसित देशांचे वर्चस्व असल्याने विकसनशील देशांबाबत विशेष सहानुभूती असत नाही.

(२) अमेरिकेचा प्रभाव - जागतिक बँकेत अमेरिकेचा मोठा निधी असल्याने या बँकेवर अमेरिकेचे वर्चस्व आहे. अमेरिकेला विकसनशील देशांच्या हिताला प्राधान्य देण्यात फारसे स्वारस्य नाही.

(३) राजकीय गटबाजी - जागतिक बँकेच्या स्थापनेपासून त्यात राजकारणाचा शिरकाव झालेला आहे. ही संस्था काही श्रीमंत देशांच्या राजकीय गटांचा अड्डा बनली आहे अशी टीका केली जाते. पर्यावरणाला हानी करणारे काही उद्योग विकसित देशांकडून विकसनशील देशांकडे पाठविले जात आहेत.

(४) अपुरे भांडवल - जागतिक पातळीवर कर्जाची वाढती मागणी विचारात घेता या बँकेकडील भांडवल अपुरे पडते.

(५) जादा व्याजदर - विकसनशील देशांचा विचार करता या बँकेचा व्याजदर अधिक आहे. या बँकेकडे भांडवल अपुरे असल्याने जागतिक नाणेनिधीकडून कर्जाची उभारणी करून तो पैसा कर्जासाठी वापरला जातो. त्यामुळे एकत्रित व्याजाचा विचार केल्यास तो अधिक वाटतो.

(६) निर्बंध घातले जातात - विकसनशील देश कर्जाच्या सापळ्यात अडकले आहेत. त्यातून बाहेर पडण्यासाठी जागतिक बँक आणि नाणेनिधींकडे धाव घ्यावी लागते. मदत देताना जागतिक बँक व नाणेनिधीने सूचविलेला पुनर्रचना कार्यक्रम स्वीकारला पाहिजे; अशी अट घातली जाते. ब्राझील, चिली, अर्जेंटिना तसेच १९९१ मध्ये भारतातही तीच परिस्थिती निर्माण झाली; अशा तऱ्हेने देशांच्या वेगवेगळ्या परिस्थितीचा फारसा विचार न करता एकाच तऱ्हेचा पुनर्रचनेचा कार्यक्रम

सर्व देशांना लागू करणे चुकीचे ठरते.

(७) **अयोग्य वागणूक** - जागतिक बँक गरीब देशांना योग्य वागणूक देत नाही अशी टीका केली जाते. ही बँक सुरुवातीपासूनच भांडवलशाही विचारांवर आधारलेली आहे. या बँकेच्या हाती प्रचंड आर्थिक ताकद असल्याने विकसनशील देशांना कर्ज देताना ती अनेक जाचक अटी घालते. विकसनशील देशांतील प्रकल्पांसाठी विकसित देशातील बहुराष्ट्रीय कंपन्यांच्या जुन्या व कालबाह्य साधनसामग्रीच्या बाजारपेठा उपलब्ध करून दिल्या जातात.

(८) **कर्ज मंजुरीला विलंब व जाचक अटी** - जागतिक बँकेकडे कर्जासाठी अर्ज केल्यानंतर सदस्य देशांच्या कर्जफेडी संदर्भात बरीचशी चर्चा होते व त्यामध्ये बराच कालावधी जातो व कर्ज मंजुरीस विलंब होतो. कर्ज त्या संबंधित प्रकल्पांवरच खर्च करावे अशी अट घातली जाते. बऱ्याचवेळेस प्रकल्प अहवाल तयार करताना तो प्रकल्प महत्त्वाचा असेल; परंतु कर्ज मंजुरीस विलंब लागल्याने मध्यंतरीच्या काळात त्या प्रकल्पाचे महत्त्व कमी होऊन अन्य एखाद्या प्रकल्पाचे महत्त्व वाढलेले असते.

(९) **खासगी गुंतवणुकीस अडचणी** - या बँकेचे प्रमुख उद्दिष्ट म्हणजे आंतरराष्ट्रीय क्षेत्रांत खासगी गुंतवणुकीला प्रोत्साहन देणे हे आहे. मात्र विकसनशील देशात गुंतवणूक करण्यात खासगी गुंतवणूकदारांना अनिश्चितता वाटते. किफायतशीर क्षेत्रांत सरकारी गुंतवणूक झाली असल्याने तेथे खासगी गुंतवणुकीला फारसा वाव नसतो. जागतिक बँकेच्या प्राधान्यक्रमाचा विचार करता संबंधित क्षेत्रातील गुंतवणूक अधिक लाभदायक नसल्याने खासगी गुंतवणूकदार फारसे उत्सुक नसतात.

(१०) **गरीब देशांकडे दुर्लक्ष** - आशिया व आफ्रिका खंडातील देशांना कर्जाची मोठी गरज असूनही तेथे बहुसंख्य लोकांचे जीवनमान दारिद्र्य रेषेखालचे असून या बँकेने हवा तेवढा कर्जपुरवठा या देशांना केलेला नाही. त्यामुळे तेथील नैसर्गिक साधनसामग्रीचा जास्तीत जास्त विकास झालेला नाही.

१०.६ जागतिक व्यापार संघटना (Word Trade Organization)

भारत हा गॅटच्या संस्थापक सदस्य आहे. गॅटच्या मार्गदर्शक तत्त्वानुसार सदस्य देशांत व्यापार व्यवहार चालत. १९८५ नंतर गॅटच्या व्यवहाराबाबत मतभेद निर्माण झाले त्यातून डंकेल प्रस्ताव तयार झाला. सुरुवातीला विकसनशील देश; कामगार संघटना व अन्य घटकांनी या प्रस्तावाला मोठा विरोध केला होता. यातील त्रुटी दूर करण्यासाठी सदस्य देशाच्या चर्चेच्या एकूण ८ फेऱ्या झाल्या. १९९३ मधील उरुग्वे फेरीत या मसुद्याला अंतिम रूप देण्यात आले. १५ एप्रिल १९९४ मध्ये माराकश, मोरोक्को येथे भारतासह जगातील एकूण १२ देशांनी या मसुद्यावर स्वाक्षऱ्या केल्या आणि १ जानेवारी १९९५ मध्ये जागतिक व्यापार संघटनेची

(W.T.O.) स्थापना झाली. सध्या या संघटनेची सभासद संख्या १५३ (२३ जुलै २००८ रोजी केप वर्दे हा देश १५३ वा सदस्य बनला) आहे.

WTO चे सर्वोच्च धोरण ठरविणारे प्राधिकरण म्हणजे 'मंत्रीस्तरीय परिषद' होय. तिची दर दोन वर्षातून एकदा एक परिषद होते. साधारणपणे सदस्य देशाचा वाणिज्य मंत्री या परिषदेमध्ये भाग घेतो. हा WTO च्या दैनंदिन व्यवहारावर नियंत्रण ठेवणारा सर्वोच्च अधिकारी असतो. त्याची नियुक्ती साधारण परिषदेमार्फत ४ वर्षांसाठी केली जाते. १ सप्टेंबर २००५ पासून श्री पास्कल लामी हे WTO चे महासंचालक आहेत.

WTO च्या प्रशासनासाठी बऱ्याच महत्त्वाच्या समित्या आहेत. त्यापैकी दोन समित्या महत्त्वाची भूमिका बजावतात-

(१) विवाद तडजोड मंडळ (Settlement) : हिच्याद्वारे सदस्य देशातील व्यापार विषयक तक्रारी सोडविल्या जातात; त्यासाठी ती दर महिन्यात दोनदा आपल्या सभा घेते.

(२) व्यापार परीक्षण मंडळ : ही समिती सदस्य देशातील व्यापार धोरणांचे परीक्षण करते, असे परिक्षण दर दोन वर्षांनी केले जाते.

WTO च्या मंत्रिस्तरीय परिषदा : मंत्रीस्तरीय परिषद ही WTO ची सर्वोच्च धोरण ठरविणारी संस्था आहे ती बहुपक्षीय व्यापार करारांबाबत सर्व बाबींवर धोरणे ठरवू शकते. १९९५ पासून तिच्या सात परिषदा झाल्या आहेत. त्या पुढीलप्रमाणे -
(१) सिंगापूर ९ ते १३ डिसेंबर १९९६ भारताचे प्रतिनिधी श्री. रामैय्या (२) जिनिव्हा १९९८ भारताचे प्रतिनिधी श्री. रामकृष्ण हेगडे (३) सिटल (USA) ३० नोव्हे. ते ३ डिसेंबर १९९९ श्री. मुरासोली मारन (४) दोहा (कतार) ९ ते १४ नोव्हेंबर २००१ (५) कॅनकून (मेक्सिको) १० ते २४ सप्टेंबर २००३ भारताचे प्रतिनिधी श्री. अरुण जेटली (६) हाँगकाँग १३ ते १८ डिसेंबर २००४ भारताचे प्रतिनिधी श्री. कमलनाथ (७) जिनिव्हा ३० नोव्हेंबर ते ३ डिसेंबर २००९ भारताचे प्रतिनिधी श्री. आनंद शक्ती .

जागतिक व्यापारसंघटनेची उद्दिष्टे :

जागतिक व्यापार संघटनेची उद्दिष्टे पुढीलप्रमाणे आहेत-
(१) व्यापाराच्या क्षेत्राच्या संबंधातील देशात लोकांचे जीवनमान उंचावणे, रोजगार पातळीत वाढ करणे, वास्तव उत्पन्नात वाढ करणे, परिणामकारक मागणीत वाढ करणे, उत्पादनात वाढ करणे आणि वस्तू आणि सेवा व्यापार वाढविणे.
(२) जागतिक साधनांचा जास्तीत जास्त वापर करणे; त्याबरोबर स्थैर्यात्मक विकास करणे व आर्थिक विकास साध्य करणे.

(३) विकसनशील देशांच्या आर्थिक विकासासाठी सकारात्मक दृष्टिकोन ठेवून त्यांच्या व्यापारात वाढ घडवून आणणे.
(४) आंतरराष्ट्रीय व्यापारातील संबंधांमधील भेदभाव करणारे धोरण नाहीसे करणे आणि व्यापारातील जकाती आणि इतर निर्बंध कमी करणे.
(५) बहुपक्षीय करारानुसार व्यापारात समन्वय घडवून आणणे व त्यासाठी उत्तेजन देणे; व्यापारपद्धती फायदेशीर आणि टिकाऊ बनविण्यासाठी प्रयत्न करणे.
(६) व्यापार धोरणामध्ये परिवर्तनात्मक धोरणे आणि स्थैर्यात्मक विकासासाठी समन्वय साधणे.
(७) पर्यावरण संवर्धन करणे व कायमस्वरूपी विकासासाठी प्रयत्न करणे.
(८) जगातील उपलब्ध साधनसामग्रीचा जास्तीत जास्त वापर करणे.
(९) देशादेशातील भेदभाव करणारी व्यापारी व्यवस्था नष्ट करणे.
(१०) आंतरराष्ट्रीय व्यापाराच्या प्रक्रियेत अधिक उदारीकरणाचे धोरण स्वीकारणे.
(११) उरुग्वे फेरीतील मान्य तरतुदींचे पालन करणे.
(१२) व्यापारातील अनिष्ट स्पर्धेला पायबंद घालणे.

जागतिक व्यापार संघटनेचे कार्य (Functions of WTO)

जागतिक व्यापार संघटनेची मुख्य कार्ये पुढीलप्रमाणे -

१) बहुपक्षीय व्यापारासंबंधी या कराराचे प्रशासन आणि अंमलबजावणी करणे.
२) व्यापारातील वाटाघाटी घडवून आणण्यासाठी व्यासपीठ म्हणून कार्य करणे.
३) व्यापारात निर्माण झालेले कलह व तंटे सोडविण्याचा प्रयत्न करणे.
४) जकाती आणि व्यापारातील इतर निर्बंध कमी करण्यासाठी आचारसंहिता आणि नियमावली तयार करणे.
५) व्यापारातील निकोप स्पर्धेला प्रोत्साहन देणे आणि राष्ट्रीय व्यापार धोरणावर लक्ष ठेवणे.
६) जागतिक व्यापार धोरण ठरविणाऱ्या आंतरराष्ट्रीय नाणेनिधी व जागतिक बँकेसारख्या संस्थांना सहकार्य करणे.
७) व्यापार धोरण परीक्षण व्यवस्थेशी संबंधित नियम आणि तरतुदींची अमंलबजावणी करणे.
८) संसाधनांच्या पर्याप्त वापरासाठी प्रयत्नशील राहणे.
९) सभासद देशांना नवीन किंवा सुधारित व्यापारी उपाययोजनांची माहिती देणे.
१०) वस्तू, सेवा आणि बौद्धिक संपदांच्या अभ्यासासाठी सल्लागार मंडळे स्थापन करणे.
११) आंतरराष्ट्रीय व्यापारात वाढ व्हावी यासाठी सतत प्रयत्नशील रहाणे.
१२) तुलनात्मक लाभावर आधारित खुल्या व्यापाराला चालना देणे.

१३) उदारीकरणासाठी व व्यापारावरील निर्बंध कमी करण्यासाठी आंतरराष्ट्रीय वाटाघाटीसाठी व्यासपीठ उपलब्ध करून देणे.

थोडक्यात, आंतरराष्ट्रीय व्यापार सुलभ होण्यासाठी आणि द्विपक्षीय जागा बहुपक्षीय व्यापाराने घेण्यासाठी सर्व सदस्य देशांना मान्य होईल असे सर्वमान्य आणि सर्व समावेशक निर्यात चर्चेच्या माध्यामातून तयार करण्याचे कार्य करण्यासाठी WTO ची स्थापना करण्यात आली.

जागतिक व्यापार संघटनेची व्याप्ती :

जागतिक व्यापार संघटना व्यापारातील अडथळ्यांच्या घटकांना नाकारून महत्त्वाच्या घटकांकडे लक्ष देण्याचे काम करते; त्याची चर्चा खालीलप्रमाणे -

१) निर्यातीच्या निर्बंधांचा आधारमूल्य किंवा निर्यात कोटा.

२) वस्तूंच्या संदर्भात नियंत्रणाखाली व्यापारातील अडथळे दूर करण्यासाठी ग्राहकांना संरक्षण देणे.

३) आरोग्य आणि पर्यावरण घटकांसाठी काही देशांच्या व्यापारावर नियमांच्या आधारे नियंत्रण घालण्यात येईल.
   D.D.T. आणि कीटकनाशके, पर्यावरण आणि आरोग्यास हानिकारक ठरल्यास त्यावर नियंत्रण घालणे.

४) विकसनशील देशात बालमजुरांचा कामामध्ये उपयोग केल्यास आयात थांबविणे.

५) भेदविरहित व्यापार समतोलासाठी तरतूद.

६) WTO मध्ये पुढील महत्त्वाचे करार आहेत-
   अ) वस्तू व्यापारासंबंधीचा बहुपक्षी करार. (MAT)
   ब) सेवा व्यापाराचा सर्वसाधारण करार. (GATs)
   क) बौद्धिक संपदा संबंधीचा व्यापार करार. (TRIPs)
   ड) व्यापारधोरण पुनरावलोकन यंत्रणा. (TPRM)
   इ) शेतीविषयक सहमती करार.
   ई) विवादाच्या तडजोडीसाठी नियम आणि तरतूद.

जागतिक व्यापार संघटनेचे करार (The WTO Agreements) :

उरुग्वे येथील गॅटच्या परिषदेतील ठरावानुसार जागतिक व्यापार संघटनेची WTO स्थापना करण्यात आली आहे. त्यामुळे गॅटमधील महत्त्वाचे करार जागतिक व्यापार संघटनेत देखील समाविष्ट करण्यात आले आहेत. जागतिक व्यापार संघटनेच्या सभासदांची मंत्री पातळीवरील बैठक दोन वर्षातून एकदा भरते. WTO मध्ये पुढील महत्त्वाचे करार करण्यात आलेले आहेत.

१) वस्तू व्यापारासंबंधीचा बहुपक्षी करार

२) सेवा व्यापाराचा सर्वसाधारण करार (GATs)

३) बौद्धिक संपदा संबंधीचा व्यापार करार (TRIPS)

४) शेतीविषयक सहमती करार WTO Agreement on Agriculture.

WTO च्या वरील करारांमध्ये कृषिप्रधान अर्थव्यवस्थेच्या दृष्टीने शेतीसंबंधीचा सहमती करार महत्त्वाचा मानला जातो.

अ) शेतीविषयक करार (Agriculture Agreement) : १९९४ मध्ये डंकेल प्रस्ताव स्वीकारल्यापासून जागतिकीकरणाची प्रक्रिया अधिक वेगाने सुरू झाली आहे. डंकेल प्रस्तावात शेतीविषयक करारास अतिशय महत्त्व देण्यात आले असल्याने कृषिप्रधान अर्थव्यवस्थेचे लक्ष जागतिक व्यापार संघटनेच्या शेतीविषयक कराराकडे लागले आहे. या करारात बिगर जकाती विषयक नियंत्रणाचा जागतिक स्पर्धेवर होणारा परिणाम विचारात घेण्यात आला आहे. या कराराचे मुख्य उद्दिष्ट देशांतर्गत उत्पादन आणि निर्यात वाढीसाठी दिले जाणारे अर्थसाहाय्य कमी करणे आहे. करारात एकूण उत्पादन मूल्याच्या १०% पेक्षा अधिक अर्थसाहाय्य असता कामा नये; तसेच (१९८६-९०) हा आधार कालावधी मानून प्रत्यक्ष निर्यात अर्थसाहाय्य ३६% पेक्षा कमी ठेवले पाहिजे. शेतमालाच्या आंतरराष्ट्रीय बाजाराची सुयोग्य दिशेने वाटचाल होण्यासाठी व्यापार अडथळ्यांचे परिणाम कमी करणे हा कराराचा मुख्य उद्देश आहे. करारामध्ये शेतीमालाच्या आंतरराष्ट्रीय व्यापारातील बाजार प्रवेशावर निर्बंध, देशांतर्गत मदत आणि निर्यात उत्तेजनासाठी अर्थसाहाय्य अशा तीन बाबींवर भर देण्यात आलेला आहे.

ब) कापडविषयक करार (Textile and Clothing Agreement) : १९६० पासून गॅटच्या करारात कापडाच्या व्यापाराचा समावेश करण्यात आला आहे. १९७४ पासून कापड आणि तयार कपडे यांच्या व्यापारावर बहुधागा व्यवस्थेचा प्रभाव वाढत गेला होता. १९९४ मध्ये औद्योगिक उत्पादनासाठी लागू ठरणारे नियम आणि अटी कापड उद्योगासाठी लागू करण्यात आल्या आहेत. त्यानुसार १९९० च्या आधारावर १९९५ मध्ये कापडाच्या आयातीवर १६%, १९९८ मध्ये १७%, २००२ मध्ये १८% आणि २००५ मध्ये राहिलेल्या सर्व कापड उत्पादनाचा समावेश करारात करण्यात आला आहे; अशा रीतीने २००५ पर्यंत कापडाचा व्यापारावरील सर्व निर्बंध टप्प्याटप्प्याने काढून टाकावेत.

क) सेवाच्या व्यापारासंबंधी करार (Agreement about Trade in Service) : उरुग्वे येथील गॅटच्या परिषदेत सेवांच्या व्यापाराचा करारात समावेश करण्यात आला आहे. व्यापार सेवांमध्ये बँकिंग सेवा, विमा, दळण-वळण, वाहतूक सेवा, सल्लागार मंडळे इत्यादींनी पुरविलेल्या सेवांचा समावेश होतो; त्या करारातील

अटींमध्ये सुचविल्यानुसार त्या पुरविल्या पाहिजेत. वित्तीय सेवामध्ये गुंतवणूकदार, ठेवीदार आणि विमाधारक यांचे संरक्षण झाले पाहिजे. दूरसंचार सेवा व्यापाराच्या दृष्टीने महत्त्वाच्या असल्याचे मान्य करण्यात आले आहे.

४) बौद्धिक संपदा व्यापार करार (TRIPS Agreement) : या करारात बौद्धिक संपदा अधिकाराचे संरक्षण करण्यात आले आहे. यामध्ये संशोधन हक्काचे संरक्षण, कॉपीराईट, व्यापारचिन्ह किंवा सेवाचिन्ह पेटंट, व्यापारातील गोपनीयता (Trade Secret), औद्योगिक ट्रेडमार्क (Industrial Design) साठी १० वर्षांचा कालावधी निश्चित करण्यात आला असून, पेटंटसाठी २० वर्षांचा कालावधी निश्चित करण्यात आला आहे. व्यापारी गोपनीयता (Trade Secret) आणि संशोधनास व्यापारी मूल्य असल्याने त्याचे देखील संरक्षण झाले पाहिजे असे करारात स्पष्ट करण्यात आले आहे.

जागतिक व्यापार संघटनेच्या सभासद राष्ट्रांमध्ये वाद-विवाद निर्माण झाल्यास त्याचे निवारण करण्यासाठी लवादमंडळाची निर्मिती करण्यावर भर देण्यात आला आहे.

५) जागतिक व्यापार संघटना आणि शेतीविषयक सहमती करार (Agreement on Agriculture under WTO) :

भारत हा कृषिप्रधान देश आहे. भारताने जागतिक व्यापार संघटनेचे सदस्यत्व स्वीकारले असल्याने जागतिकीकरणाचा भारतातील शेती व्यवसायावर काय परिणाम होईल हा चर्चेचा विषय बनला आहे. १९९४ पासून (डंकेल प्रस्ताव) शेतीच्या जागतिकीकरणाची प्रक्रिया वेगाने सुरू झाली आहे. साहजिकच शेतमालाच्या व्यापारात उदारीकरण आणले जात आहे. गॅटच्या शेवटच्या उरुग्वे फेरीत उदारीकरणाच्या हेतूने भारताने 'शेतीविषयक सहमती करारावर (Agreement on Agriculture under-WTO)' स्वाक्षरी केली आहे आणि भारताने गॅट बरोबरच WTO चे सदस्यत्व स्वीकारले आहे.

जागतिक व्यापार संघटना आणि भारताचा विदेशी व्यापार

जागतिक व्यापार संघटनेचा भारत पहिल्यापासून सदस्य आहे. शेतीवर प्रतिकूल परिणाम होईल अशी चर्चा होती, प्रत्यक्षात भारतीय अर्थव्यवस्थेवर काही परिणाम घडून आले.

(१) जकाती कमी केल्यामुळे भारताच्या आतंरराष्ट्रीय व्यापारात वाढ झाली. सन २००१ मध्ये भारतातून तांदूळ, चहा, मसाल्याचे पदार्थ, लोह, धातू, चामड्याच्या वस्तू, हिरे आणि हिरेजडित दागिने इ. ची निर्यात ३६२५ द. ल. डॉलर एवढी होती, जागतिक निर्यातीत भारताचा हिस्सा ०.६६% होता.

(२) भारतातील कृषी आधारित उद्योगाची निर्यात वाढून भारताला मौलिक असे

परकीय चलन प्राप्त झाले.

(३) भारताने उदारधोरण स्वीकारल्याने व्यापारावरील निर्बंध कमी झाले त्यामुळे निर्यातीत वाढ झाली.

(४) बहुविध सुती कापडविषयी करार केल्यामुळे याबाबतची कोटा पद्धती व नियंत्रणे रद्द झाली. त्यामुळे भारतातून सुती कापडाच्या निर्यातीत वाढ झाली.

(५) निर्यातीसाठी भारताला सेवाक्षेत्र खुले झाले. त्यामुळे भारतातून कॉम्प्युटर, सॉफ्टवेअर, टेलिकम्युनिकेशन सेवा, सल्लामसलत, वैद्यकीय सेवा, चित्रफिती इ. निर्यात होऊन बहुमोल परकीय चलन मिळते. १९९० मध्ये जागतिक सेवा निर्यात व्यापारात भारताचा हिस्सा ०.५% (८४.६ बिलियन अमेरिकन डॉलर) होता. तो वाढून २००१ मध्ये १.४% (२०.९ बिलियन डॉलर्स) पर्यंत झाला.

(६) भारतातील परकीय गुंतवणुकीत वाढ झाली. १९९५-९६ ते २०००-०१ या दरम्यान एकूण परकीय गुतंवणूक सरासरी प्रतिवर्षी ४.८५ महापद्म डॉलर एवढी झाली. प्रत्यक्षात अपेक्षित प्रत्यक्ष गुतंवणुकीपेक्षा ही गुंतवणूक कमी आहे.

(७) सर्वाधिक उपकृत राष्ट्र या कलमाच्या अमंलबजावणीमुळे भारताला बहुराष्ट्रीय व्यापारप्रणाली फायदेशीर ठरली आहे.

(८) व्यापाराशी निगडित बौद्धिक संपदेच्या अधिकारामुळे शेतकरी वर्गाला बियाणे उत्पादन करून त्याची विक्री करणाऱ्या हक्कावर विपरीत परिणाम होत नाही. फक्त व्यापारी तत्त्वावर ठराविक ब्रँडच्या बियाणांच्या विक्रीवर अल्पसा प्रतिकूल परिणाम होतो.

(९) पेंटट हक्क नोंदणीमुळे भारतातील औषधे हळूहळू स्वस्त होतील.

(१०) भारतातील लघुउद्योग परकीय मोठ्या उद्योगांच्या स्पर्धेत टिकू शकत नाहीत. भारतीय अर्थव्यवस्थेतील एकूण उत्पादनाच्या ४०% उत्पादन व ५०% रोजगारी व ३३% निर्यात या क्षेत्रातून होते. बहुराष्ट्रीय कंपन्यांच्या वर्चस्वामुळे उपभोग्य वस्तू, उदा. आईस्क्रिम, तयार कपडे, प्रक्रिया केलेले अन्न, मिनरल वॉटर, इत्यादींनाही या परकीय स्पर्धेत टिकणे अशक्य झाले आहे.

(११) भारतात चीनच्या वस्तूंनी भारतीय बाजारपेठेवर आक्रमण केले आहे. बॅटरी सेल, सिगारेट लायटर, कुलपे, कारचा स्टेडिओ, वीज बचत दिवे, व्ही. सी. डी. प्लेअर, मनगटी घड्याळे, खेळणी, पंखे, ओव्हन, सौंदर्य प्रसाधने इत्यादींची चीनकडून मोठी आयात होते. या संघटनेमुळे चीनच्या मालाचे डंपिग होत आहे.

(१२) भारताला पर्यटन व प्रवासी वाहतुकीपासून चांगले उत्पन्न मिळते आहे.

(१३) जागतिक व्यापार संघटना (WTO) व भारताचा विदेशी व्यापार : भारत १९९५ मध्ये जागतिक व्यापार संघटनेत सामील झाला. त्यामुळे जागतिक

निर्यात व्यापारात १९९० मध्ये भारताचा ०.५ टक्के भाग होता, तो वाढून १९९५ मध्ये ०.६ टक्के झाला; आर्थिक सुधारणांच्या १२ वर्षांच्या काळात २००२ पर्यंत वाढून ०.८ टक्के झाला.

(१४) १९९० मध्ये भारताची एकूण निर्यात १८१४३ मिलियन डॉलर्स होती, ती वाढून १९९५ मध्ये ३१११७ मिलियन डॉलर्स झाली. इ. स. २००३-२००४ ह्या वर्षात भारताची निर्यात ६३८४३ मिलियन डॉलर्सपर्यंत वाढली. WTO च्या आधुनिक अहवालानुसार भारताच्या व्यापारिक वस्तूंच्या निर्यातीत १५ टक्के वाढ झाली असून इ. स. २००२ मध्ये जगाच्या ३० प्रमुख निर्यातक व आयातक देशांमध्ये भारताने चीननंतर दुसरा क्रमांक घेतला आहे.

(१५) इ. स. २००१-२००२ मध्ये भारताची आयात २,४१,९२९ कोटी रु. होती. ती वाढून इ. स. २००२-२००३ मध्ये २,८७,३०३ कोटी रु. व इ. स. २००३-२००४ मध्ये आणखी वाढून २,९९,१०८ कोटी रु. झाली. त्यामुळे भारताचा व्यापार घाटा वाढून (-) ६५७४१ कोटी रु. झाला. इ. स. २००२ मध्ये जागतिक निर्यात व्यापारात भारताचा हिस्सा केवळ ०.८ टक्के होता, तर अमेरिकेचा १०.७ टक्के, चीनचा ५.२ टक्के तर जपानचा ६.६ टक्के हिस्सा होता. ह्याच कालावधीत एकूण जागतिक आयात व्यापारात भारताचा हिस्सा ०.९ टक्के, चीनचा हिस्सा ४.५ टक्के तर जपानचा हिस्सा ५.२ टक्के होता इ. स. २००४ मध्ये जागतिक निर्यात व्यापारात भारताचा हिस्सा ०.८ टक्केच राहिला परंतु निर्यातीत २८.१ टक्के वृद्धी झाली.

जागतिक व्यापारात भारताच्या हिस्स्यात अपेक्षित वाढ होत नाही ह्याचे प्रमुख कारण विकसित देश-विकसनशील देशांच्या निर्यात व्यापारात सतत विविध तऱ्हेचे अडथळे व अडसर निर्माण करण्याचा प्रयत्न करीत असतात. ह्या विविध प्रकारच्या अडथळ्यांमुळे जागतिक व्यापारात विकसनशील देशातील व्यापाराचा अत्यंत कमी हिस्सा असतो. जागतिक व्यापार संघटनांसारख्या राज्योपरी संघटनेच्या (Super Statal Organization) दबावाखाली असलेल्या विकसनशील देशांना आपले व्यापार अडथळे काढून टाकण्यास व त्यांचा सतत प्रवाह चालू ठेवण्याकरिता विकसित व संपन्न देश भाग पाडत असतात व त्याचवेळी विकसित देश स्वतःच्या फायद्याकरिता संरक्षण-धोरण अंमलात आणण्याकरिता व्यापार-अडसर (Trade Barriers) उभे करीत असतात. ह्याबाबत १९९४-९५ च्या आर्थिक समीक्षेत स्पष्टपणे म्हटले आहे की, ''नव्वदाव्या शतकात औद्योगिक देशांमध्ये बेकारी तिच्या चरम सीमेवर आहे. ह्यामुळे केवळ ह्याच देशांमध्ये समस्या उत्पन्न झाल्या असे नसून इतर देशांमध्ये सुद्धा संरक्षण वाद भयंकर रूप धारण करू शकतो. परिणामतः बहुपक्षीय व्यापाराला धोका निर्माण होऊ शकतो. बऱ्याचशा विकसनशील देशांनी आर्थिक सुधारणांचा अंगीकार

करून आपल्या व्यापाराला महत्त्वपूर्ण पद्धतीने उदार बनविले तर विकसित देशांनी व्यापार-अडसर निर्माण केले आहेत व विकसनशील देशातील लाभ मिळवून देणाऱ्या वस्तूंना बाजारपेठ प्राप्त करण्यात धोका निर्माण झाला आहे.''

थोडक्यात, विकसित देश हे विकसनशील देशांच्या निर्यात व्यापारात शक्यतो सर्व प्रकारचे अडथळे निर्माण करण्याचा प्रयत्न करीत आहेत. ह्या कारणामुळे भारतासारख्या विकसनशील देशांचा जागतिक व्यापारातील हिस्सा वाढत नाही.

दोहा जाहीरनामा :

जागतिक व्यापार संघटनेची चौथी मंत्रिपरिषद नोव्हेंबर २००१ मध्ये कतार येथील 'दोहा' या ठिकाणी झाली. या परिषदेत अनेक महत्त्वाचे निर्णय घेतले. या परिषदेत विकसनशील देशांच्या व्यापारात वाढ घडवून आणणे. त्या दृष्टीने विकसित देशांनी जकाती कमी करून बिगर जकातीचे अडथळे दूर करणे, निर्यात सबसिडीमध्ये घट करणे. विकसित देशात कृषी आणि सुती कापडासाठी बाजारपेठ खुली करणे विकसित देशातील शेतीचा आधार काढून घेणे इ. विषयांवर वेगवेगळे करार करण्यात आले. विकसनशील देशांच्या विकास, गरजा, अन्न-सुरक्षा, ग्रामीण विकास इ. बाबत महत्त्वपूर्ण निर्णय घेण्यात आले.

बुद्धिसंपदा, मालमत्तेचे रक्षण करणे या बाबतच्या कराराचे सविस्तर स्पष्टीकरण होणे गरजेचे आहे. यावर चर्चा झाली तसेच विकसनशील देशांत कमी किमतीत उत्पादन होणाऱ्या शेतमालाचा मुद्दा चर्चेत होता. तसेच कोट्या बाबतचे धोरण विकसनशील देशांना हानिकारक असल्याचे स्पष्ट करण्यात आले. निर्यात अर्थसहाय्याबाबत 'दोहा' परिषदेत चर्चा झाली. श्रीमंत राष्ट्रे त्यांच्या देशातील अन्नप्रक्रिया करून त्याची निर्यात करणाऱ्या उत्पादकांना मोठ्या प्रमाणात अर्थसाहाय्य करीत असल्याचे निदर्शनास आणले गेले. त्यामुळे गरीब राष्ट्रातील कृषी उत्पादनाच्या बाजार किमतीवर प्रतिकूल परिणाम होतो. मुरोसोली मारन भारतीय व्यापार व उद्योगमंत्री यांनी भारताची बाजू या परिषदेत मांडली; ते म्हणाले, "जागतिक व्यापार संघटना म्हणजे ''ग्लोबल'' गव्हर्नमेंट नव्हे.'' श्रीमंत राष्ट्रांनी आपली जबाबदारी पार पाडलेली नाही. "दोहा परिषद भारताच्या हिताची ठरली.''

कॅनकून परिषद :

२००३ मध्ये जागतिक व्यापार संघटनेची पाचवी मंत्रिस्तरावरील परिषद मेक्सिको मधील कॅनकून येथे झाली. कॅनकून परिषदेत भारताचे व्यापार व उद्योगमंत्री श्री. अरुण जेटली यांनी प्रतिनिधीत्व केले. कॅनकून परिषदेत अंतिम मसुदा मंजूर होण्यात अनेक अडचणी आल्या. भारतीय शेतकऱ्यांच्या अर्थसाहाय्याचा मुद्दा चर्चेत होता. विकसित देशातील शेतकऱ्यांशी भारतातील शेतकऱ्यांची तुलना करून शेतीमधील

अर्थसाहाय्य चालू ठेवले जाईल, असे बजावण्यात आले. साखर उद्योगात देण्यात येणारे संरक्षण, कापूस, उत्पादकांना दिले जाणारे अर्थसाहाय्य हे कसे आवश्यक आहे. ते या परिषदेत पटवून देण्यात आले.

जी - २० राष्ट्रांनी जागतिकीकरणाचे धोरण विकसनशील देशाच्या हिताचे नसल्याचे निदर्शनास आणून दिले. त्यांनी विकसित देशातील अर्थसाहाय्याचा मुद्दा उपस्थित केला. त्यांनी सबसिडी कमी करण्याचे नाकारण्याचे निदर्शनास आणून दिले. त्यामुळे विकसनशील राष्ट्रांत असंतोष निर्माण झाला. शेती उत्पादित मालासाठी बाजारपेठा आणखी खुल्या करण्यास विकसनशील देशांनी विरोध केला. अनेक मुद्यांबाबत मतभेद होऊन कॅनकून परिषद अपयशी ठरली.

जिनिव्हा परिषद :

जुलै २००४ मध्ये जिनिव्हा येथील मंत्रिपरिषदेत भारताचे व्यापार व उद्योगमंत्री श्री. कमलनाथ यांनी भाग घेतला, या संघटनेमुळे भारतातून औद्योगिक वस्तू व सेवांची निर्यात वाढली असल्याचे मान्य करण्यात आले. तसेच शेतकऱ्यांच्या हिताची जपणूक करण्यात आली. या परिषदेत व्यापारसुविधा एवढाच विषय चर्चेला होता. विकसित देशांनी अन्नसुरक्षा, जीवन सुरक्षितता आणि विकासासाठी निगडित गरजा याबाबत लवचिक धोरण स्वीकारण्यास मान्यता देण्यात आली. जी - २० देशांच्या गटाला दारिद्रय, विषमता, बेकारी वाढत असल्याची जाणीव झाली असून विकसनशील देशांचा हा गट संघटनेत प्रभावी ठरणार आहे.

३०नोव्हेंबर ते ३ डिसेंबर जुलै २००८ आणि २००९ मधील वाटाघाटी : जुलै २००८ मध्ये 'दोहा' वाटघाटी फसल्यानंतर भारताने २००९ मध्ये अमेरिकेसह जागतिक व्यापार संघटनेच्या सर्व सदस्यांना पुन्हा एकदा वाटाघाटीत सामील करण्यासाठी पुढाकार घेतला होता. परंतु, त्यानंतर जिनेव्हा येथे ही कोंडी सुटली नव्हती. २००१ मध्ये जागतिक व्यापार संघटनेने १५३ सदस्य देशांदरम्यान जागतिक व्यापार खुला करण्यासाठी वाटाघाटी सुरू केल्या होत्या. अनेकदा प्रयत्न करूनही खुला बाजार व संरक्षणाच्या मुद्यावर समझोता होऊ शकला नाही.

२८ मे २०१०रोजी पॅरीसमध्ये आढावा : पॅरीस येथे २५ मे २०१० रोजी जागतिक व्यापार संघटनेच्या प्रमुख सदस्य देशांचे व्यापारमंत्र्या जागतिक व्यापार खुला करण्यासंबंधी आढावा बैठक सुरू झाली. व्यापार संघटनेच्या वाटाघाटी लवकर आटोपल्या पाहिजेत; अशी भारताची इच्छा आहे.

जागतिक व्यापार संघटनेच्या कार्याचे मूल्यमापन -

जागतिक व्यापार संघटनेमुळे निर्माण होणाच्या समस्यांची चर्चा करून मार्ग काढण्यासाठी व्यासपीठ स्थापन झाले.

जागतिक व्यापार संघटनेचे फायदे / यश -

(१) विकसनशील देशावरील परिणाम - उदारीकरणामुळे अनेक विकसनशील देशांना अधिक लाभ झाला. कार्यक्षम शेती निर्यातदार देशांच्या उदारीकरणामुळे अधिक फायदा झाला.

(२) व्यापारात उदारीकरण - जागतिक व्यापार संघटनेमुळे जगातील देशांनी व्यापारात उदारीकरणाचा मार्ग अवलंबिल्यामुळे मुक्त बाजारपेठा अस्तित्वात आल्या.

(३) नवीन क्षेत्रांना मार्गदर्शन - WTO या करारामुळे प्रथमच सेवेतील आंतरराष्ट्रीय व्यापार, बौद्धिक गुंतवणूक, मालमत्ता अधिकारी तसेच व्यापार संबंधित गुंतवणूक स्थापत्य याविषयी नियम तयार करण्यात आले.

(४) व्यापक कार्यक्षेत्र - WTO चे कार्यक्षेत्र गॅटपेक्षा जास्त व्यापक आहे. गॅटमध्ये वस्तूंच्या व्यापारालाच प्राधान्य दिले जात असे. मात्र, WTO मध्ये वस्तू, सेवा, बौद्धिक संपदा अशा सर्वच बाबींशी संबंधित व्यापाराला स्थापत्य देण्यात आले आहे. त्यामुळे जागतिक व्यापाराला शिस्त लावणे व दिशा देणे WTO ला शक्य झाले आहे.

(५) औद्योगिकीकरण - जकाती कमी केल्यामुळे देशांतर्गत उद्योगांची वाढ होण्यास मदत झाली. सुती कापड, वाहतुकीची साधने, कातडी, रबर, प्रवासी साधने इ. वरील जकाती कमी करण्याचे प्रयत्न संघटनेकडून होतात.

(६) बौद्धिक स्वामित्वाचे अधिकार - बौद्धिक स्वामित्वाच्या अधिकाराशी संबंधित व्यापाराचा या करारात अंतर्भाव करण्यात आला. त्यामुळे पेटंट, ट्रेडमार्क, कॉपीराईट यासारख्या बौद्धिक स्वामित्वाचे रक्षण करणे शक्य झाले.

(७) व्यापारविषयक प्रश्नांची तीव्रता कमी झाली - व्यापारविषयक प्रश्नांवर चर्चा करण्यासाठी जागतिक व्यापार संघटनेने विविध ठिकाणी मंत्रिस्तरीय परिषदांचे आयोजन केले. त्यामुळे व्यापार व गुंतवणूक, व्यापाराचे उदारीकरण, आयातीसंबंधी धोरणे, अनुदाने, शेती इ. बाबतीत चर्चा झाली. काही बाबींवर एकमत झाल्यामुळे व्यापारविषयक प्रश्नांची तीव्रता कमी होण्यास मदत झाली आहे.

(८) सर्व देशांचा फायदा - जागतिक व्यापार संघटनेने आजपर्यंत केलेल्या कार्यामुळे जगातील सर्वच देशांना फायदा झाला आहे. संघटनेचे नियम बऱ्याच देशांना फायदेशीर ठरले आहेत.

(९) व्यापारविषयक शिस्त - गॅटच्या कार्यकाळात आंतरराष्ट्रीय व्यापाराच्या क्षेत्रांत शिस्तीचा काही प्रमाणात अभाव होता. WTO चे नियम सदस्यदेशांनी मान्य केल्यामुळे नियमांची काटेकोरपणे अंमलबजावणी झाल्यामुळे आंतरराष्ट्रीय व्यापारात शिस्त निर्माण झाली.

(१०) व्यापार गुंतवणूक उपाय - व्यापार नियंत्रणाला प्रतिबंध करण्यात आला.

(११) डंपिग विरोधी उपाय - जागतिक व्यापार संघटनेने अवपूजनाविरुद्ध (डंपिग विरोधी) उपाययोजना करून त्या बाबतची कार्यपद्धती अधिक पारदर्शक बसविली; तसेच नवीन नियम सुरू करण्यात आले.

(१२) बळकट नियम - करारात वस्तू-मूल्य घट, औद्योगिक अर्थसाहाय्य यांचा समावेश करण्यात आल्याने आंतरराष्ट्रीय क्षेत्रांत नियम बळकट झाले.

(१३) कृषी उत्पादने - सर्व सदस्य देशांनी शेती उत्पादनावरील चालू जकातीची बंधने कमी करण्यास मान्यता दिली; अर्थसाहाय्यातील घट ही उदारीकरणाची पहिली पायरी आहे; त्यामुळे कार्यक्षम उत्पादकांना अर्थव्यवस्थेत संधी निर्माण केली जाते.

जागतिक व्यापार संघटनेचे अपयश / तोटे - जागतिक व्यापार संघटनेत अनेक दोष असल्यामुळे तिच्यावर पुढील स्वरूपाची टीका होते–

(१) शेती साहाय्यासाठी अपुरी तरतूद - WTO करारात लहान शेतकरी व शेतमजूर यांच्याकडे फारसे लक्ष देण्यात आले नाही. वास्तविक त्यांना अधिक अर्थसाहाय्याची गरज असते. असे अर्थसाहाय्य आदानांच्या स्वरूपात देण्यात यावे. प्रस्तावात तरतुदीत लवचिकता नाही.

(२) सेवेतील व्यापारात तोटा - बँकिंग, विमा, टेलिकम्युनिकेशन इ. सेवांच्या बाबतीत प्रगत देशांशी तुलना करता विकसनशील देशांना कमी लाभ होता; कारण या क्षेत्रांत प्रगत देश प्रगत तंत्राचा वापर करतात; व मोठ्या प्रमाणावरील बचतीचा त्यांना लाभ होतो.

(३) जागतिक व्यापार संघटनेची हुकूमत - WTO च्या करारात राष्ट्रीय निर्णय घेण्याच्या कुवतीवर हुकूमत गाजविण्यासाठी खूप जागा आहे. उदा. बौद्धिक संपदा हक्कांचा संपूर्ण वर्णपर राष्ट्रीय हुकूमती खालून उचलून तो कठोर आंतरराष्ट्रीय शिस्ती खालील विषय बनविण्यात आला आहे; तसेच सेवा व्यापाराची व्याख्या मुक्त पद्धतीने करून तो सेवेतील व्यापारावरील सर्वसाधारण करार कक्षेत आणण्यात आला. तसेच राष्ट्रीय गुंतवणूक आंतरराष्ट्रीय शिस्तीचा विषय बनविण्यात आला; अशा तरतुदींमुळे विकसनशील देशांचे अहित होते.

(४) मंत्रिमंडळ पातळीवरील बैठकीत अनावश्यक कालावधी - गॅटच्या यंत्रणेत मंत्रिमंडळ पातळीवरील बैठकीत फारसा कालावधी जात नसे. त्यामुळे प्रगत देशांना लहरीप्रमाणे आपल्या अधिकार क्षेत्रांत बदल करता येत नसे. मात्र, जागतिक व्यापार संघटनेच्या करारानुसार मंत्रिमंडळ परिषद किमान २ वर्षातून एकदा घेण्याची तरतूद आहे. त्यामुळे प्रगत देशांत आपल्या इच्छेप्रमाणे बदल घडवून आणण्यास संधी मिळते. त्यामुळे ही संघटना देशाच्या सार्वभौमात्वावर बेकायदेशीरपणे आक्रमण करण्याचा प्रयत्न करते.

(५) विकसित देशांची हस्तक - जागतिक स्तरावर ज्या संस्था आणि संघटना स्थापन करण्यात आल्या. त्या सर्वांवर श्रीमंत देशांचे वर्चस्व आहे. WTO त्याला अपवाद नाही. त्यामुळे WTO ही संघटना अमेरिका, युरोपातील विकसित देशांची हस्तक म्हणून कार्य करते अशी टीका केली जाते.

(६) जाचक नियम - बौद्धिक संपदा, सुती कापड, कृषी वस्तू इ. चा व्यापार करण्यासाठी जागतिक व्यापार संघटनेने काही नियम तयार केले आहेत. मात्र, बहुतेक सभासद देशांना ते नियम जाचक वाटतात. विशेषत: अल्प विकसित देशांना जागतिक व्यापार संघटनेच्या नियमाबाबत नाराजीचा सूर आहे. त्यामुळे वरील वस्तू व सेवांच्या व्यापारावर प्रतिकूल परिणाम होईल; अशी भीती या देशांना वाटते.

(७) व्यापारासंबंधी वादाचे विषय - पर्यावरण संरक्षण, मानवी हक्क, स्वस्त श्रमिक पुरवठा इ. सारख्या वादाच्या विषयांचा विकसनशील देशांच्या व्यापाराशी संबंध जोडला जातो. त्यामुळे अशा देशांच्या निर्यातीवर बंधने लादली जातात.

(८) आसमान स्पर्धा - विकसित देशांशी विकसनशील देशांना स्पर्धा करावी लागते. खुल्या व्यापारातील अडथळे दूर करण्याच्या सबबीखाली शेतीला आधार देण्याची पद्धती मोडीत काढली जाते. परंतु, बहुराष्ट्रीय कंपन्यांच्या कारभारावर कोणतेही नियंत्रण नसते. तसेच प्रगत देशांकडे जैविक पेटंटविषयी सामर्थ्यशाली शक्ती असते. त्यांच्याशी स्पर्धा करणे विकसनशील देशांना शक्य होत नाही.

(९) जीवितांचा पेटंट अयोग्य - सर्व जीवित प्रकारांविषयी वनस्पती व सूक्ष्म जैविक यांच्या समावेशासह संबंधित हक्कांची तरतूद अयोग्य वाटते. ते संशोधन वाटत नाही; तर ती नैसर्गिक देणगी असते. तो शोध नव्हे. शोधाप्रमाणे त्याची योग्य अशी व्याख्या करता येत नाही. शिवाय पेटंट कायद्याच्या चौकटीत बसेल असे त्याचे वर्तनही करता येत नाही. त्याच्या निपजण्याची पद्धत असत नाही? अशा स्थितीत मक्तेदारीचा हक्क कसा देता येईल. प्रक्रियेत थोडाफार बदल केल्यास त्याला नवीन म्हणता येईल. उदा.- हळदीचे पेटंट मिसिसिंपी मेडिकल सेंटरला मिळाले होते. परंतु, हळदीचे गुणधर्म भारतीयांना पूर्वीपासून माहीत होते. हे भारतीय विज्ञान व संशोधन परिषदेने पुराव्यासह सिद्ध केल्याने अमेरिकेचे पेटंट रद्द झाले; भविष्यात अशा समस्यांबाबत WTO ने उपाय शोधले पाहिजेत.

(१०) सार्वजनिक वाटप पद्धतीकडे दुर्लक्ष - गरिबांना दिलासा देणारी पद्धती म्हणून सार्वजनिक वाटप पद्धतीला महत्त्वाचे स्थान आहे. मात्र, या करारात त्याकडे दुर्लक्ष झाले आहे. सार्वजनिक वितरण व्यवस्थेतील खरेदी करण्याच्या व बाजारातील किमतीला विकण्याच्या तरतुदींकडे दुर्लक्ष झाले आहे. सध्या बाजारातील वाढत्या किमतीचा गरिबांच्या राहणी खर्चावर अनिष्ट परिणाम होतो. भारतासारख्या देशात अनेकांची भूक ही बहुतांशी लोकांची सत्वर संबंधित बाब म्हणून लक्षात घेतली पाहिजे.

प्रश्न

प्र. १. खालील प्रश्नांची प्रत्येकी २० शब्दांत उत्तरे लिहा.

१) युरोपीय संघाची दोन उद्दिष्टे सांगा.

२) युरोपीय संघाची दोन कार्ये सांगा.

३) सार्कची दोन उद्दिष्टे सांगा.

४) आंतरराष्ट्रीय नाणेनिधीची दोन उद्दिष्टे सांगा.

५) जागतिक व्यापार संघटनेची कार्ये सांगा.

६) जागतिक बँकेची दोन उद्दिष्टे सांगा.

प्र. २. खालील प्रश्नांची प्रत्येकी ५० शब्दांत उत्तरे लिहा.

१) युरोपीय संघाची उद्दिष्टे सांगा.

२) युरोपीय संघाची कार्ये सांगा.

३) सार्कची उद्दिष्टे सांगा.

४) सार्कची कार्ये सांगा.

५) नाणेनिधीची उद्दिष्टे सांगा.

६) नाणेनिधीची कार्ये सांगा.

७) जागतिक बँकेची कार्ये सांगा.

८) जागतिक बँकेची उद्दिष्टे सांगा.

९) जागतिक व्यापार संघटनेची उद्दिष्टे सांगा.

१०) जागतिक व्यापार संघटनेची कार्ये सांगा.

प्र. ३. खालील प्रश्नांची प्रत्येकी १५० शब्दांत उत्तरे लिहा.

१) युरोपीय संघ आणि विकसनशील देश व भारत या संदर्भात चर्चा करा.

२) सार्कचे यशापयशाची चर्चा करा.

३) नाणेनिधीचे यशअपयशाचे विवेचन करा.

४) जागतिक व्यापार संघटनेचे यशापयश स्पष्ट करा.

५) जागतिक बँकेचे भारताच्या संदर्भातील योगदान या बाबत चर्चा करा.

प्र. ४. खालील प्रश्नांची प्रत्येकी ३०० शब्दांत उत्तरे लिहा.

१) युरोपीय संघाबाबत चर्चा करा.

२) सार्कचे योगदानाबाबत विवेचन करा.

३) नाणेनिधीची उद्दिष्टे सांगून नाणेनिधीच्या कार्याचे मूल्यमापन करा.

४) जागतिकी बँकेची उद्दिष्टे सांगून भारताच्या संदर्भात चर्चा करा.

५) जागतिकी व्यापार संघटनेच्या कार्याचे मूल्यमापन करा.

संदर्भसूची

Bhatia H. L. (1984) - Public Finance

Datt R. (2001) - Second Generation Economics Reforms in India.

Datta / Sundharam (2010) - Indian Economy.

Government of India (1985) - Long Term Fiscal Policy

Human Development Report

Jha R. (1998) - Modern Public Economics

Musgrave & Musgrave (1989) - Public Finance in Theory & Practice.

Paithankar & Dhamdhere (2006) - Indian & Global Economic Development.

Srivastava D. K. (2000) - Fiscal Federalism in India.

Tyagi B. P. (1992 - 93) - Public Finance.

World Bank - World Development Report

डॉ. सुरेश ढमढेरे (२००९) - महाराष्ट्रातील जलसंपदा,

डॉ. एस. व्ही. ढमढेरे (२००६) - भारतीय आणि जागतिक आर्थिक विकास

डॉ. एस. व्ही. ढमढेरे (२००८) - भारतीय अर्थव्यवस्था

विजय कविमंडन - विकासाचे अर्थशास्त्र व नियोजन

रजनी पामदत्त - आजकालचा भारत

मासिके :
- अर्थ व अर्थसंवाद
- पॉलिटिकल अ‍ॅन्ड इकॉनॉमिक वीकली

◆◆◆